முனைப்பு

(புதினம்)

மலையாள மூலம்:

கே. வேணுகோபால்

தமிழில்:

குறிஞ்சிவேலன்

பரிசல்

முனைப்பு

மலையாள மூலம்: கே. வேணுகோபால்
மொழியாக்கம்: குறிஞ்சிவேலன்©
பரிசல் முதல் பதிப்பு: டிசம்பர் 2021

வெளியீடு: பரிசல் புத்தக நிலையம்
235, P. பிளாக் MMDA காலனி
அரும்பாக்கம், சென்னை – 600 106.
பேச: 9382853646
மின்னஞ்சல்: parisalbooks@gmail.com
அச்சுக்கோப்பு : வி. தனலட்சுமி
அச்சாக்கம்: கம்ப்யூ பிரிண்டர்ஸ், சென்னை – 600 086.
பக்கம்: 216
விலை ரூ: 220

MUNAIPPU

Malayalam: K. Venugopal
Translated by: Kurinji velan©
Parisal First Edition: December 2021

Published by : Parisal Putthaga Nilayam
No. 235, 'P' Block MMDA Colony
Arumbakkam, Chennai - 600 106.
Mobile: 93828 53646
Email: parisalbooks@gmail.com
DTP : V. Dhanalakshmi

Printed at: Compu Printers, Chennai - 86.

ISBN : 978-93-91949-35-8

Pages: 216

Price Rs. 220

கே. வேணுகோபால்

1944 மார்ச் 15ல் மலப்புரம் மாவட்டத்தைச் சேர்ந்த எடப்பாளில் பிறந்தவர். படிப்பிற்குப் பின்னான இளமை காலம் முதலே வெளி மாநில வாசியாகி விட்டார் வேணுகோபால். நெய்வேலி லிக்னைட் கார்ப்பரேஷனின் பெர்சனல் பகுதியில் பணி. 1967ல் நெய்வேலி கேரள சமிதியில் நடந்த கதைப் போட்டியில் கலந்து கொண்டு பரிசு பெற்றதின் மூலம் மலையாள இலக்கிய மண்டலத்தில் அங்கம் பெற்றார். இரண்டு முழு நாடகங்களும். சில ஓரங்க நாடகங்களும் எழுதி, இயக்கி நெய்வேலியில் மேடையேற்றியதுடன் நடிக்கவும் செய்தார்.

1987ல் மலையாள குங்குமம் வார இதழ் நடத்திய நாவல் போட்டியில் கலந்து கொண்டு முதல் பரிசான ரூ.11111ஐ தம்முடைய 'ஸ்லதபிம்பங்கள்' (சிதைந்த சிற்பங்கள்) நாவலுக்குப் பெற்றார். அதன்பின், 'முனைப்பு', 'சாட்சி' என இருநாவல்கள் இவரின் எழுத்தில் வெளிவந்துள்ளன. மலையாள வார, மாத இதழ்களில் ஏராளமான சிறுகதைகள் எழுதியுள்ளார். சில திரைப்படங்களுக்கு திரைக்கதை வசனமும் எழுதியவர்.

★

குறிஞ்சிவேலன்

கடலூர் மாவட்டம் குறிஞ்சிப்பாடியைச் சேர்ந்த மீனாட்சிப்பேட்டை எனும் குக்கிராமத்தில் 1942 ஜூன் 30ந் தேதி பிறந்தவர். ஆரம்பப்பள்ளி ஆசிரியராகவும், பின்பு, கால்நடை ஆய்வாளராகவும் 40 ஆண்டுகள் தமிழ்நாடு அரசில் பணிபுரிந்தவர். தமிழ் இலக்கியத் துறையில் 60 ஆண்டுகளுக்குமேல் தொடர்ந்து இயங்குபவர். 40க்கு மேற்பட்ட நூல்களை மொழிபெயர்த்துள்ளார். தன்னுடைய மொழியாக்கங்களுக்காக சாகித்திய அக்காதெமி விருது, தமிழக அரசு மொழிபெயர்ப்பாளர் விருது, திருவனந்தபுரம் தமிழ்ச் சங்க விருது உள்பட பல்வேறு விருதுகளைப் பெற்றுள்ளார். இந்திய அளவில் மொழியாக்கத்துக்கென்று 'திசை எட்டும்' காலாண்டிதழை பதினெட்டு ஆண்டுகளாக நடத்தி வருபவர். தமிழின் முதல் மொழியாக்க இதழாகும் இது.

நாவலாசிரியரின் குறிப்பு

‘சிதைந்த சிற்பங்களை’ ஒப்பிடும்போது, என்னுடைய இந்த நாவலுக்குச் சில சிறப்புக்கள் உண்டு. என் உள்ளுணர்வு அதிகம் கலந்த படைப்பு இது. எல்லா எழுத்தாளர்களின் உள்ளுணர்வும் ஒரு வட்டம் வரையில் அவர்களின் கதாபாத்திரங்களில் பிரதிபலிக்கலாம். ஆனால், இந்நாவலின் நாயகன் இராமகிருஷ்ணன், முக்கியமாகப் பள்ளிப் பருவத்தைச் சேர்ந்த இராமகிருஷ்ணன், அச்சு அசலாக நானே தான். அதோடு மட்டுமல்ல, இந்நாவலி லுள்ள கதாபாத்திரங்கள் முக்கால் பங்கு போகளும் என்னுடனும் என் கிராமத்திலும் வாழ்ந்தவர்களும் வாழ்வை ஒரு திருவிழாவாகக் கொண்டாடி மறைந்தவர்களுமாவர். மிகச் சிலர் என் கிராமத்தில்–கிராமப்புறத்தில் அடக்கத் தன்மையை இழந்துவிட்டாலும், நகாச் கபடத் தன்மை நிறைந்த போலித்தனம் இன்னை ‘நுழைந்திராத என் சொந்த கிராமத்தில் – இன்றைய வாழ்ந்து கொண்டுதான் இருக்கிறார்கள்.

மாப்பிளா கலக’க் காலத்தில் தான் வேலை செய்க கொண்டிருந்த கடையின் பணப்பெட்டியோடு ஓடிவங்கள் பணக்காரனாகி விட்டது. குட்டாப்பு இறந்து பல ஆண்டு களாகி விட்டன. அவருடைய பிள்ளைகளுக்கும் இப்போது வயதாகி விட்டிருக்க வேண்டும். பேரப் பிள்ளைகள் வளைகுடா நாடுகளுக்கும் மற்ற இடங்களுக்கும் சென்று பண அறுவடை செய்து வந்து கிராமத்தில் பல மனைக் கட்டுக்களை வாங்கினார்கள். கட்டிடங்களைக் கட்டி னார்கள். அந்த இடங்களை இப்போது கிராமத்திலுள்ள வர்கள், ‘அது குட்டாப்பு வீட்டுக்காரங்களுடையதாக்கும்’ என்கிறார்களாம்.

‘சரல்கற்கள் பரப்பிய சாலைகளின் வழியாகவும், சிறு சிறு மீன்கள் நீந்தி விளையாடும் வயலில் முழங்கால் அளவிலுள்ள தெளிந்த நீரின் வழியாகவும் வெறுங்காலுடன் பள்ளிக்கூடத்திற்கு நடக்கும்போது என் புத்தகப் பையையும், காப்பி நிறைந்த பிளாஸ்கையும் கையில் தூக்கிக் கொண்டு என்னுடன் சேர்ந்து

நடந்து வந்த என் பள்ளித் தோழன் குமாரன், என் பலவீனமான கால்கள் நடந்து நடந்து தளரும்போதெல்லாம் அனாவசியமாக என்னைத் தூக்கிக் கொண்டு நடக்கவும் செய்துள்ளான் , மாலையில் திரும்பி வந்தவுடன் என் தாயிடம் அவன் தன் அபிமானத்தை விவரிக்கவும் செய்வான்.

இன்னிக்கு நான் சின்ன தம்புரானைத் தூக்கினேன.

அந்த குமாரன் இன்று ஒரு கட்டிடக் காண்ட்ராக்டர்.

சென்றமுறை நான் ஊருக்குச் சென்றபோது, ‘என்ன நீ தமிழ் நாட்டிலேயே செட்டிலாகப் போகிறாயா? நம்ம ஊருக்கு வரப் போறதில்லையா? மிகவும் புதிய மாடலில், முடிஞ்சமட்டில் குறைந்த செலவில் நான் உனக்கு ஒரு வீடு கட்டித் தரேன்...’ என்று குமாரன் கேட்டான்.

இப்படி இன்றும் வாழ்ந்து கொண்டிருக்கும் என் கதாபாத்திரங்களின் இணக்கங்களும், மறைந்தவர்களின் நினைவுகளும் என்னை வாழ்க்கையுடன் ஒன்றிணையச் செய்கின்றன. அதனால் தான் நான் என் கதாபாத்திரங்களிடம் உண்மையான நன்றியும் நேசமும் கொண்டுள்ளேன்.

அன்பன்

கே. வேணுகோபால்

1

ஆகாயம் தெளிவில்லாமல் இருந்தது. தூசுப்படலம் இடைவிடாமல் வீசிக்கொண்டிருக்கும் ஒரு மாலை நேரம். இப்போது கேரளத்தில் மழைக்காலமாக இருக்கும் என்பதுதான் புறப்படும்போது இருந்த எதிர்பார்ப்பு. மனம் முழுவதும் ஆகாயத்திலிருந்து வெள்ளி நூற்களைப் போல் விழும் மழையின் குளிர்ச்சி. ஆகாயச் சரிவுகளில் கனியத் தயங்கியவாறு நிச்சலனமாக நிற்கும் மேகங்கள். பயிரிடத் தயார் நிலையிலுள்ள வயல்களில் அமைதியற்ற காற்றின் செந்தூர விதைப்பு.

இராமகிருஷ்ணன் பஸ்ஸில் அமர்ந்துகொண்டு தொலைவில் நோக்கினான். சாம்பல் நிறமடைந்த ஆகாயத்தை நோக்கி உறுதியாக நிற்கும் பள்ளிவாசல் கோபுரங்கள். இச்சூழல் துக்ககரமான ஓர் அமைதியை உணருவதுபோல் இராமகிருஷ்ணனுக்குத் தோன்றிற்று. அக்காட்சி ஆரோக்கியத்தையே இழந்து விட்டதாக இருந்தது. கிராமத்தைவிட்டு நீண்ட பயணத்திற்கிடையில், வெகுகாலத்திய வெளிவாசத்திற்கு இடையில் - வேறு பலவற்றையும்போல் பள்ளிவாசல் கோபுரங்களிலுள்ள பிறை வடிவமும் அவனுக்கு இழப்பேற்பட்டிருந்தது. இப்போது, பலவருடங்களுக்குப் பின் கண்களுக்குப் புலப்படாத அந்த அமைதி மீண்டும் இராமகிருஷ்ணனைத் தேடி அடைந்துள்ளது. வீட்டுப் பிரிவுத்துயரின் ஓர் இரக்கக் குணம் அவன் உள்ளத்திற்குள் நிறைந்து கொண்டிருந்தது.

பயங்கரமான ஓர் உறுமலுடன் பஸ் சுங்கத்தின் ஏற்றத்தை பின்னுக்குத் தள்ளியது. அந்த மேட்டை ஏறி வளைவில்

திரும்பியபோது பள்ளிவாசல் கோபுரங்கள் மரத்தின் இலைகளில் மறையவும், கண்டக்டரின் நீண்ட விசிலோசையைக் கேட்டு வேகத்தைக் குறைத்த பஸ் சாலையில் ஓரங்கட்டி நிற்கவும் செய்தது. 'சுங்கம் டிக்கெட் வாங்கியவர்களெல்லாம் இறங்கலாம்' என்று கண்டக்டர் உரக்கச் சொன்னார். இறங்க வேண்டிய நிறுத்தத்திற்குக் கொஞ்சம் முன்பாகவே பஸ் நின்றிருந்தது. இராமகிருஷ்ணன் வெளியே நோக்கினான். நன்கு பழுத்த நேந்திர வாழைக் குலைகளை தோரணம்போல் நெருக்கமாகத் தொங்கவிடப் பட்டிருக்கும் இந்த சிறு ஓட்டல் சென்ற முறை இங்கு வந்தபோது இல்லை.

ஒரு நிமிடத்திற்குப் பின், ஒருவருக்கொருவர் அறிமுகமில்லாத பயணிகள் முணுமுணுத்துக் கொண்டே ஒவ்வொருவராக எழுந்தபோது இராமகிருஷ்ணனும் தன் பிரீஃப்கேஸை எடுத்துக் கொண்டு கூட்டத்தோடு கூட்டமாகக் கீழே இறங்கினான்.

ஓட்டலில் நெரிசல் இருந்தது. அதே பஸ்ஸில் பயணத்தைத் தொடரவேண்டிய நபர்கள் டீ குடிக்க அவசரப்பட்டார்கள். பழக்குலைகளில் தலை இடி படாமல் கவனத்துடன் சென்று காலியாகக் கிடந்த ஒரு ஸ்டூலில் இராமகிருஷ்ணன் அமர்ந்தான். நேந்திரம் பழம் தேவைப்பட்டோர் யாருமில்லையோ? கரும்புள்ளிகள் தெரியத் தொடங்கிய பழங்கள் இந்த கோடைகால சூழலில் இரண்டு நாட்களுக்குள்ளேயே அழுகிப் போய்விடும். ஆனால், 'கல்லா'வில் அமர்ந்திருக்கும் அந்த தடிமனான இளைஞனின் முகத்தில் அப்படிப்பட்ட கவலைகள் ஏதுமில்லை. அவன் இடைவிடாமல் கால்களை ஆட்டிக் கொண்டே பணத்தை வாங்கி மேஜையினுள் போடுவதிலும், சில்லரையைத் திருப்பி கொடுப்பதிலும் கவனமாக இருந்தான். பழம் விஷயத்தில் மேற்கொண்டு என்ன செய்ய வேண்டுமென்பதில் அவனுக்குத் தெளிவானதொரு எண்ணம் உண்டாகி இருக்கும்.

டீ குடித்து முடித்ததும் இராமகிருஷ்ணன் வெளியேறினான். கூப்பிடு தூரத்திலுள்ள சுங்கத்தின் வியாபார நிறுவனங்களின் விளம்பரப் பலகைகளைக் கவனித்துக் கொண்டே ஓர் ஓரமாக நடந்தான். இவ்வளவு பெரிய மலையாள எழுத்துக்களை பல ஆண்டுகளுக்குப் பின் இப்போதுதான் அவன் காண்கிறான். பல்வேறு வகையான 22 காரட் தங்க நகைகளுக்கு அழைப்பு விடுக்கும் வகையில் அமைக்கப்பட்டிருக்கும் விளம்பரப் பலகையில், கருப்பழகி ஒருத்தி ஆபரண அலங்கார வனிதையாக

நின்று புன்னகைப் புரிகிறாள். சாலைக்குக் குறுக்கே கட்டப்பட்டுள்ள பெரிய பேனரில் 'ஷாஷின்கான்'கராத்தே வகுப்புகள் அங்குள்ள யூ.பி. பள்ளியில் தொடங்கும் விவரம் தெரிந்தது... மற்றொரு பேனர், ஓர் அரசியல் கட்சியின் கொடி ஊர்வலத்தில் லட்சக்கணக்கான மக்கள் பங்கு கொள்ளும் ஒரு மாபெரும் பொதுக் கூட்டத்தின் அறிவிப்பு.

சுற்றுச்சூழலில் டயர் பற்றியெரியும் துர்நாற்றம் பரவி யிருந்தது. கூர்ந்து கவனித்த போதுதான் தெரிந்தது – அந்த ஆபரண விளம்பரப் பலகையின் கீழே ஒரு நாடோடி கும்பல் முகாமிட்டுள்ளது. அரை நிர்வாணத்திலான ஆண்கள் பழங்கால தமிழில் உரையாடுவதையும் பெண்கள் சண்டையிடுவதையும் கேட்க முடிந்தது. அவர்களின் கூச்சலுடன் குழந்தைகளின் அழுகையும் தெளிந்து வந்தது. அவர்கள்தான் அன்றைய இரவு உணவு தயாரிப்பதற்காக டயரை பற்ற வைத்திருக்கிறார்கள்.

பல ஆண்டுகளுக்குப் பின் சொந்த ஊரைப் பார்க்க, ஆனால் எதையும் சரியாகக் காணமுடியாமல், தன் சிறு பெட்டியை சுமந்து கொண்டு இராமகிருஷ்ணன் நடத்தான்.

மாலை மயங்கத் தொடங்கியதால்தான் அந்த மஞ்சள் கட்டிடத்தின் வாயிற்கதவுகள் மூடியிருக்க வேண்டும். சங்கிலிப் போட்டு பூட்டப்பட்டுள்ள இரும்பு கேட்டிற்கு முன்னால் மெல்லிய மனச்சோர்வுடன் நின்றான் இராமகிருஷ்ணன். கட்டிடத்தின் பின்னாலிருந்து காக்கி யூனிஃபாரமும், சிவப்பு நூலினால் சில எழுத்துக்கள் தைக்கப்பட்ட தொப்பியும் அணிந்தவன் ஒருவன் வருவதற்கு மேலும் வெகுநேரம் ஆயிற்று. கேட்டிற்கு வெளியே புஷ் ஷர்ட்டும் ஜீன்ஸ் பேண்டும் அணிந்து, கையில் ஒரு சிறு பெட்டியுடன் நிமிர்ந்து நிற்கும் அடையாளம் தெரியாத இளைஞனைக் கண்டதும் புகைந்து கொண்டிருந்த பீடியை உள்ளங்கையில் மறைத்துக்கொண்டு கொஞ்சம் சந்தேகத்துடன் அருகில் வந்தான். அந்த காவலாளி என்ன வேண்டும் என்பதை தன்னுடைய முக நிமிர்த்தலின் மூலமும் புருவ அசைவின் மூலமும் விசாரித்தான். அவனின் அந்த தோரணை. வெளியில் நிற்பவனின் பதில் திருப்திகரமானதாக இருந்தால் மட்டுமே கதவைத் திறக்க முயலலாம் என்பது போல் இருந்தது. முகச்சவரம் செய்யும் காரியத்தில் அந்த காவல்காரன் சோம்பேறிபோல் இருந்தான். நரைக்கத் தொடங்கிய அவனுடைய

தாடி ரோமங்களுக்கு ஒரு வாரத்திய வளர்ச்சி இருந்தது. அதேபோல், காக்கி யூனிஃபாரத்திற்கு இஸ்திரி போடவும் அவன் தயாராக இல்லை, தன் உத்தியோகத்தையோ சம்பளத்தையோ பாதிக்காத வரையில், அப்படிப்பட்ட காரியங்களில் முயற்சி மேற்கொள்ளத் தேவையில்லை என்னும் எண்ணம் தான் அவனுள் உள்ளதென்று தோன்றியது. இளைஞனிடமிருந்து பதிலொன்றும் கிடைக்காமையால் வாட்சுமேன் கூர்ந்த பார்வையுடன் இன்னும் கொஞ்சம் கேட்டிற்கு அருகில் வந்தான். பின்பு, சட்டென்று ஞானோதயம் வந்ததுபோல் தன் பையின் அடியிலிருந்து ஒரு சாவியைத் தேடியெடுத்து அவசரமாக அவசரமாக சங்கிலிப் பூட்டைத் திறக்கவும் தொடங்கினான்.

ஒரு கிறீச்சிட்ட சப்தத்துடன் கேட் திறக்கப்பட்டதும் இராமகிருஷ்ணன் சுற்றுமுற்றும் ஒருமுறை கண்களை ஓடவிட்டு, பவ்வியமானதொரு சிரிப்புடன் தலையைச் சொரிந்து கொண்டு நிற்கும் காவலாளியைக் கவனியாதது போல் உள்ளே செல்லத் தொடங்கினான்.

கட்டிடத்தின் பிரதான ஹால் ஆள் அரவமற்று இருந்தது. மேலே, இடைவெளி விட்டு ஒவ்வொரு ட்யூப் லைட்டுகள் ஒளிர்ந்து கொண்டிருந்தன. நிறம் மங்கிய மின்விசிறிகள் நிச்சலனமாக இருந்தன. ஹாலின் முகப்பில் மேனேஜர் என்னும் போர்டு தொங்கவிடப் பட்டிருந்தது. ஆளில்லாத கௌண்டர்களையும் மறுபக்கத்தில் வருபவர்கள் அமரக்கூடிய பெஞ்சுகளையும் தாண்டி இராமகிருஷ்ணன் உட்புறம் நடந்தான். கம்பி ஜன்னல்களுக்கு அப்பால் உள்ள மேஜைகளுக்குமேல், தடித்த லெட்சர்களும் காகிதக் கட்டுக்களும் அநாதைகளாகக் கிடந்தன. அவற்றைக் கையாளும் உத்தியோகஸ்தர்கள் தாங்கள் இல்லாத சமயத்தில் அவற்றுக்கு என்ன நேர்ந்தாலும் தங்களுக்கு எவ்வித பாதகமும் இல்லை என்பதுபோல் உதறிவிட்டுப் போ யிருந்தார்கள்.

மேனேஜரின் அறை. தடிமனான மேலட்டையுள்ள பதிவேடுகளும் கோப்புகளும் ஒழுங்கில்லாமல் கிடக்கும் மேஜைக்குப் பின்னால் தலையைக் கொஞ்சம் குனிந்து கொண்டு, நரைத்த முடிகளில் விரல்களால் கோதியவாறு மேனேஜர் அமர்ந்திருந்தார். ஷூ சப்தம் கேட்டதும் மேனேஜர் திடுக்கிட்டார். அறிமுகமற்ற ஓர் இளைஞனை தன் முன்னால் கண்டதும் அந்த கிழமுகம் முதலில் கொஞ்சம் வெளிறியது

என்றாலும், ஆட்களை அடையாளம் அறிந்து கொள்வதில் அநேக ஆண்டுகள் அனுபவம் உள்ள காரணத்தால் மனவோட்டத்தை மீண்டும் தன்வயப்படுத்திக் கொண்டு அவர் வரவேற்கவும் செய்தார்.

"உட்காருங்க.... உட்காருங்க... வந்த காலோட இப்படி நின்னுக்கிட்டே இருந்தால் எப்படி? ஆங்...?"

நட்பு பாராட்டும் முகமாக புன்னகைத்துக் கொண்டும் நன்றி கூறிக்கொண்டும் இராமகிருஷ்ணன் இந்தப் பக்கத்தி லுள்ள நாற்காலிகளில் ஒன்றில் அமர்ந்தான்.

மேனேஜரின் அறை தான் கடந்து வந்த ஹால் போல் ஓடு வேய்ந்ததல்ல என்பதும், அது ஒட்டப்பட்டது என்பதும் அவனுக்குப் புரிந்தது. பழைய ஹாலுடன் சேர்த்துப் புதியதாகக் கட்டி முடிக்கப்பட்ட டெரஸ் எக்ஸ்டென்ஷன். மேனேஜரின் இடது பக்கத்தில் தடிமனான கம்பிகளால் பிரிக்கப்பட்ட பகுதியில்தான் பணப்பெட்டி பதிக்கப்பட்டிருந்தது. அந்த இரும்பு கம்பி வாயில் பெரியதொரு பூட்டினால் பூட்டப்பட்டிருந்தது. மற்ற வகையில் எவ்வித அலங்காரமும் இல்லாமல்தான் மேனேஜரின் கேபின் இருந்தது.

ஒரு கோப்பின் மேலட்டைத் தாளில் பென்சிலால் என்னவோ குறித்துக் கொண்டும் உதட்டிற்கருகில் ஒரு சிரிப்பை வரவழைக்க முயன்று கொண்டும் உரையாடலுக்குத் தொடக்கமிட்டார் மேனேஜர்.

"கடிதம் வந்து கொஞ்ச நாளாயிட்டுதே, இன்னும் ஆளைக் காணோமேன்னு நான் நினைச்சிக்கிட்டிருந்தேன்" என்ற மானேஜரின் குரலில் மெல்லியதொரு சங்கடம் கலந்திருந்தது: "இருந்தாலும் நான் இந்த அந்திநேரத்தில் உங்கள எதிர்பார்க்கல இல்லையா, உண்மையைச் சொல்லி விடுவதுதானே நல்லது!"

ஸ்டேஷனில் புகைவண்டியிலிருந்து இறங்கிய பின், உடனே பஸ் கிடைக்காத விஷயத்தை இராமகிருஷ்ணன் அறிவித்தான்: "வீட்டுக்குப் போற வழியில ஏற்பட்ட ஓர் ஆர்வத்தினாலதான் இங்கே நுழைஞ்சேன்."

"அப்படின்னா, வர்ற வழிதானா?"

"ஆமாம்."

"பொட்டியும் படுக்கையும் எல்லாம்?"

தமிழில்: குறிஞ்சிவேலன் | 11

“புக் செஞ்சுட்டேன். அவைங்க வந்துட்டுதான்னு வீட்டுக்குப் போய்தான் விசாரிக்கணும்.”

“என் பேரு சிவராமன் நாயர். அதைப் புரிஞ்சிக்கிட்டிருப்பீங்களே!” என்ற மேனேஜர் பதிலுக்காக ஒரு நிமிடம் நிறுத்திய பின் தொடர்ந்தார்:

“போன வாரம் வரைக்கும் நான் லீவுலதான் இருந்தேன். ஊர்ல சின்ன சின்ன காரியங்களை மட்டும்தான் சரிசெய்ய முடிஞ்சுது.... ஊரும், இங்க பக்கத்துலதான் ... காரியங்களும் நடந்தபாடில்ல. லீவும் தீர்ந்துட்டுது. அது கெடக்கட்டும். உங்க பேரு இராமகிருஷ்ணன் நாயர்தானே?”

“ராமகிருஷ்ணன்தான். எம். ராமகிருஷ்ணன்.”

“யாரோட மகன்னாவது சொல்றீங்களா?”

இராமகிருஷ்ணன் தன் தந்தையின் பெயரைக் கூறினான். அப்போது மானேஜர் மெல்லிய சிரிப்புடன், “நாயர்களாகிய நாமெல்லாம் அம்மாவோட பேரைத்தானே சொல்லுவோம்?” என்றார்.

மானேஜரின் சிரிப்பு அவலட்சணமாக இருந்தது. அவனுள் ஒரு எதிரியைத்தான் அவரால் பார்க்க முடிகிறதோ? ஆனால், இராமகிருஷ்ணன் அந்தச் சிந்தனையைத் தோண்டி வெளியேற்றிவிட்டு தந்தையைப் பற்றி நினைத்தான். தந்தையின் நினைவு அவனுக்கு தீராத ஒரு கடமையாகவும் வேதனையாகவும் மாறிவிட்டிருந்தது. அந்த நினைவுக்கு முன்னால் எள்ளு நீர் தர்ப்பணம் அர்ப்பணிப்பதற்கு சென்ற முறை தான் ஓடி வந்ததும், ஓர் அருகம் புல்லிலும் ஒரு துளசி இலையிலும் ஒரு கை ஜலத்திலும் தன் தந்தையின் ஆத்மாவை ஆவாஹித்து சோற்றுருண்டையில் தயிரைக் கலந்து ஊட்டித் திருப்தி படுத்தியதும் எல்லாம்....

அப்பா, மரணத்தின் பிடியில் அகப்பட்டது திடீரென்றுதான். அப்போது, புகை வண்டியிலும் டாக்சியிலுமாக தான் ஓடிவந்தும் மிஞ்சியது என்னவோ ஈர மண் மேடையில் வாடி நிற்கும் ஒரு வாழைக்கன்று மட்டுமே...

எத்தனை வருடங்கள் ஓடியிருக்கும்?

அம்மா ஒருமுறை எழுதினாள்.

“அப்பா இருந்தபோது வருஷத்துக்கு ஒரு முறையாவது நீ ஊருக்கு வந்து கொண்டிருந்தாய். ஆனால், இப்போது உன்னைப் பார்த்தே இந்த தை மாசத்தோடு மூன்று வருஷமாயிட்டுது... கிருஷ்ணவேணி என்னைப் பரோடாவுக்கு வரச்சொல்லி நிர்ப்பந்திக்கிறாள். அவளுக்கு இப்போது பிரசவ சமயம். விஜயராகவன் கம்பெனி விஷயமாக கொச்சிக்கு வருகிறானாம். அப்போது தன்னுடன் நான் வரணும்னு அவன் சொல்கிறான்... நீ இனிமே எப்போதான் ஊருக்கு வரப்போறே...?’

அந்தக் கடிதம் கல்கத்தாவில் இருக்கும்போதுதான் கிடைத்தது. ஒரு போஸ்ட் க்ராஜுவேட் டிப்ளமோ கோர்ஸுக்காக விடுப்பு எடுத்துக்கொண்டு படிக்கப் போயிருந்தபோதுதான் ....

அப்போதுதான் அம்மாவுக்குப் பதில் எழுதியபோது, ‘பரோடாவுக்கே நீங்கள் போங்களேம்மா. நான் உங்களை பரோடாவுக்கே வந்து பார்க்கறேன்’ என்று.

இப்போது அப்பாவோ அம்மாவோ இல்லாத, தன்னை எதிர்பார்த்திருக்க யாருமில்லாத பிறந்த ஊருக்கு வர வேண்டியதாகியுள்ளது. என்றாலும், பஸ்ஸிலிருந்து இறங்கிபின் கொஞ்ச தூரத்தில் ஆகாயத்தை நோக்கி நிற்கும் கோபுரங்களைக் கண்டதும், ஏதோவொரு புலப்படாத அமைதியில் மூழ்கியிருக்கும் கிராமம் தன்னை அடையாளம் கண்டு கொண்டதாக இராமகிருஷ்ணனுக்குப் புரிந்தது. தன் இளமைக்காலங்களைக் கழித்த இந்த கிராமம், மீண்டும் தன்னை ஒருமுறை இதயபூர்வத்துடன் வரவேற்கத் தொடங்கியது.

சரல்கற்கள் பரப்பிய கிராமப் பாதையின் மூலமும், சின்னஞ் சிறு மீன்கள் நீந்தி விளையாடும் வயல்களில் முட்டுக்கால் அளவில் நிரம்பியிருக்கும் தெளிந்த நீரின் வழியாகவும் வெறுங்காலோடு பள்ளிக்கூடத்திற்கு நடந்து சென்றது எத்தனை ஆண்டுகளுக்கு முன்பாக இருக்கும்? ஒரு வகுப்பிலிருந்து இன்னொரு வகுப்புக்குப் போகும்போது கால்கள் தடுமாறத் தொடங்கியது தான் எந்த கட்டத்தில் இருக்கும்போது நடந்தது? பாடங்களும் பரீட்சைகளும் முழுமையாக்க முடியாத ஒரு கடினமான காரியமாக மாறியதும் பள்ளிக்கூடம் ஒரு பயங்கர கனவாகியதும் எப்போது...?

– இராமகிருஷ்ணன் நினைத்துப் பார்த்தான்.

வகுப்பில் ஒன்றும் புரியாமல் விழித்துக் கொண்டு நிற்கும் இராமகிருஷ்ணனிடம், வாழைத்தண்டைப் போல் வெளிறி மெலிந்த வாரியர் மாஸ்டர் நாற்காலியில் வளைந்து அமர்ந்து கொண்டு ஈனஸ்வரத்தில் கேட்பார்:

"மலையாள மொழியில் எத்தனை சமாசம் (சமாசம் – மலையாள மொழியின் இலக்கண வார்த்தை. உருவக அலங்காரம்) உள்ளன என்று கேட்டால் உனக்குத் தெரியாது இராமகிருஷ்ணா. அதே சமயத்துல வீட்டிலேர்ந்து பள்ளிக்கூடத்துக்கு வர்ற வழியில எத்தனை டீ கடைகள் இருக்கின்றன என்று மட்டும் உன்னால் துல்லியமாகச் சொல்ல முடியும், இல்லையா?"

'அது உண்மையில்ல, உண்மையில்ல' – என்று இராமகிருஷ்ணனின் உள் மனம் உரக்கக் கூவும். ஒரு கடைக்குள் சென்று டீ குடிக்க அனுமதி இல்லாமலிருந்த – ஆசையிருந்தாலும் அதற்கான சில்லறை ஒருபோதும் கையில் இல்லாமலிருந்த– இராமகிருஷ்ணனின் மனம் எதிர்ப்புக் காட்டாமல் அடங்கி இருப்பது எப்படி? பள்ளிக்கூடத்திலிருந்து திரும்பி வருவதற்குள் ஒடுக்கு விழுந்த அலுமினிய பாத்திரத்தில் கொண்டுவரும் தயிர் சோற்றை மட்டுமே சாப்பிடக்கூடிய இராமகிருஷ்ணனின் மனம் அப்போது சங்கடப்படாமல் இருப்பது எப்படி? வாரியர் மாஸ்டரின் கிண்டலைக் கேட்டுவிட்டு வகுப்பில் ஒத்தக் குரலில் சிரிப்பு முழங்கும். பிரம்புத்தடியைச் சும்மாவாவது மேஜைமேல் தட்டிக் கொண்டு மாஸ்டர் மிரட்டுவார் :

"சைலன்ஸ்... சைலன்ஸ்."

பிள்ளைகள் சிரிப்பை நிறுத்தவும், இராமகிருஷ்ணனின் கண்கள் நிறையவும் செய்யும்.

அப்படி இருக்கும்போதுதான், நீலகிரியில் பலவித வியாபாரங்களையும் செய்துவரும் தங்கள் குடும்பத்தைச் சேர்ந்த மாமன் குட்டம்மான் ஊருக்கு வந்தார். அவர் வீட்டுக்கு வந்தபோது அப்பா தன்னைப் பற்றிக் கூறினார்.

"இவன் இளமையிலெல்லாம் நல்ல அறிவாளியாதான் இருந்தான். புரமோஷன் கிடைக்கக் கிடைக்கத்தான் படிப்பில் இவனுக்குக் கவனக் குறைவு உண்டாயிட்டுது. ஒன்பதுல பெயிலாடுவான்னுதான் நான் கருதினேன். அப்புறம், என் மகன்தான்னு தெரிஞ்சிகிட்டு ஹெட்மாஸ்டர் குஞ்ஞுண்ணி நாயருதான் கொஞ்சம் கண்சிமிட்டினாரு. ஒரேநாள்ல நாங்க ஒண்ணாவே இந்த சர்வீஸில நுழைஞ்சவங்களாக்கும்..."

“கோபனைப் போல இவன் ஒன்னும் வர்ற மாதிரி தெரியல” என்று கூறிய அம்மா, “கோபனுக்குப் படிப்புன்னாலே எவ்வளவோ உற்சாகமாக இருந்தது. இப்போதும் அதேபோலதான் – படிப்புக்குப் பின்னாலதான் அவனுக்கு வேற சிந்தனையே வரும்,” என்று மேலும் கூறினாள்.

“கோபனுக்கு பி. எஸ். ஸியில நல்ல ரேங்க் கிடைச்சுது” என்றார் அப்பா. “அதனாலதான் தைரியமா எம். எஸ். ஸியில சேர்த்தேன் ... அவனப் படிக்க வைக்கவும் எனக்குக் கஷ்டமொன்னும் ஏற்படல ..... ஆனா, இவனோட விஷயத்த நினைச்சாதான் எனக்குப் பயமா இருக்கு. ஆண்பிள்ளையாச்சே ...?”

“இவனுக்கு என்னான்னே தெரியல. சதாநேரமும் ஏதாவதொரு ஆலோசனையிலேயேதான் இருக்கான்” என்று அம்மா விளக்கினாள்.

நிலைமையைப் புரிந்து கொள்ள ஒன்றிரண்டு நிமிடங்களைச் செலவிட்ட பின் குட்டம்மான் சொன்னார்:

“படிப்பு வேண்டாம்னு நீங்க நினைச்சீங்கன்னா அவன என்கூட அனுப்பறதுக்கு உங்களுக்குச் சிரமமொன்னும் இல்லையே” என்ற குட்டம்மான், அரை நிர்வாணமாக வராண்டா தூணில் சாய்ந்து நிற்கும் இராமகிருஷ்ணனை உள்ளங்கால் முதல் உச்சந்தலை வரையில் பார்வையிட்ட பின் தொடர்ந்தார், “தேயிலைத் தோட்டத்தில மேஸ்திரி வேலை இருக்கு. நான் நினைச்சா – அது கிடைக்கும். ஆனா, இவனுக்கு அதற்கான உடம்புதான் இல்லை.”

“வலுவான வேலை எதுவும் இவனால செய்ய முடியாது” என்று வெளிப்படுத்திய அப்பா, “இவன் ஒரு நோஞ்சான் பய, பழக்கமில்லாத காற்று பட்டாலே போதும், இவனுக்குக் காய்ச்சல் வந்துடும்,” என்றார்.

ஆனால், ஜுரம் வரும் என்கிற விஷயத்தை குட்டம்மான் ஒரு பொருட்டாகவே எடுத்துக் கொள்ளவில்லை.

“ஏதாவது ஒரு கம்பெனியில சேரணும்னா, குறைஞ்சது பத்தாம் வகுப்பு படிப்பும் டைப்ரைட்டிங்கும் தெரிஞ்சிருக்கணும்”என்றவர் கொஞ்சநேரம் ஆலோசித்துவிட்டு, “எப்படியோ ஸ்கூல் ஃபைனல் முடியட்டும், எனக்கு பழக்கமான ஒரு துரை இருக்கார். பல கம்பெனிகளில தொடர்புள்ள ஆளு

அவர். மனுஷன் கொஞ்சம் கோபக்காரர்தான். இருந்தாலும், நான் சொன்னா கேட்காம இருக்க மாட்டார்" என்றார்.

அவ்வாறுதான் அந்த விஷயம் தீர்மானிக்கப்பட்டது.

நோஞ்சானான உண்ணி என்ற இராமகிருஷ்ணனின் பள்ளிப் படிப்பு மேலும் தொடர்ந்தது. எப்படியோ, பத்தாம் வகுப்பு தேர்வு முடிவு வந்தபோது எல்லோரையும் ஆச்சரியப்படுத்துவதுபோல் இராமகிருஷ்ணன் வெற்றி பெற்றிருந்தான். குட்டம்மானும் தன் வாக்கை நிறைவேற்றுவதுபோல் அடுத்த முறை ஊருக்கு வந்தபோது இராமகிருஷ்ணனை நீலகிரியிலுள்ள குன்னூருக்கு அழைத்துச் சென்றார்.

இராமகிருஷ்ணனை நகரத்திலுள்ள இன்ஸ்டியூட்டில் சேர்த்து டைப்ரைட்டிங் கற்றுக் கொள்ளத்தான் முதலில் குட்டம்மான் ஏற்பாடு செய்தார். ஒருவகையாக டைப்ரைட்டிங்க் கொஞ்சம் ஸ்பீட் ஆனதும் குட்டம்மானின் முயற்சியில் ஒரு டீ பிளாண்ட் ஆபீஸில் டைப்பிஸ்ட் வேலை கிடைத்தது. காக்கிக் கால்சட்டையும் பனியனும் பூட்ஸும் அணிந்து, ஏறக்குறைய தன் வயதையொத்த மோட்டார் சைக்கிளில் தெருவையே நடுநடுங்கச் செய்வதுபோல் செல்பவருமான ஒரு துரைதான் அவ்வேலைக்காக சிபாரிசு செய்தார். அதன்பின்தான், கரஸ்பான்டன்ஸ் கோர்ஸில் சேர்ந்ததும், தேர்வுகளில் ஒவ்வொன்றாக தேறியதுமாகும். அப்போது, தான் மேன்மேலும் படிக்க வேண்டுமென்பதும் வாழ்க்கையில் உயர வேண்டுமென்பதும் ஒரு பிடிவாதகுணமாகவே இருந்தது. காற்றுப் பட்டாலே சளி பிடித்துக் காய்ச்சல் வரும் ஒரு நோயாளி குழந்தையல்ல, இப்போது. அதன் பின்தான் பத்திரிகைகளில் காணப்படும் விளம்பரங்களைக் கவனித்து விண்ணப்பங்களை அனுப்பத் தொடங்கினான். குட்டம்மான் திருமணமாகாதவர். காலையில் தன்னுடைய கோட்டையும் தொப்பியையும் அணிந்து கொண்டு வெளியே செல்பவர் இரவில்தான் திரும்பி வருவார். அதனால், இராமகிருஷ்ணனுக்கு ஆபீஸ் நேரம்போக மீதி நேரத்தில் தனிமையில் அமர்ந்து படிக்கவும் கற்றுக்கொள்ளவும் ஏராளமான நேரம் கிடைத்தது.

"இங்க பக்கத்துலதானே வீடு?" என்னும் மேனேஜரின் குரலைக் கேட்டு ராமகிருஷ்ணன் விழித்தான்.

"ஆமாம், ரெண்டு கிலோ மீட்டர் போகணும்!'

“வீட்டுப் பேருகூட எனக்குத் தெரியும். மாளியேக்கல்தானே?”

“ஆமாமாம். இப்போ மாளிகைதான் இல்லே.”

அதிலுள்ள எள்ளலை உணர்ந்த மேனேஜர் சிரித்தார்.

“யாரும் அதுல வசிக்கலங்கறது உண்மைதானே?”

“இல்ல. காவலுக்கு ஒருத்தனை நியமிச்சிருக்காங்க...”

“நான் விசாரிச்சிருக்கேன்,” என்ற மேனேஜர், “அது ஒரு பெரிய குடும்பமாகத்தான் இருந்ததுன்னு கேள்விப்பட்டேன். என்ன செய்யறது? பழைய வீட்டைப் பூட்டினாலே போச்சு. இனிமேதான் ஒரு ரினோவேஷன் எல்லாம் வேணும். இல்லியா?” என்று கேட்டு முடித்தார்.

“பார்க்கலாம், இப்போதைய நிலைமை என்னான்னு தெரியாதுல்லே.”

“ஆமாம்...”

மேனேஜர் பெல்லை அழுத்தினார். முன்பே தென்பட்ட வாட்சுமேன் கொஞ்சம் பயத்துடனேயே உள்ளே வந்தான். மேனேஜர் டீக்கு ஆர்டர் கொடுத்தார். வாட்சுமேன் போனதும் மேனேஜர் ஆசுவாசப்படுத்தினார்.

“நீங்க தொடர்ந்து அந்த வீட்ல தங்கினாலே போதும். அப்புறம் எல்லாம் சரியாயிடும், ஃபேமிலி இருக்கில்லே?”

“இல்ல.”

“ஏன்?” ஆச்சரியத்தோடுதான் கேள்வி வந்தது.

“நான் தனியாதான் இருக்கேன்.”

“ஸோ, யூ ஆர் ஏ பேச்சுலர்.”

இராமகிருஷ்ணன் ஆமாம் என்னும் அர்த்தத்தில் தலையை ஆட்டினான்.

“கூடாது, கூடாது” என்று இதுவரையில் வெளிப்படாத ஓர் உற்சாகத்துடன் மேனேஜர் உபதேசித்தார்.

“தேவையான விஷயங்கள் தேவையான நேரத்துல நடந்துடணும். முக்கியமா மேரேஜ். நான் இதை என்னோட அனுபவத்திலேர்ந்து சொல்றேனாக்கும். இன்னும் உங்களுக்கு

என்ன பிராப்ளம் மிஸ்டர் ராமகிருஷ்ணன்? சொந்த ஊருல செட்டிலாயிட்டீங்கல்லே? க்வாலிபை டு ஆனதுனால ஆப்ஷன் கொடுத்தால் போதும். ஏ க்ளாஸ் பிராஞ்சுக்கே போகலாம், இனிமே அடுத்த புரமோஷன தானே பார்க்கணும்? என்னோட விஷயத்தைப் பாருங்க! லேட் மேரேஜாக்கும். குழந்தைங்க ஒண்ணும் ஒரு லெவலையும் அடையவில்ல. மூத்தவள் இப்போதான் எம்.எஸ்ஸி முடிச்சிருக்கா. இளையவள் பி.ஏ. ஃபஸ்ட் இயர். மகன் ஹைஸ்கூலில். நான் இதோ ரிட்டயர்டு ஆயிட்டேன். ஸோ வாட் ஐயாம் டெல்லிங் ஈஸ் ஐயாம் ஆன் அபெக்டட் பார்ட்டி இன் த மேட்டர் ஆஃப் மேரேஜ்...”

இவ்வளவையும் ஒரே மூச்சில் பேசியதினாலோ என்னவோ தெரியவில்லை, மானேஜர் மூச்சு வாங்கத் தொடங்கினார்.

“உங்க ஊர் எங்கே சார்?” என்று கேட்டான் இராமகிருஷ்ணன். அப்பொழுதே அதை கேட்டிருக்க வேண்டாமோ என்றும் தோன்றியது! காரணம், மானேஜரின் முகத்தில் ஒரு சலிப்பு உணர்ச்சி நிழலாடியது. பார்த்துச் சிரிக்கவும் அது மறைந்தது. அவருக்கு வியர்க்கத் தொடங்கியது. நெற்றியில் விரலால் அழுத்திக் கண்களை மூடிய மானேஜர் நாற்காலியில் சாய்ந்தார்.

“என்னங்க சார்? என்ன நேர்ந்தது?” மெல்லியதொரு உத்வேகத்துடன் இராமகிருஷ்ணன் கேட்டான். மானேஜர் புருவங்களை உயர்த்தி இராமகிருஷ்ணனை ஒரு எதிரியைப் போல் நோக்கினார்.

“என்னை சார்ன்னு கூப்பிடாதீங்க”என்று உரக்கக் கூறினார்: “அதிகமாப் போனா இன்னைக்கும் நாளைக்கும் கூப்பிடுவீங்க. முப்பத்தியொண்ணாம் தேதி சாயங்காலம் அப்படி கூப்பிடுவீங்களா? ரிலீவாகி போயிட்டால், அதன்பின் உங்களையல்லவோ கிராஜிவிட்டுக்கும் பியெஃப்புக்குமா ‘சார்’ ‘சார்’ன்னு கூப்பிட்டுகிட்டு உங்க பின்னாலேயே நான் நடப்பேன்?” என்ற மானேஜரின் குரல் நடுங்கிற்று. கழுத்திலுள்ள நரம்புகள் புடைத்து முறுக்கேறுவதுபோல் தோன்றியது. “நீங்க இப்போ உட்கார்ந்திருக்கிற நாற்காலியில என்னால உக்கார முடியுமா? சொல்லுங்க, என்னால இதுல உக்கார முடியுமா?”

சிறிது நேரத்தில் மேனேஜர் பழைய எரிச்சலில்லாமல் மனம் மாறி இருந்தார். அவர் மேல் மூச்சு வாங்க மேஜை டிராயரைத்

திறந்து என்னவோ தேடியும் கிடைக்காமல் நிராசையானார். என்ன பதில் கூறினாலும் இந்தக் கட்டத்தில் மானேஜர் மேலும் கோபப்படுவார் என்று தான் இராமகிருஷ்ணன் முடிவு செய்தான். இல்லையெனில், 'என் முன்னோடியாகிய தாங்கள் எங்கே எப்போது வந்தாலும் இருக்கையளித்து மரியாதை செய்வேன், நான்' என்றோ வேறெதையாவதோ கூறலாம் என்று ஆலோசித்தான். ஆனால், இப்படிப்பட்டதொரு நிலையில் அப்படிப்பட்ட சமாதான வாக்கியங்கள் பலனளிக்க முடியாது என்றும் தோன்றியது. அதிர்ஷ்டம் என்றுதான் சொல்ல வேண்டும்; அந்த நேரத்தில் வாட்சுமேன் உள்ளே வந்து டீ கப்புகளை மேஜைமேல் வைத்தான்.

"இதுதானே சர்க்கரை இல்லாதது?" என்று கேட்டுக் கொண்டே தன் அருகிலுள்ள கப்பை எடுத்து ஒரு மிணறு டீ யை உறிஞ்சிய மானேஜர், அதன் சுவையை அறிந்தபின் மேலும் ஒரு மிணறு குடித்தார். அது அவருக்குப் பலனளித்தது. அவருக்கு மீண்டும் தன்னிலை வந்து சேர்ந்தது. நீண்டதொரு பெருமூச்சு விட்டார். ஆனால், மற்ற காரியங்களில் இறங்கும் முன் டீ முழுவதையும் குடித்து முடித்து விடுவது நல்லது என்று தீர்மானித்ததைப் போல், மீண்டும் டீ கப்பை உதட்டிற்கு கொண்டு போனார். வாட்சுமேன் இராமகிருஷ்ணனை நோக்கினான். கொஞ்சம் பவ்வியமாகவும், சில ரகசியங்களை தான் மறைத்து வைத்துள்ளது போலவும் சிரித்தான். ஆனால், இராமகிருஷ்ணனிடமிருந்து அனுசரணையான எதிர்வினை எதுவும் கிடைக்காததால் மெல்லிய 'நிராசையுடன் அவன் வெளியேறத் தொடங்கினான். அவன் சவரம் செய்யாமையிலுள்ள அசிரத்தையையும் காக்கி உடுப்பின் அழகில்லாமையையும் அப்படியொன்றும் ஒரு பெரிய விஷயமாக எடுத்துக்கொள்ள வேண்டாமென்று இராமகிருஷ்ணனுக்கு இப்போது தோன்றியது. ஒரு இக்கட்டான கட்டத்தில் அவன் டீயோடு வந்து சேர்ந்தானல்லவா!

"சாரி, மிஸ்டர் இராமகிருஷ்ணன்" என்ற மேனேஜர் மன்னிப்புக் கேட்கும் குரலில் மேலும் கூறினார்: "அயாம் வெரி சாரி. டீ குடியுங்க. எனக்குக் கொஞ்சம் பி.பி. விஷயத்தால குழப்பமுண்டு. பி. பி. மட்டுமல்ல. வேற சில தொந்தரவுகளும் உண்டு. மாத்திரையெல்லாம் தீர்ந்துட்டுது. உம்.... நான் என்னென்னவெல்லாமோ சொல்லிட்டேன். அதுவும் நாளைக்கு

மானேஜராக சார்ஜ் எடுக்கப் போற ஆளுகிட்ட... ஒன்னையும் மனசுல வெச்சுக்காதீங்க...”

“அதனால இப்போ என்னங்க?” என்ற இராமகிருஷ்ணன் மானேஜரை சமாதானப் படுத்த முயன்றான்.

“இருந்தாலும், அப்படி இல்லையே” என்ற மானேஜருக்கு அப்போதும் குற்றவுணர்வு இருந்தது: “அயாம் ரியலி சாரி. டீ குடிங்க. அது சூடாறிடும்.”

இராமகிருஷ்ணன் கப்பை எடுத்தான்.

மானேஜர் வங்கி விஷயங்களைப் பற்றிப் பேசினார். சென்ற வருடம் வரையில் டெப்பாசிட் டார்ஜெட் முழுமையடைந்ததையும், இப்போது கல்ஃப் பணத்தின் வரவு குறைந்ததைப் பற்றியும், புதிய வங்கிக் கட்டிடப் பணியின் முன்னேற்றத்தைப் பற்றியும் பேசினார்,

“கஸ்டமர்ஸ் எல்லாம் ஸ்ட்ரெயிட் பார்வேடானவங்கதான். குறுக்கு வழியில வந்தவங்க யாரும் இங்க இல்லை. அதான் அதிர்ஷ்டம்.”

“அது சரி.”

“வேலை செய்ய இது நல்ல இடமாக்கும்.. இனிமே இப்போ...” என்ற மானேஜரின் குரல் தாழ்ந்தது. அது ஒரு முணுமுணுப்பாக முடிந்தது. “இல்ல, ரிட்டயர் ஆகிற காலத்துல அதுவரைக்கும் செய்துவந்த வேலையோடு ஒரு பிரத்யேகக் கவனம் தோன்றதெல்லாம் சாதாரணமாக்கும்.”

அதன்பின் பிராஞ்சின் தினசரி நடவடிக்கையைப் பற்றியும், மற்ற பணியாளர்களைப் பற்றியும் மானேஜர் பேசினார். நேரமாக ஆக அமைதியடையவும் செய்தார்.

மானேஜருக்குப் பின்னால், ஜன்னலுக்கு அப்பால் அந்திநேரம் கனத்தது. வெளியிலிருந்து ஒரு இஞ்சினின் சப்தம் ஒரு புலம்பலைப்போல் கேட்டுக் கொண்டிருந்தது. ஜன்னல் வழியாக நோக்கும்போது அதிக தூரமில்லாமல் கருப்பு மரக்கம்பிகள் போட்ட ஒரு கட்டிடம் தெரிந்தது. இங்கே வந்தது முதல் கேட்கத் தொடங்கிய அந்த கர்ணகடூர சப்தத்தின் உறைவிடம் அந்த இடம்தான் என்று இராமகிருஷ்ணனின் நினைவுக்கு வந்தது. அது ஒரு ஆயில் மில். தேங்காயையும் எள்ளையும் எண்ணெய் பிழிந்து கொடுக்கும் மில். பல

ஆண்டுகள் கழிந்தும் அந்த மில்லின் வெளித்தோற்றத்தில் எவ்வித வேறுபாடும் வரவில்லை. இளமையில், கிழக்கு வயலில் விளையும் எள்ளை எண்ணெய் ஆடுவதற்காக இந்த மில்லுக்கு எடுத்துச் செல்வதுண்டு. எள் நிறைந்த கோணிப்பையை தலையில் சுமந்து கொண்டு, கையில் கயிற்றினால் சுற்றிப் பின்னப் பட்ட மண் குடத்துடன் நடக்கும் குஞ்ஞனின் பின்னால் நடப்பான். எப்போதும் எண்ணெய் மயமான மில்லின் கருத்த நிலம் நினைவுக்கு வந்தது. மில்லின் முன்பக்கத் திண்ணையில் இராமகிருஷ்ணனை அமரச் செய்துவிட்டு, கொஞ்சம் வெல்லம் வாங்கி வருவதற்காக குஞ்ஞன் கடைக்குப் போவான். அந்த காலத்தில் சுங்கத்தில் பெரிய கடைகள் ஒன்றும் கிடையாது. அதனால், குஞ்ஞன் திரும்பி வருவதற்கு வெகுநேரமாகும். தன் வாயிலுள்ள வெற்றிலைத் துணுக்குகளை மெல்லியதொரு சப்தத்துடன் தொடர்ந்து துப்பியவாறு குஞ்ஞன் வந்து சேரும்போது ஒரு புளிப்பு மணம்தான் அங்கு உலவும். அது கள்ளின் மணம்தான் என்பதை பின்புதான் புரிந்துகொள்ள முடியும். கையிலுள்ள காகிதப் பொட்டலத்திலிருந்து ஒரு அச்சு வெல்லக் கட்டியை எடுத்து தன் கையில் தருவான் குஞ்ஞன்.

அந்த மில்லுக்கு இந்த வழியாகத்தானே போய் வந்தோம். பழைய நினைவில் மூழ்கியபோது இராமகிருஷ்ணனுக்கு ஒரு விஷயம் மட்டும் தெளிவாயிற்று. இப்போது தான் அமர்ந்திருக்கும் இந்த கட்டிடம் அப்போது – மண்டியாக இருந்தது. ஆமாம், குட்டாப்புவின் பாக்கு மண்டிதான் இப்போது வங்கியாக உருவெடுத்திருக்கிறது. அது ஒரு புதிய அறிமுகமாகும். இராமகிருஷ்ணன் எழுந்து ஜன்னலருகே வந்து வெளியே நோக்கினான்.

மில்லிலிருந்து இஞ்சினின் புலம்பல் தொடர்ந்து கேட்டுக் கொண்டிருந்தது. அன்று எள்ளை ஆடிக் கொடுத்துக் கொண்டிருந்தவர், தன் குடும்பத்தில் ஏதாவது விசேஷங்கள் ஏற்படும்போதும் விருந்துக்கும் உடலுழைப்புக் கொடுக்க வருபவர் குஞ்ஞுகிருஷ்ணன் நாயர் என்பவர்தான். அவர் ஒரு போதும் சட்டை அணிவது இல்லை. ஒரு வேட்டியும் துண்டும் மட்டுமே தனக்குத் தாராளமாகப் போதும் என்று கருதிய நபர் அவர். அதுவும், மில்லில் வேலை செய்யும்போது அவரின் தோளில் போட்டிருக்கும் துண்டும் காணாமல் போயிருக்கும். ஓய்வு நாட்களிலும் ஓணம் தொடங்கிய ஆண்டு விழாக்களிலும் அவர் வேறு சில பெரியவர்களுடன் கோயிலுக்கு முன்னாலுள்ள

ஆலமரத்தடியில் பகடை விளையாடுவது வழக்கமாக இருக்கும். பகடைகளை நீண்டநேரம் உள்ளங்கைகளில் வைத்து உருட்டிய பின் 'கடவுளே' என்று ஆக்ரோஷத்துடன் அவர் தரையில் வீசுவார். பகடைகளின் சுழல்கள் முடியும் வரையில் தன் கால் மூட்டுக்களில் கையையூன்றி நின்று கொண்டு அவர் உற்றுநோக்கிக் கொண்டிருப்பார். பகடைகள் அமைதியுறும்போது அவருடைய ஆரவாரக் கூச்சலைக் கேட்டால் அவர் ஜெயித்து விட்டார் என்பதையும், தேவியை உரத்தக் குரலில் திட்டுவதைக் கேட்டால் தோற்றுவிட்டார் என்பதையும் புரிந்து கொள்ளலாம். பகவதியம்மன் மேல் அவருக்கு ஏன் பயம் உண்டாகவில்லை என்பதை நினைத்து அப்போதெல்லாம் தான் ஆச்சரியப்படுவதுண்டு.

குஞ்ஞுகிருஷ்ணன் நாயர் இப்போதும் மில்லில் அரை நிர்வாணத்துடன் நின்று தேங்காய் ஆடிக்கொண்டு நிற்பாரோ? இல்லை, அது நடந்து எத்தனையோ ஆண்டுகள் ஆகிவிட்டன.

இராமகிருஷ்ணன் விடைபெற்று வீடு திரும்ப எத்தனிக்கவே, மேனேஜர் எழுந்து நின்று கை நீட்டினார். இராமகிருஷ்ணன் அந்த பெரியவரின் கையை கிரகித்து நன்றி கூறினான். மேனேஜர் துக்கத்துடன் சிரித்தார்.

குட்டாப்புவின் வேலையாட்கள் மழைக் காலத்தில் பாக்கைப் பரப்பி வைப்பதற்கு பயன்படுத்தும் ஹால்தான் இப்போது கௌண்டர்களாக உருமாறியுள்ளது என அவை களுக்கு முன்னால் நடக்கும்போது இராமகிருஷ்ணனுக்குத் தோன்றியது. பாக்கு மண்டியை குட்டாப்பு வங்கிக்காக விட்டுக்கொடுக்க காரணம் என்னவோ...?

குட்டாப்புப் பற்றி நினைத்துக் கொண்டு நடக்கும் போது, தண்ணீரில் ஊறப் போட்டுள்ள பாக்கின் நெடி மேலும் ஒருமுறை தன் மூக்கில் ஏறுவதாக இராமகிருஷ்ணனுக்குத் தோன்றியது.

✸

2

சாலையில் மாலைநேரக் கூட்டம் அதிகரித்திருக்கிறது. நான்கு சாலைகள் கூடும் ஜங்க்ஷனுக்கு நடுவில்தான் இரு பக்கமும் சிமெண்ட் பெஞ்சுகளுள்ள பஸ் ஷெல்டர். அதனைத் தொட்டாற்போல் அருகிலேயே சர்பத் கடைகள். சிகரெட், வெற்றிலைப் பாக்குக் கடைகள். அதற்கப்பால் வரிசையாக நிறுத்தப்பட்டிருந்தன டாக்சிகள்.

மேடு ஏறி இரைந்து வரும் லாரிகளையும் டிரக்குகளையும் கவனமாக நோக்கிச் சாலையின் குறுக்கே பஸ் ஸ்டாப்பை நோக்கி நடந்தான். கான்கிரிட் தூணில் தொங்கவிட்டிருக்கும் பிரேம் போட்ட கார்டுபோர்டில் ஏராளமான முகங்கள். அருகில் சென்றால், 'இவர்களைக் கவனியுங்கள்'என்று கொட்டை எழுத்தில் எழுதிய அறிவிப்பைப் படிக்கலாம். அதிலுள்ள எல்லோருமே பிரபல ஜேப்படிக்காரர்களும் வழிப்பறி கொள்ளையர்களுமாவர். எல்லோரும் ஜெயில் தண்டனை அனுபவித்தவர்கள். ஒவ்வொருவருடைய பெயரும், அவர்களுடைய மற்ற விபரங்களும் போட்டோவிற்கு அடியிலேயே இருந்தன. ஏறக்குறைய பெரும்பாலானோரும் இளைஞர்கள்தான். எப்படியிருந்தாலும் பல பேர்களின் முகங்களில் கொடூரத்திற்குப் பதில் ஒரு மன்னிப்புக் கோரல்தான் உள்ளதென்று தோன்றிற்று. தாங்கள் இவ்வாறெல்லாம் மாறி, பொது மக்களுக்கு அசௌகரியம் உண்டாக்கியதற்கு மன்னிப்புக் கேட்கும் வேண்டுதல்...

அச்சூழலில், அழுகத் தொடங்கிய கடல் மீன்களின் துர்நாற்றம் வீசியது. சாலைக்கு அருகில் எங்கேயாவது மீன் கூடை இருக்கிறதா என சந்தேகத்துடன் நோக்கினான். இளமை காலத்தில் பள்ளிக்கூடம் முடிந்து வரும்போது, பொன்னானியிலிருந்து தலைச்சுமையாக கொண்டுவரும் மீன் கூடைகளைச் சாலைக்கு அருகில் வரிசையாக வைத்துக்கொண்டு மாப்பிளாக்கள் மீன் வியாபாரத்தை தொடங்கியிருப்பார்கள். வெள்ளி போல் மின்னும் மீன்களை இரு கைகளாலும் வாரி உதிர்த்தவாறு அவர்கள் தங்களுடைய சரக்கைப் புகழ்ந்து, வாங்குபவர்களை தங்கள் பக்கம் ஈர்ப்பார்கள்:

“அடடா... இதோ பாருங்கோ முல்லைப் பூவை... சுவை அதிகம்... கொறைஞ்ச விலைதான்...” என்று.

இப்போது அந்த மீன் வியாபாரிகளை அங்கு காண முடியவில்லை. அதனால், எங்கேயாவது நிறுத்தி வைக்கப்பட்டிருக்கும் லாரியிலிருந்துதான் அந்த மீன் வாடை வந்து கொண்டிருக்க வேண்டும். மீன் பிடிக்கப்படும் கடல் அருகில்தான் உள்ளதென்றாலும், ஐஸ் போடாத மீன்கள் இப்போது கிடைப்பதில்லை என்று சென்றமுறை வந்தபோது யாரோ கூறினார்கள்...

சாலையருகில் பஸ்ஸுக்காக காத்துக்கொண்டு நிற்கும் மக்கள் கூட்டத்தை நோக்கினான். எல்லாமே அறிமுகமற்ற முகங்கள்தான். சங்கரங்குளம்–குன்னம்குளம் என்று கூவிக் கொண்டே வந்து நிற்கும் டிரக்குகளில் மக்களைத் திணித்து ஏற்றுவார்கள். தூரத்திலிருந்து சீறிப்பாய்ந்து வருவது பஸ் இல்லை என்று அறியும்போது ஏமாற்றத்துடன் வாட்சிலும் மீண்டும் சாலையின் தூரத்திலும் விழிகளை ஓடவிட்டு, உப்பிய ஹாண்ட் பேக்குகளோடு ‘நிற்கும் பெண்கள் பணி யிலிருப்பவர்களாக இருக்கலாம், அந்திநேரம் இன்னும் இருண்டு வருவதற்கு முன்பாக தங்களுடைய இருப்பிடத்தை அடைந்து விட வேண்டுமே என்னும் ஆவல், காலையில் போட்ட மேக்கப் கலைந்து எண்ணெய் மயமான முகங்களில் தளும்பும்.

பஸ் ஸ்டாப்புக்கு அருகிலுள்ள பெட்டிக் கடையிலிருந்து ஒரு பாக்கெட் சிகரெட்டை இராமகிருஷ்ணன் வாங்கினான். கடையின் சொந்தக்காரனிடம் ஏதாவது நலன் விசாரித்து பேச்சுக் கொடுத்தால் என்ன? இனிமேல் இந்த ஊர்க்காரர்களோடுதானே தொடர்பு கொள்ள வேண்டியதிருக்கிறது. ஒரு சிகரெட்டை பற்ற

வைத்துக் கொண்டு, மேற்கே போகும் பஸ் எப்போது வரும் என்று கேட்டபோது, இதென்ன, குழந்தைத் தனமானதொரு கேள்வியாக இருக்கிறதே என்பதுபோல் கடைக்காரன் விழிகளை உயர்த்தினான். பின்பு, இது புண்ணியமில்லாத விஷயம் என்பதுபோல் 'பஸ் எப்போதும் உண்டு'என்று பதிலளித்தான். இனி என்ன கேட்பது. பஸ் எப்போதும் இருந்துமா இவ்வளவு மக்களும் இத்தனை நேரம் காத்துக் கொண்டு நிற்கிறார்கள் என்று கேட்க நினைத்தவன், அதை ஒதுக்கிவிட்டு, குட்டாப்புவைப் பற்றி விசாரிக்கலாம் என்று முடிவெடுத்தான். அதன் பின், வங்கி சிறுசிறு வியாபாரிகளுக்கு கடன் கொடுக்கும் திட்டத்தை புதியதாகக் கொண்டு வந்திருப்பதைச் சொல்லலாம். இனிமேலாவது சொந்த ஊர்க்காரர்களுக்கு ஏதாவது செய்ய வேண்டுமல்லவா –

குட்டாப்புவைப் பற்றி கேட்டதும், பாக்கிச் சில்லரையை எண்ணிச் சரிசெய்ய வெகுநேரம் எடுத்துக்கொண்டான் அந்த நடுத்தர வயது கடைக்காரன்.

"எந்த குட்டாப்பு? இந்த சுங்கத்திலேயே மூணு குட்டாப்புக்கள் இருக்கறாங்க. ஒருவர் அத்ருமான் படிக்கல் குட்டாப்பு. அவன் கள் இறக்கும் தொழிலாளி. யூனியனின் செக்ரட்டரி. அப்புறம் கரடி குட்டாப்பு. அவனப் பார்க்கணும்னா பொன்னானி வரைக்கும் போக வேண்டியதிருக்கும். ஆமாம், அவன் இப்போ ஜெயில்லதான் இருக்கான். அப்புறம் ஒட்டன் குட்டாயியோட எளைய மகன் குட்டாப்பு. மீட்டிங்குக்கு பாட்டெல்லாம் எழுதிக் கொடுப்பான்..." என்ற கடைக்காரன் சுற்றும் முற்றும் நோக்கினான். "அவன் இப்போ இங்கேதான் சுத்திக்கிட்டிருந்தான். அது இருக்கட்டும், இவர்கள்ல இப்போ உங்களுக்கு எந்த குட்டாப்பு வேணும்?" என்று கேட்டான்.

இவர்களில் எந்த குட்டாப்பும் வேண்டாம் என்றும், தனக்குத் தேவையானவர், இப்போது வங்கி இயங்கும் கட்டிடத்தில் பாக்கு மண்டி நடத்திக் கொண்டிருந்த குட்டாப்புதான் என்றும் கூறியதும் கடை சொந்தக்காரன் யோசித்தான்.

"பாக்கு மண்டியா?" என்று கேட்டவன் சந்தேகத்துடன், "அந்த காலத்துல நோஞ்சான் கெழவர் ஒருத்தர் இருந்தார். பாக்கு மண்டி குட்டாப்புன்னு பேரு. அவரா?" என்று கேட்டு முடித்தான்.

“ஆமாமாம்“ என்று கூறிய இராமகிருஷ்ணன், “பாக்கு வியாபாரி குட்டாப்புதான்” என்றான்.

ஒரு சந்தேகத்துக்குப் பதில் கண்டுபிடித்துவிட்ட மகிழ்ச்சியுடன் கடைக்காரன், “அவருக்குப் பாக்கு மண்டி மட்டுமல்ல இருந்தது. மொதல்ல கயிறு யாபாரம். வீட்டிலேயே மிஷன் இருந்தது. அப்புறம்தான் பாக்கு யாபாரம். அதுவும் போயி, அப்புறம் கொப்பரை யாபாரம். கடைசியிலதான் கள்ளுக்கடை ஏலத்துக்கு எடுக்கத் தொடங்கினாரு. அதுலவுள்ள கூட்டாளிங்க அவரை ஏமாத்திட்டாங்க. அதனால அவரு லூசாயிட்டாரு... அவரைத்தான் நீங்க விசாரிக்கறீங்கன்னு...” என்று முடித்தான்.

இராமகிருஷ்ணன் கொஞ்சம் உற்சாகமில்லாமல் ஆமாமென்று கூறினான். கடைக்காரன் சிரிக்கத் தொடங்கினான்–

“அவரு செத்து எவ்வளவு நாளாச்சு?...”

“செத்துட்டாரா?”

“பின்னே? வயசானா ஆளுங்க செத்துடுவாங்கதானே?” என்று ஒரு கேள்வியை வீசிவிட்டு, இராமகிருஷ்ணனை உள்ளங்கால் முதல் உச்சந்தலை வரை கடைக்காரன் நோக்கினான்.

“ஆமாம், நீங்க எங்கேர்ந்து வர்றீங்க?”

“கொஞ்ச தூரத்திலிருந்துதான்”என்று கூறி, மேலும் விவரிக்க முற்படாமல் இராமகிருஷ்ணன் திரும்பினான்.

டாக்சியில் அமர்ந்திருக்கும்போதும் குட்டாப்புவைப் பற்றிதான் இராமகிருஷ்ணன் நினைத்துக்கொண்டிருந்தான். நன்கு வெளுத்து கஞ்சி போட்ட வேட்டியும் அரைக் கைச் சட்டையும் தலையில் இன்னொரு துண்டையும் தலைப்பாகையாக கட்டிக் கொண்டு ஆஜானுபாகுவாக அந்த குட்டாப்பு நடைபாதையில் நடந்து போய்க் கொண்டு இருப்பார். அதிகாலையிலேயே தரைக்கல் அய்யப்பனின் டீ கடையில் இருப்பார். குட்டாப்புக்குப் போடும் டீயை மிகவும் கவனித்துதான் அய்யப்பன் கலக்குவான். கிளாசில் ஊற்றி நுரை பொங்கும் டீயில் பாலும் சர்க்கரையுமெல்லாம் சரியாக இருக்கிறதா என்று அறிவதற்காக ஸ்பூனினால் மொண்டு வாயில் ஊற்றிப் பார்த்த பின்புதான் அய்யப்பன் குட்டாப்பின்

முன்னே டீயை கொண்டு வந்து வைப்பான். கடைக்கு டீ குடிக்க வருபவர்கள் எல்லாரும் குட்டாப்புவுக்கு மரியாதை செலுத்துவார்கள். அதற்குக் காரணம், குட்டாப்பு பணக்காரன் என்பதோடு, யாருக்குத் தேவையென்றாலும் உதவி செய்யும் ஒரு மக்கள் நேசனாகவும் இருந்தார்.

தன்னுடன் படித்துக் கொண்டிருந்த குமாரன்தான் குட்டாப்புவைப் பற்றிய ஒரு ரகசியத்தை கூறினான். இந்த குமாரன் அய்யப்பனின் மகன். மூன்றாம் வகுப்பில் படிக்கும்போதுதான் என்று தோன்றுகிறது.... ஒருநாள் காலையில் பள்ளிக்குப் போகும்போது, நடைபாதையில் ஒரு வளைவில் திரும்பியதும் கொஞ்ச தூரத்திலேயே வேலிக்கருகில் குட்டாப்பு மூத்திரம் போய்க் கொண்டிருந்தார். குமாரன் தன் நடையை நிறுத்தி விட்டான். தன்னையும் பிடித்து நிறுத்தினான். 'என்ன'வென்று கேட்டதும் உதட்டில் விரலை வைத்து மௌனமாக இருக்கும்படி குமாரன் அறிவித்தான்.

அதன்பின் காதோரம், "குட்டாப்பச்சன் எழுந்திருக்கட்டும். அதுவரைக்கும் இங்கேயே நின்னுட்டு போவலாம்" என்று கூறினான்.

"இப்பவே போனா என்ன?"

"குட்டாப்பச்சன் மூத்திரம் போகும்போது வேறு யாரும் அவர்கிட்டே போனால் அவருக்குப் புடிக்காது"

"என்ன காரணம்?"

"அதையெல்லாம் அப்புறம் சொல்றேன். அவரு போவட்டும்" என்று முணுமுணுத்தான் குமாரன்.

குட்டாப்பு எழுந்து தங்களுக்கு அருகில் வந்தபோது தன்னிடம் குசலம் விசாரித்தார்.

"இன்னிக்கு என்ன – இவ்வளவு நேரத்திலேயே போறீங்க?" என்று கூறிய பின் குமாரனுக்கு ஒரு கட்டளையும் கொடுத்தார்! "உன் அப்பா கடையப் பூட்டினதும் என்னை கொஞ்சம் வந்து பார்க்கணும்னு சொல்லு."

குமாரன் தலையாட்டினான். குட்டாப்பு விலகிப் போனதும் குமாரன், "ராமகிருஷ்ணா, உனக்கு ஒண்ணும் தெரியாதா?" என்று கேட்டான்.

தமிழில்: குறிஞ்சிவேலன்

"என்ன தெரியாதா?"

"குட்டாப்புவோட விஷயம்?"

"என்ன விஷயம்?"

"நான் இப்போ சொல்லலையாடா – குட்டாப்பு மூத்திரம் விடும்போது–"

"ஆமாம், என்ன விஷயம்?"

"அது ஒரு ரகசியமாக்கும்," என்றவன் சுற்றுமுற்றும் நோக்கிவிட்டு யாரும் இல்லையென்பதை உறுதிப்படுத்திக் கொண்ட பின், "அவரோட மூத்திரக் கொடி இருக்கற இடத்துல ஒரு செம்பு குழாய்தான் இருக்குதான்" என்றான்.

"செம்பு குழாயா?" என்று நம்ப முடியாதவனாகக் கேட்டான்.

"ஆமாம்டா!"

"நீ பார்த்திருக்கியா?"

"ஏன் பார்க்கணும்? எல்லா காரியங்களையும் நாம பார்த்தா தெரிஞ்சிக்கணும்?"

"பின்னே; உனக்கு எப்படித் தெரியும்?"

"எல்லாமே தெரியும்டா," என்று எல்லாமே தெரிந்தவனைப்போல் குமாரன் கூறினான். "அப்பா சொல்லிதான் கேட்டேன். ஏதோவொரு நோயி வந்து ஆப்ரேஷன் செஞ்சி எடுத்துட்டாங்களாம். அந்த இடத்துல டாக்டருங்க ஒரு செம்பு குழலை வைச்சிட்டாங்களாம்."

நம்ப முடியவில்லை.

குட்டாப்புவைப் பற்றி வேறு பல கதைகளையும் கேட்டதுண்டு.

குட்டாப்பு ஒரு ஏழை குடும்பத்தில் பிறந்தவர். அவருடைய பன்னிரண்டாம் வயதில் வடக்கே எங்கேயோ உள்ள ஒரு சந்தைக்கு கயிறு விற்பனைச் செய்யச் சென்ற ஒரு உறவினருடன் குட்டாப்புவும் போனார். அங்கேயுள்ள ஒரு பலசரக்குக் கடையில் குட்டாப்புவை வேலைக்கு விட்டு விட்டுதான் அந்த உறவினர் திரும்பினார். கடை முதலாளிக்கு அவருடைய கடைக்கு அருகிலேயே ஒரு ஓட்டலும்

உண்டு. குட்டாப்புவுக்கும் அது நல்லதாகி விட்டது. மூன்று வேளைகளிலும் வயிறு நிறைய சாப்பாடும், இடைவேளைகளில் டீயும் கிடைத்தன. சாக்குகளிலிருந்து சிந்தும் தானியங்களைப் பெருக்கி வாரிக்கூட்டும் சில்லரை வேளைகளைச் செய்வதுதான் குட்டாப்புவின் வேலை. ஆண்டுகள் கடந்தன. குட்டாப்பும் இளைஞரானார். படிப்படியாக அக்கடையில் சாமான்களை எடுத்துக் கொடுப்பவர்களில் தலைமையாளாக குட்டாப்பு மாறினார். முதலாளி குட்டாப்புவை நம்பினார். கௌண்டரில் முதலாளி இல்லாத நேரத்தில் பணத்தை வாங்கி பெட்டியில் போடும் வேலைகளையும் குட்டாப்புக்குப் பணிக்கப்பட்டது. அந்த நேரத்தில்தான் மாப்பிளா கலகம் வெடித்தது. கலகம் எங்கும் பரவிற்று. யார்யாருக்குள் சண்டையென்றோ, யாருக்கு யாரிடம் பகையென்றோ குட்டாப்புக்குப் புரியவில்லை. ஒரு நாள் மாலை நேரம், தெருவே போர்க்களமாகவும் மக்கள் எல்லோரும் உயிரைக் கையில் பிடித்துக் கொண்டு தலை தெறிக்க ஓடவும் செய்த அந்த அந்திநேரத்தில் என்ன நடந்தது என்று தெளிவாகப் புரிந்து கொள்வதற்கு முன்பே குட்டாப்புவுக்கும் கடையிலிருந்து வெளியேறி ஓடவேண்டியதாகிவிட்டது. ஆனால், அந்த சமயத்தில் மற்றவர்களிடமிருந்து வித்தியாசமாக குட்டாப்புவிடம் ஒரு பொருள் இருந்தது – அதுதான் கடையின் பணப்பெட்டி! அந்தக் கலவரத்தில் கடை உரிமையாளர் வெட்டுப்பு இறந்துவிட்டதாக பின்பு தெரிந்தது. எது எப்படியோ குட்டாப்பு ஊருக்குத் திரும்பிய பின் திடீர் பணக்காரராகி விட்டார். அவர் தன் வீட்டைப் புதுப்பித்தார். விளை நிலங்களை வாங்கினார். பசு, எருமை மாடுகளை வாங்கினார். திருமணமும் செய்து கொண்டார்.

என்றாலும் குமாரன் சொன்ன ரகசியத்தை வேறு யாரும் சொல்லி தான் கேட்டதில்லை. குமாரனிடம் மேலும் கேட்கவும் நிற்கவில்லை. திடுக்கிட வைக்கும் பல ரகசியங்களுக்கும் ஆராய்ச்சியாளன் குமாரன்தான். சில ரகசியங்கள் மனதை எப்போதும் வேதனைப்படுத்திக் கொண்டிருக்கும்...

டாக்ஸி நடைபாதையில் திரும்பி இருக்கிறது. அய்யப்பனின் கடைச் சுவரின்மேல் ஹெட்லைட்டின் வெளிச்சம் துல்லியமாகப்பட்டது. அய்யப்பன் இப்போது உயிருடன் இருக்கவில்லை. குமாரன்தான் அய்யப்பன் இறந்தபின் வியாபாரத்தை பொறுப்பேற்று நடத்துபவன். ஹைஸ்கூல் வகுப்பில் சேர்ந்தபோதுதான் குமாரன் படிப்பை நிறுத்திவிட்டு

வியாபாரத்தைக் கற்றுக் கொள்ளத் தொடங்கியிருந்தான். தன் மகன் ஒரு புத்தகப் புழுவாக மாறுவதில் அய்யப்பனுக்கு ஆர்வமில்லை.

'வியாபாரத்தோட நுணுக்கத்த அவனும் தெரிஞ் சிக்கட்டுமே'என்று அய்யப்பன் தீர்மானிக்கத் தொடங்கினான். அதுவும் ஒரு விதத்தில் நல்லதாயிற்று. தந்தை அகால மரணமடைந்தபோது வியாபாரத்தை பொறுப்பேற்றுக் கொண்டு குடும்பத்தைப் பரிபாலிக்கக்கூடிய தெம்பு குமாரனுக்கு கைவந்திருந்தது...

கார் போகும்போதே கடையை நோக்கினான். பூட்டப்பட்டிருந்தது. இவ்வளவு நேரத்திலேயாவா கடை பூட்டி யிருக்கும்? ஒருவேளை குமாரன் வியாபாரத்தையே விட்டு விட்டானோ?

வீட்டு மதிலை அடைந்ததும் காரை நிறுத்தும்படி டிரைவரிடம் சொன்னான். இருளின் அடர்ந்த ஆபரணத்தை அணிந்து கொண்டுதான் வீடு கிடந்தது. அருகிலுள்ள வீடு ராகவன் நம்பியாருடையது. நவீனமயமான, சிறியது என்றாலும் அழகான டெரஸ் பில்டிங். அங்கும் லைட் இல்லை. நம்பியாரும் அவர் மனைவியும் சினிமாவுக்கோ வேறு எங்கேயோ போ யிருப்பார்களோ? இல்லையெனில் இதற்குள்ளேயே தூங்கி விட்டிருப்பார்களோ?

தான் வரும் விபரத்தை சமையல்காரன் கோபாலன் நாயருக்கு எழுதியிருந்தான் இராமகிருஷ்ணன். அவனுக்குச் சொந்தமென்று சொல்லிக் கொள்ள இப்போது ஊரில் வீடு இல்லை. கொஞ்சம் தூரத்தில் மனைவியின் வீட்டில்தான் தங்கியிருந்தான். வீட்டில் இருளைக் காணும்போது ஆள் இன்னும் வந்து சேரவில்லை என்று தான் அனுமானிக்க வேண்டியதிருந்தது. வீட்டைத் திறந்து சுத்தப்படுத்தி வைக்கும்படி குஞ்ஞனுக்கும் ஒரு கடிதம் எழுதியிருந்தான். தினந்தோறும் வந்து பார்த்துக்கொள்ள வேண்டுமென்று அறிவுறுத்தி ஒரு சாவியை குஞ்ஞன் வசம் அம்மா ஒப்படைத்திருந்தாள். குஞ்ஞன் வசிக்குமிடம் வரையில் போக வேண்டியதுமிருக்கும். வயலில் இறங்கினால் முதலில் காணும் தீவு அவனுடையதுதான்.

டாக்சியை நிறுத்தியதும் கதவைத் திறந்து இறங்கினான். வீட்டின்மேல் தட்டுக்கு மேலே மரங்களுக்கிடையே ஒரு

மங்கிய பிறைச்சந்திரன். பிறந்த வீடு. டாக்சியை அனுப்பிய பின் நடக்கும்போது, 'நீண்ட காலத்திய வெளியூர் வசிப்பிற்குப் பின் நான் இதோ வந்து சேர்ந்திருக்கிறேன். நான் இப்போ பிறந்த வீட்டில் வசிக்க வந்திருக்கிறேன். சொந்த ஊரிலேயே அதிகாரியாக வந்திருக்கிறேன்' என்றெல்லாம் நினைத்தான். ,

மூன்று மாதங்களுக்கு முன்புதான் சென்னையிலுள்ள வங்கியின் தலைமையலு வலகத்தில் நடந்த கூட்டத்தில் இளம் அதிகாரிகள் கிராமங்களுக்குச் சென்று பணியாற்ற வேண்டியதின் அவசியத்தைப் பற்றி ஒரு ஒன்றிய அமைச்சரும், அவருடைய பேச்சை ஆதரித்து வங்கியின் சேர்மனும் சொற்பொழிவாற்றினார்கள். அதன்பின்தான் இராமகிருஷ்ணனுக்கு பதவி உயர்வோடு சொந்த ஊருக்கும் மாறுதல் என்று அறிந்ததும் குண்டூர்க்காரனான கிளை மானேஜர் வாழ்த்தினார்.

"கங்கிராஸ்லேஷன்ஸ் மிஸ்டர் ராமகிருஷ்ணன், மீயொக்கே சொந்தம் ஊருக்கி ட்ரான்ஸ்பர் ஆயி போயிந்தி தட்வித் பிரமோஷன், யூ ஆர் லக்கி..."

"தாங்க் யூ, சார்" என்று ஆர்வமுள்ளதுபோல் நடித்துக் கொண்டு சொன்னான்.

உண்மையில் கிராமத்தின் அமைதியை இழந்துவிட்டான் என்றாலும். நகரத்தின் வஞ்சகம் நிறைந்த கம்பீரம் கைவராத இந்த நகரியத்தை திடீரென விட்டுவிட்டுதான் போக வேண்டியதிருக்குமென்று நினைக்கவில்லை. சாத்தானின் அரண்மனையைப் போல் திடீரென எழும்பிய தொழிற்சாலையைச் சுற்றி நகரியம் உருவாகி இருந்தது. தெலுங்கு நாட்டிற்குள்ளே ஒரு குக்கிராமம். இந்த மாற்றத்தில் ஆர்வம் தோன்றாமைக்குக் காரணம் இந்த இடம் மிகவும் பிடித்துப் போனதால் இல்லை. இப்படியொரு மாற்றம் நன்றாக இருக்கும் என்று தோன்றாததால் மட்டுமே. உண்மையில் இங்கே எவ்வித நண்பர்கள் வட்டமும் இல்லை. வங்கியின் சக அதிகாரிகளைத் தவிர்த்தால், கான்டீனிலுள்ள சிவசங்கரன் மட்டும்தான் இங்கு தனக்கு அறிமுகமுள்ளவன். கான்டீனில் நெரிசல் இல்லாத அந்தி நேரங்களில் முன்பக்கத்தில் இருக்கும் வேப்பமர நிழலில் கிடக்கும் சிமெண்ட் பெஞ்சில் அமர்ந்து எண்ணிலடங்காத விஷயங்களைப் பற்றி பேசும் சிவசங்கரன் தான் உற்றதுணை.

தமிழில்: குறிஞ்சிவேலன் | 31

“நல்லதா போச்சு, மாஸ்டர்”– டிரான்ஸ்ப்பர் செய்தியைக் கேட்டதும் சிவசங்கரன் கூறினான்: “நல்ல காற்றைச் சுவாசிச்சாவது வாழலாமல்லவா.”

“ஆனா, சொந்த ஊரே இப்போது எனக்கு அசலூரைப் போலத்தான். எனக்குன்னு இப்போ அங்கே யாருமில்ல.”

“ஒரு வீடில்லையா? உத்தியோகமில்லையா? இனிமே எல்லாம் தானாக உண்டாயிடும்,” என்ற சிவசங்கரன், “நீங்க போங்க மாஸ்டர். பின்னாடியே நானும் வறேன். ஓட்டலும் கான் டீனுமெல்லாம் கேரளத்திலும், இருக்குமில்லே. இங்குள்ள வேலைய வேண்டாம்னு வுட்டுடலாம்“ என்று முத்தாய்ப்பு வைத்தான்.

தன்னைக் காணும்போதெல்லாம் இந்த கான்டீன் வேலையை உதறிவிட வேண்டுமென்று சிவசங்கரன் சொல்லிக் கொண்டிருப்பான். அவனுடைய கதையே துரதிர்ஷ்டமானது. ஹில் ஸ்டேஷனிலுள்ள புகழ்பெற்ற பப்ளிக் ஸ்கூலில் படித்து, டிபன்ஸ் அகாடமியில் கோர்ஸைப் பூர்த்திச் செய்த இளம் சைனிக்கின் கதைதான் அது. ஆர்மியில் டிரெயினிங் சமயம். வகுப்பு நடத்திக் கொண்டிருந்த ஆபீஸரிடம் சிவசங்கரன் ஒரு சந்தேகம் கேட்கிறான். அக்கேள்விக்கு ஆபீஸரால் பதில் சொல்லத் தெரியவில்லை.. ‘இட் சே வெரிகுட் டௌட், சிட் டவுன்’என்கிறார் ஆபீஸர். ஆனால், சிவசங்கரன் விட்டுக்கொடுக்கவில்லை. அதன் பலன் அவன் ஆபீஸர் முன்னே ஒரு கவனிக்கத்தக்க ஆளாகி விடுகிறான். அதனால்தான், ஒருநாள் இரவு ஃபிட்ஸ் வந்து பாரக்கில் விழுந்த சிவசங்கரன், போர்டு அவுட்டாகி ஆர்மியிலிருந்து பிரிய வேண்டியதாகிவிட்டது. குழந்தைப் பருவத்தில், நினைவு தெரிவதற்கு முன்பு உண்டான பிட்ஸ், சிவசங்கரனின் லட்சியம் முழுவதையும் நாசமாக்குவதற்காக அப்போது மேலும் ஒருமுறை தலை தூக்கிவிட்டது. வெள்ளத்தில் விழுந்த மரத்துண்டைப் போல் எங்கெங்கெல்லாமோ திரிந்து கடைசியில் ஆந்திராவின் கரையோரத்தில் ஒதுங்கினான். இப்போது இந்த இன்டஸ்டிரியல் காம்ப்ளக்ஸிலுள்ள கான்டீனில் மானேஜராகவும் கேஷியராகவும் சிலசமயம் சர்வராகவுமெல்லாம் சிவசங்கரன் அவ்வப்போது பிரதட்சணமாகிறான். இந்த இடத்தைவிட்டுப் போகத்தான் அவன் எப்போதும் ஆசைப்படுகிறான்.

விடைபெற்றுக் கொள்ளச் சென்றபோது ‘கான்டீன் வராந்தாவின் அரை மதிலில் கால் நீட்டிச் சுவரில் சாய்ந்து

அமர்ந்து கொண்டிருந்தான் சிவசங்கரன். எப்போதும் போலவே இன்றும் வெள்ளைச் சட்டையும் எட்டுமுழ வேட்டியுமாகத்தான் அவனுடைய வேடமிருந்தது. மடியில் 'டாயன் பி'யின் வரலாற்று புத்தகம். அவனுக்கருகில், தரையில் நம்பூதிரியும் சுவரில் சாய்ந்து அமர்ந்திருந்தார். இந்த நம்பூதிரி கான்டீனின் தலைமைச் சமையல்காரர். தன் நரைத்த தலைமுடியில் விரலால் கோதிக்கொண்டு தூரத்திலுள்ள மர உச்சியை நம்பூதிரி நோக்கிக் கொண்டிருந்தார். இடையிடையே தன் பூணூலையும் விரலால் உருவிக்கொண்டு மார்பிலுள்ள ரோமக் காட்டில் ஊதினார்.

இராமகிருஷ்ணன் வராந்தாவில் ஏறியபோது சிவசங்கரன் கால்களை மடக்கிக் கொண்டு திண்ணையிலுள்ள தூசைத் தட்டினான்.

"உக்காருங்க மாஸ்டர்."

நம்பூதிரியும் நட்பு பாராட்டுவதுபோல் தன் வெற்றிலைக் காவி படர்ந்த பற்களைக் காட்டிச் சிரித்தார்.

"அப்பா, என்னா புழுக்கம். ஊருல மழை பெய்யுமோ என்னமோ?" என்று முணுமுணுத்தார் நம்பூதிரி.

"நீங்க அந்த பூணூலை மொதல்ல அறுத்துப் போடுங்க"என்றான் சிவசங்கரன். ஆனால், நம்பூதிரியின் முகத்தில் அதைக் கேட்டது போன்ற பாவனையே இல்லை.

"விஷு கழிஞ்ச பின்னாலதான் மழை பெய்யும். மே மாதமே இன்னும் பாதி கழியலியே...?" என்று யாரோடு பேசுகிறோம் என்றில்லாமல் நம்பூதிரி கேட்டார். 'டேபிள் கிளீனர் பையன் சிறிய சொம்பில் டீயுடன் வந்தான். கான்டீனில் காபி மட்டும்தான் கிடைக்கும் என்பதால் ரோட்டிலுள்ள டீ கடை யிலிருந்துதான் வாங்கி வந்தான். சிவசங்கரனுக்கு அடிக்கடி டீ குடிக்க வேண்டும். அதனால், அவ்வப்போது பையனை டீ கடைக்கு அனுப்புவான்.

"கிடைச்சுதாடா சங்குண்ணி?" என்று கேட்டான் சிவசங்கரன்.

"கிடைச்சுதுங்க சார்!"

சிவசங்கரன் எல்லா பையன்களையும் சங்குண்ணி – என்றுதான் அழைப்பான். அந்த பையன்களிடமெல்லாம்

மலையாளத்தில்தான் பேசுவான். தமிழ்நாட்டிலுள்ள கடலூர் மாவட்டத்தைச் சேர்ந்த இந்த பையன் ஒருமுறை இராமகிருஷ்ணனிடம்,

"சங்குண்ணின்னா என்னா சார், அர்த்தம்?" என்று கேட்டான்.

மிகவும் பிரியமுள்ளவர்களை அழைக்கும்போது அப்படித்தான் அழைப்பார்கள் என்று கூறிய பின்புதான் பையன் சமாதானமடைந்தான்.

பையன் டீயை ஊற்றும்போது, "சங்குண்ணி இதுல ஏதாச்சும் வெஷம் சேர்த்திருக்கியாடா?" என்று கேட்டான் சிவசங்கரன்.

"அதெல்லாம் இல்லீங்க சார்" என்று சிறுவன் தலை நிமிர்ந்து கூறினான்.

"இதோ இருக்காரே, இவரை உனக்குத் தெரியுதா?" என்று இராமகிருஷ்ணனைச் சுட்டிக்காட்டி கேட்டான்.

சிறுவன் தரையை நோக்கிச் சிரித்தான், தினந்தோறும் மூன்று வேளையும் பார்க்கும் ஆளைத்தான் தெரியுமா என்று கேட்கிறான். சிரிக்காமல் என்ன செய்யறது?

"நீ உள்ளே போயி அந்த ரெட்டியார்கிட்டே ஒரு கப் காப்பி கலந்து தரச் சொல்லு. அதோட அதுலயாவது மிளகுத் தூளைப் போட வேணாம்னு சொல்லு."

"சரி சார்!"

சிவசங்கரன் ஒரு கிளாசில் டீயை ஊற்றி நம்பூதிரியிடம் நீட்டினான்.

"மொதல்ல அவருக்குக் கொடுங்களேன்" என்று இராமகிருஷ்ணனைச் சுட்டிக் காட்டினார் நம்பூதிரி.

"அவருக்குக் காப்பி வருது. இது உங்களுக்காக வரவழைச்சுது நம்பூதிரி. இதுல ஏதாச்சும் விஷம் இருக்கும்னா நாம ரெண்டு பேருமே போய்டலாமே!"

எல்லாம் கிண்டல்தான் என்பதுபோல் அமைதியாகச் சிரித்துக் கொண்டு நம்பூதிரி கிளாஸை வாங்கினார்.

“இன்னிக்கு ராத்திரிக்கு மழை பெய்யும்னு தோணுதே” என்று டீ குடிக்கும்போது வியர்க்கத் தொடங்கிய நம்பூதிரி, “அவ்வளவு உஷ்ணம் இருக்கு” என்று கூறினார்.

“கேட்டீங்களா மாஸ்டர்” என்ற சிவசங்கரன், குரலைத் தாழ்த்தி, “ராத்திரியானால் போதும். நம்பூதிரிக்கு ஒரு வெளிப்பயணமுண்டு. ராத்திரின்னாலே நம்பூதிரியால சும்மா இருக்க முடியாது. ஒடம்புல என்ன ஓடறதுன்னு தெரியுமில்லே? பணக்கார ரத்தம். ஊருல கட்னவ இல்லாம வேற ஒண்ணு ரெண்டு இடங்கள்லயும் உறவு உண்டாயி இருந்தது. அதனால, வெளியே கொஞ்சம் போய் வந்தாதான் பெரியவருக்கு மனம் நிம்மதியாவும்” என்றவன், இன்னும் கொஞ்சம் குரலைத் தாழ்த்தி கள்ளப் பார்வையால் நம்பூதிரியை நோக்கி, “நம்பூதிரிக்கு ஒரு விரலோட மறைப்பு இருந்தாலே போதும், தெரியுமா...” என்று தொடர்ந்து கூறினான்.

நம்பூதிரி அப்போதும் அமைதியாகச் சிரித்துக் கொண்டே அமர்ந்திருந்தார். எல்லாம் வெறும் கிண்டல். பதிலளிக்க எவ்வித உருப்படியான காரணமுமில்லாத பொழுது போக்குதான்! வேறென்ன?

“மாஸ்டர் இதக் கொஞ்சம் கேக்கறீங்களா? அன்னிக்கு ஒருநாள் ஒரு கச்சடா பார்ட்டியாக்கும். அவ மரத்தின் கீழே படுத்துத் தூங்கறா. அந்தப் பழைய வொர்க் ஷாப்புக்குப் பின்னாலதான் அந்த மரம் இருக்குது. நம்ம நளனோட பார்வை அங்கே நீண்டது. மொதல்ல ஒரு பத்து ரூபா நோட்டை நம்பூதிரி அவ கையில தொட்டுக் கொடுத்திருக்காரு..... அவ்வளவுதான், அப்புறம் ஒரு பொம்பளையோட கூச்சலையும் – பிலாக்கணத்தயும் கேட்டுட்டுதான் நான் எழுந்தேன். போய்ப் பார்க்கும்போது மட்டும் என்ன, அந்த ‘கலாட்டா’வெல்லாம் முடிஞ்சி நம்பூதிரி நோட்டைத் தட்டிப் பறிச்சுக்கிட்டு இருந்தார். நல்லவேளை, ராத்ரி நேரமா இருந்ததால ஜனங்க கூடவில்ல. அப்புறம் நான் மத்தியஸ்தம் செஞ்சுதான் அந்த பொணத்த விடுவிச்சேன்.”

‘சே... சே... என்னடா இப்படில்லாம் சொல்றே’ இதுவரையில் சிவசங்கரன் சொல்லி வந்ததில் ஈடுபடாமல் இருந்த நம்பூதிரி, இனி பொறுக்க முடியாது என்பதுபோல் இராமகிருஷ்ணன் பக்கம் திரும்பினார்: “ஒண்ணுமில்லே கொழந்தே. ஏதோ ஒரு

தரித்திரம், சில்லரை ஏதாச்சும் கெடைக்கும்கறதாலதான் அவ ஏதோ...”

இனிமேலும் இங்கே இருந்தால் அழகாக இருக்காது என தீர்மானித்தது போல் நம்பூதிரி எழுந்து கொண்டார். ஒரு சிரிப்பு – இதையொன்றும் பொருட்படுத்த வேண்டிய விஷயமில்லை என்பது போன்றதான ஒரு சிரிப்பு–அப்போதும் அவர் முகத்தில் இருந்தது.

“பாவம், பத்து பதினைந்தாயிரம் பறை நெல்லு விதைப்பாடு நிலமுள்ள குடும்பத்தச் சேர்ந்தவராக்கும்” என்று நம்பூதிரி அடுக்களைப் பக்கம் போனதும் கூறிய சிவசங்கரன், “நிலச் சீர்திருத்தம் என்னும் ‘ஸ்கட் மிஸைல்ஸ்’விழுந்து வெடித்தபோதுதான் பெரியவரோட கதி இப்படி யாயிட்டுது” என்று கூறினான்.

நடைபாதையில் வீட்டு முற்றத்தை நோக்கி நடக்குபோது இராமகிருஷ்ணன் நினைத்துப் பார்த்துக் கொன்டிருந்தான். வெளியூரில் சமையல் வேலை செய்யும்படியான சூழ்நிலைக்குத் தள்ளப்பட்டுவிட்ட ஒரு ஜமீன் நம்பூதிரியையும், நம்பூதிரியின் பாஷையில், ‘ஃபாக்டரியலு’ ஆபீஸர்களோடு, தண்ணிப்பட்ட பாடா இங்க பேசுவதற்கு தெரியுமென்றாலும் காண்டீன் வேலை செய்யும் சிவசங்கரனையும், சங்குண்ணிகளான சிறுவர்களையும் இனிமேல் எப்போது பார்க்கப் போகிறோம்? இனிமேல் எங்கேயாவது அவர்களைச் சந்திக்க முடியுமோ? படித்து மறந்த கதையின் கதாபாத்திரங்களாக அவர்களெல்லாம் இனிமேல் நினைவலைகளில் மட்டுமே ஒதுங்கி விடுவார்களோ–இராமகிருஷ்ணன் நினைத்துப் பார்த்தான். இனி, வித்தியாசமான சூழ்நிலையிலும் புதிய கதாபாத்திரங்களோடுமல்லவோ தான் பழக வேண்டியதிருக்கிறது? மனிதர்கள் வசிக்காத நாலுகட்டு வீட்டின் இருண்ட அறைகளிலும், கருப்பு பெஞ்சுகள் போட்டிருக்கும் குமாரனின் டீ கடையிலும், லெட்ஜர்களையும் ஃபைல்களையும் – தூக்கியெறிந்து விட்டு வெளியேறும் அறியப்படாத சக தோழர்களையும், சிறுநீர் குழலின் இடத்தில் செப்பு குழலோடு குட்டாப்பு அச்சன் முணுமுணுத்துக் கொண்டு நடந்த நடைபாதைகளையும்... இவைகள்தானே இனிமேலுள்ள தன் வாழ்வில் தன்னோடு நெருங்கி பழகக்கூடிய யதார்த்தங்களாக மாறப்போகின்றன?

வீட்டின் வெளியே எங்கேயோ ஒரு நாய் குரைத்தது.

அத்துடன் நாயைத் திட்டும் குஞ்ஞுனின் கிழக் குரலையும் கேட்க முடிந்தது. படிக்கட்டில் நிழல் போன்ற உருவத்தைக் கண்டதாலோ என்னவோ, 'யார் அது?' என்று உரத்தக் குரலில் குஞ்ஞுன் கேட்டான். அதன்பின் தன் வாயிலிலுள்ள வெற்றிலைத் துகள்களைத் துப்பிக் கொண்டே, ஊன்றுகோலை தரையில் ஊன்றி சப்தம் எழுப்பியவாறு குஞ்ஞுன் நடந்து வந்தான்.

✹

3

ஒரு பெரும் கூச்சலைக் கேட்டு விட்டுதான் இராம கிருஷ்ணன் திடுக்கிட்டு எழுந்தான். கனத்த கண் இமைகளை விலக்கி நோக்கும்போது, அறையில் மட்டுமல்ல, ஜன்னலுக்கு வெளியிலும் இருள்தான் கப்பியிருந்தது. தான் கேட்பது கூட்டொலி இல்லை என்பதும், அது உச்சஸ்தாயியில் ஒலிக்கப்படும் தேவியின் ஸ்தோத்திரங்கள் என்பதும் படிப்படியாகப் புரிந்தது. எழுந்து அமர்ந்து லைட்டைப் போட்டு வாட்சை நோக்கினான். மணி நாலரை. அருகிலுள்ள தேவி ஷேத்திரத்திலிருந்துதான் இது கேட்டிருக்க வேண்டும். இது ஒரு புதிய நிகழ்ச்சியல்லவோ! பிரம்ம முகூர்த்தத்தை நடுங்க வைக்கும்படியான கீர்த்த னா ஆலாபனம்.

இரவில் படுப்பதற்கு நேரமாகி விட்டது. கோபாலன் நாயர் வரவில்லை. குமாரனின் கடையிலிருந்து உணவு ஏதாவது கிடைக்கும் என்று கருதினான். அதுவும் கிடைக்கவில்லை. கடை திறந்திருந்தால்தானே கிடைக்கும்? அதனால், குஞ்ஞுனின் மகன் கிருஷ்ணன் குட்டி சைக்கிளை எடுத்துச் சென்று ஓட்டலிலிருந்து டிபன் வாங்கி வந்தான். கிணற்றிலிருந்து, தண்ணீர் மொண்டு குளித்துவிட்டு சாப்பிட்டு முடித்தபோது மணி பதினொன்றாகி விட்டது.

கோபாலன் நாயர் வரவில்லையென்றால் திட்டம் ஒன்று மனதில் உருவாயிற்று. காலையில் குமாரனின் கடை யிலிருந்து டீயும் சூடான புட்டும் கடலைக் கூட்டும் வறுத்த அப்பளத்தையும் கொடுத்தனுப்பச் சொல்ல வேண்டும்.

மதிய உணவு மட்டும் வங்கிக்கு அருகிலுள்ள ஏதாவது ஒரு ஓட்டலிலிருந்து வரவழைத்துக் கொள்ளலாம். இரவில் ஏதாவது சுயமாகச் சமைத்துக் கொள்ளத் தெரியும். வெங்காயமும் பச்சை மிளகும் சேர்த்து முட்டையில் கலக்கி ஆம்லெட் போடவும், மற்றவற்றையும் செய்வதற்கு குட்டம்மான் நீலகிரி யிலிருக்கும்போது கற்றுக் கொடுத்துள்ளார்.

ஆனால், குமாரனின் கடை திறக்காமலேயே இருந்தால் என்ன செய்வது?

ஊருக்கு வரும்போதெல்லாம் கண்டு பேசக்கூடிய ஒரே தோழன் குமாரன்தான். மற்றவர்களெல்லாம் எந்தெந்த கண்காணாத இடங்களுக்குப் போய் மறைந்து விட்டார்களோ என்று பல சமயங்களிலும் ஆச்சரியப்படுவதுண்டு. ஒரு முறை லீவில் ஊருக்கு வந்திருந்த போதுதான் குமாரனின் திருமணம் நடந்தது.

"பொண்ணு கொஞ்சம் மோசம்தான்" என்று கொஞ்சம் கேலியான குரலில் குமாரன் கூறினான்: "அவள் கருப்பாவும் நோஞ்சானாவும் இருக்கிறா".

விடுமுறை முடிந்து புறப்பட வேண்டிய தினத்தன்றுதான் அந்தத் திருமணம் நடந்தது. அதனால், தன் பயணத்தையும் ஒருநாள் தள்ளி வைக்க வேண்டியதாயிற்று.

மாநிறமும் மெல்லிய உருவமும் உடையவள் என்றாலும் குமாரனின் மனைவிக்கு நல்ல முகக்களை இருந்தது. தாலி கட்டி முடித்து மாலையிடும் நேரத்தில் அவள் அழத் தொடங்கிவிட்டாள். அதனால், 'குலுங்கி குலுங்கி அழுது கொண்டேதான் மணப்பெண் மற்ற பெண்களின் உதவியுடன் குமாரனின் கழுத்தில் மாலை அணிவித்தாள். இதில் மிகப் பெரிய நகைச்சுவை என்னவென்றால், அதைப் பார்த்துக் கொண்டு நின்ற பெண்களும் அழத் தொடங்கியதுதான்.

திருமணத்திற்குப் பின்பு வியாபாரத்திலிருந்த ஆர்வத்தைக் குமாரன் இழந்து விட்டிருப்பானோ?

அம்மாவுக்கு இப்போது கடிதம் கிடைத்திருக்க வேண்டும். எந்தவொரு வழியும் இல்லாததால் எங்கேயாவது போகப் போவதாக அம்மா எழுதியிருந்தாள். பிறந்த வீட்டிலேயே வாழ்வின் அந்திம காலத்தைக் கழிக்க வேண்டுமென்பது அம்மாவின் ஆசை. அதனால், தன் மகன் மாறுதல் பெற்று

இப்போது சொந்த ஊருக்கே வந்து சேர்ந்து விட்டான் என்று அறியும்போது அம்மாவுக்கு ஆச்சரியத்துடன் ஆனந்தமாகவும் இருக்கும். உடல் நிலை நன்றாக இருக்கும் என்றால் இங்கு புறப்பட்டு வரவும் இதற்குள் தயாராகி இருப்பாள்.

கோயிலின் கீர்த்தனா ஆலாபனம் வெகுநேரம் இருக்கவில்லை. கேசட்டின் ஒரு பக்கம் மட்டும்தான் இதுவரையில் ஓடியிருக்கும். ஒரு வேளை பாட்டுப் போட்ட நபர் தூங்கி விட்டிருப்பானோ?

மீண்டும் கொஞ்சம் நேரம் தூங்கி விழித்தபோது ஜன்னலுக்கு வெளியே ஒளிரும் காலைக் கதிர்கள். எழுந்து படிக்கட்டுக்களில் இறங்கினான்–

"ராத்திரியே வந்துட்டியா?" என்று கதவைத் திறந்து கொண்டு வராண்டாவிற்கு வருவதற்குக் காத்து நின்றிருந்தபோது, ராகவன் நம்பியார் பக்கத்து வீட்டிலிருந்து உரத்தக் குரலில் கேட்டார்.

"ஆமாம்."

நம்பியார் காலையிலேயே ஒரு பயணத்திற்குத் தயாரானவர்போல் இருந்தார். வெள்ளை புஷ் ஷர்ட்டும் எட்டுமுழ வேட்டியும். அணிந்திருந்தார். நெற்றியில் சிறியதொரு சந்தனப் பொட்டும் இட்டிருந்தார். இராமகிருஷ்ணன் வேலியோரம் நடந்து சென்றான்.

"ராமகிருஷ்ணன், நாங்கள் சில இடங்களுக்கெல்லாம் போய்ச் சுற்றித் திரிந்துவிட்டு ராத்ரி நேரம் கழிச்சி வந்தபோது, நீ வருவேன்னு சொன்னாங்க" என்றார் நம்பியார்.

"சினிமாவுக்குப் போனீங்களாக்கும்."

"ஊகும். டீவியும் வீடியோவும் எல்லாம் வந்த பின்னால வீட்லவுள்ள சினிமாவையே பார்க்க முடியலியே."

"காலையிலேயே எங்கே புறப்பட்டுட்டீங்க?"

"அதைச் சொல்லத்தான் வந்தேன். நாங்க எர்ணாகுளம் வரைக்கும் கொஞ்சம் போய் வரணும். ரேவதியும் குழந்தையும் ஊரிலேர்ந்து வராங்க."

ரேவதி! இந்த ரேவதியைப் பற்றி தான் இதுவரையில் நினைக்காமல் போனது ஏன் என்று ஆச்சரியம்தான். உடனே தனக்குத்தானே அந்தத் தவறைத் திருத்திக் கொள்ளவும்

செய்தான். நினைக்காமல் இல்லை. பல முகங்களின் கூட்டத்தில் ரேவதியின் முகமும் மனதின் ஒரு மூலையில் இருந்தது நிஜம். ஆமாம், ரேவதி எப்போதும் உயிர்ப்போடு உள்ளுக்குள்ளேயே இருந்திருக்கிறாள்..

"இப்போ எங்கே இருக்கிறாள்...?"

"அவங்க இப்போ சவுதியிலல்லே இருக்கறாங்க. சுகுமாரன் வரலையாம். லீவு கிடைக்கலையாம். – நீ சுகுமாரனைப் பார்த்திருக்கிறாயோ?"

"இல்ல. கல்யாண நேரத்துல நான் இங்க இல்லையே."

"பேத்திக்கு, இந்த ஜூன் வந்தா மூணு வயசு முடியும். ஸ்கூல் சேர்க்கணும்னா அந்த இடத்துல சௌரியம் போதாதாம். இங்கேயே செட்டிலாவணும்கறதுதான் ரேவதியோட பிளான்."

ரேவதியின் தாய் பட்டுச் சேலையின் மடிப்புகளைச் சரிசெய்துகொண்டு வெளியே வந்தாள். அவள் முகத்தில் மின்னலைப்போல் சிரிப்பொன்று மின்னி மறைந்தது. அவள் இன்னும் கொஞ்சம் பெருத்திருந்தாள், ஆனால், நம்பியாரோ முன்பு போலவே மெலிந்துதான் இருந்தார். அவருடைய அந்த நரைத்த முடியை மட்டும் கருப்பாக்கி விட்டால் ஒரு முப்பது வயது மனிதராக மாறிவிடுவார் நம்பியார். தந்தையின் நிறமும் தாயின் முகச்சாயலும் தான் ரேவதிக்கு வாய்த்திருக்கிறதென்று அம்மா சொல்லிக் கொண்டிருப்பார். ரேவதியும் இப்போது தன் தாயைப் போலவே பெருத்திருப்பாளோ?

"நீ வருவேன்னு தெரிஞ்சதும் மகிழ்ச்சியா இருந்தது ராமகிருஷ்ணா! டிரான்ஸ்பர்தானே? இனிமே இங்கேயே நிரந்தரமா தங்கிடலாமில்லையா...?" என்று ரேவதியின் தாய் கேட்டாள்.

"கொஞ்ச காலம் வரைக்கும் இங்கேதான் இருப்பேன்"

"இங்கவுள்ள பேங்கோட மானே ஜராகத்தானே?"

"அப்படின்னுதான் வச்சுக்குங்களேன்."

நம்பியார் இடையில் புகுந்து, "சிவராமன் நாயர் சொன்னபோது எனக்கு முதலில் புரியவில்லை. பிராஞ்சு மானேஜராக வரப்போகிற நம்ம ஊருக்காரன், பக்கத்து வீட்டுக்காரன்தான்னு தெரிஞ்சபோது சந்தோஷமும் ஆச்சரியமும்

ஒன்னா ஏற்பட்டுது. எது எப்படியோ நல்லதா போச்சு!” என்று கூறினார்.

“சீக்கிரம் அம்மாவை வரவழைச்சுடு” என்ற ரேவதியின் தாயார் புன்னகையோடு தொடர்ந்து கூறினாள்: “அப்புறம், சீக்கிரம் ஒரு கல்யாணத்தையும் செஞ்சிக்கிட்டு எல்லாரும் ஒண்ணா தங்குங்க. இந்த வூடு தூங்கத் தொடங்கி எவ்வளவோ காலமாயிட்டுது. அம்மாவுக்கு இங்கேர்ந்து போகச் சுத்தமா மனமேயில்லை. நான் எப்படி இங்கோந்து போவேன்னு சொல்லி அழுதே பூட்டா...”

“ஆமாமாம். நாங்கதான் – சமாதானம் சொல்லி ரயிலேத்தி விட்டோம்” என்று நம்பியார் குறுக்கிட்டார்.

“இப்போ ஏதாச்சும் புரொப்பஸல் இருக்கா?” என்று கேட்டாள் ரேவதியின் தாய்.

“என்ன புரொப்பஸல்?”

“ஏங்க...” என்றவள் தன் கணவரை நோக்கினாள்.

“ராமகிருஷ்ணனுக்கு ஒரு பொண்ணைத் தேடற பொறுப்பை நாமே ஏற்றுக் கொள்ளலாமே!”

சிறியதொரு இகழ்வும் உதவி செய்வதான போலியுமெல்லாம் அவர்களுடைய பேச்சுக்களில் உள்ளதாக சந்தேகித்தான். தங்கள் மகள் ரேவதி கோபுவின் மனைவியாக இங்கே வராதது பற்றிய குறை அவர்களின் எண்ணத்தில் இருக்குமோ?

“அதுல என்ன சிரமம்? பேங்க் ஆபீஸருக்கெல்லாம்தான் கல்யாணச் சந்தையில நல்ல டிமாண்டாச்சே? ஜாதகக் காப்பி ஒன்னை என் கையில கொடுத்து வைப்பா.”

வீட்டுப் படியில் டாக்ஸி வந்து நின்றது. அவர்கள் போவதற்குத் தயாரானார்கள்.

“சரி, மீதிய ராத்திரிக்குப் பேசலாமே” என்றார் நம்பியார் .

“ஈவ்னிங்கில்தான் ஃப்ளைட். ராத்திரி வர்றதுக்கு நேரமா யிட்டுதுன்னா காலைல பார்க்கலாம்.”

“சரி.”

உள்ளே போகத் தொடங்கிய ரேவதியின் தாய் திரும்பி வந்து, “வேலைக்காரங்கள ஏற்பாடு செய்யற வரைக்கும்

சாப்பாடு காப்பியெல்லாம் எங்க வீட்டுலேர்ந்தே நடக்கட்டுமே?" என்று கூறினாள்.

"சரிங்க. பார்க்கலாம்..."

டாக்ஸி புழுதியைக் கிளப்பிக் கொண்டு மறைந்தபோது, 'இன்னிக்கு ரேவதி வருகிறாள்! திருமதி ரேவதியை இன்னும் கண்டதில்லை. மனைவியாகவும் ஒரு குழந்தையின் தாயாகவும் ஆகிவிட்ட ரேவதி இப்போது எப்படி இருப்பாள்? பருமனாகி, லிப்ஸ்டிக்கும் ரூஷும் பூசிய ஒரு சொஸைட்டி லேடியாகி, வெளிநாட்டு வாழ்க்கையின் ஆர்ப்பாட்டத்தோடு....

ரேவதியைக் கடைசியாக எப்போது பார்த்தோம்? நினைவுப்படுத்த முயன்றான். கோபுவின் திருமணத்திற்குப் பின்புதான்.... அந்த திருமணத்திற்கு அவள் வரவில்லை. ரேவதிக்குள்ளே, நிராசையாகி விட்ட ஒரு காதலி விம்மி அழுது கொண்டிருக்கலாம்.... அப்போதுதான் கோபு மேல் தனக்கு வெறுப்பு தோன்றியது. ஆனால்...

பிராக் அணிந்து துள்ளி விளையாடும் பருவத்தில்தான் ரேவதி பக்கத்து வீட்டில் வசிக்கத் தொடங்கினாள். நம்பியாருக்கு அப்போது சிங்கப்பூரில் வேலை. ரேவதியின் 'பிரைமரி ஸ்கூல் படிப்பு' சிங்கப்பூரில்தான். தாங்கள் சொந்த ஊருக்கே என்றைக்காவது திரும்பி வரவேண்டியது இருக்கும் என்ற காரணத்தால் அங்கேயே ரேவதிக்கு மலையாளம் எழுதவும் படிக்கவும் கற்றுக்கொடுத்திருந்தார் நம்பியார். வீட்டிலும் மலையாளம் மட்டும் தான் பேச முடியும். அவையெல்லாம் பிற்காலத்தில் மிகவும் நல்லதாயிற்று. ஊருக்கு வந்து கொஞ் சகாலம் டியூஷன் எடுத்த பின் ரேவதியை ஸ்கூலில் சேர்க்க அவர்களுக்குச் சிரமம் ஒன்றும் ஏற்படவில்லை.

பச்சை யூனிஃபாரமும் வெள்ளை சாக்ஸும் ஷூவும் அணிந்து மினு மினுப்புடன் காரில் ஏறி பள்ளிக்குச் செல்லும் ரேவதியைப் பார்க்கும்போது ஆரம்பத்திலெல்லாம் ஆச்சரியமாக இருந்தது. ஆங்கிலமும் மலையாளமும் கலந்து சடபடாவென்று பேசியும் சிரித்தும் சுற்றித்திரியும் ரேவதி எல்லோராலும் கவரப்பட்டாள். அருகிலுள்ள அவர்கள் வீட்டின் பணி நடந்து கொண்டிருக்கும் போதுதான் நம்பியார் அடிக்கடி தன் குடும்பத்துடன் வந்து கொண்டிருப்பார். அப்படிப்பட்ட சமயங்களில் அம்மா அவர்களுக்கு விருந்து உபசரிப்பவளானாள்.

புது வீட்டில் அவர்கள் நிரந்தரவாசியாகி நாட்கள் செல்லச் செல்ல ரேவதியும் தன் தங்கையின் உற்றதோழியாக மாறினாள்.

ஒருநாள் ரேவதி கிருஷ்ணவேணியிடம், "உன்னோட அண்ணணுக்கு ஏன் ராமகிருஷ்ணன்னு பேரு வைச்சிருக்கீங்க? ராமனும் கிருஷ்ணனும் டிபரன்ஸ் காட்ஸ் அல்லவா?" என்று கேட்டாளாம்.

கிருஷ்ணவேணி அதைச் சொல்லிவிட்டுச் சிரித்தாள். அப்போது கோபம்தான் தோன்றியது. ரேவதியோடு மட்டுமல்லாமல், கிருஷ்ணவேணியின் மேலும், தனக்கு பெயரைச் சூட்டிய அப்பா அம்மா பேரிலும் மற்ற எல்லார் பேரிலும் ஏற்பட்டது. தன் குடும்பத்தில் முன்பு மிகப் பிரபலமாக ஒரு பெரியவர் இருந்திருக்கிறார். அவர்தான் கிருஷ்ணன் மாமன். அவர்தான் கிட்டும்மான் என்னும் பெயரில் அறியப்பட்டார். குடும்பத்திற்கே அவருடைய காலத்தில் தான் சொத்துக்கள் குவிந்தனவாம். அக்காலத்தில் களஞ்சிய அறையில் கூட்டி வைக்கப்பட்டுள்ள நெல் கூம்பாரத்தின் மேல் ஏற்றி வைக்கப்படும் விளக்கின் சுடரொளி, ஐந்துமைல் தூரத்திலுள்ள ஒரு பெரிய பாலத்தின் மேல் நின்று பார்த்தால் கூட தெரியுமாம். அந்த மாமாவின் பெயரிலுள்ள கிருஷ்ணன் ஒலிதான் பின்னால் வந்தவர்களுக்கும் அடைமொழியாக வந்து விட்டது. கோபாலகிருஷ்ணன், இராமகிருஷ்ணன், கிருஷ்ண வேணி – இப்படி. ஆனால், தன்னுடைய பெயரிலுள்ள இப்படிப்பட்டதொரு வித்தியாசமான விஷயத்தை ரேவதி சொன்னபோதுதான் அதைப்பற்றி நினைத்துப் பார்க்கத் தோன்றியது. இராமகிருஷணன்! இது ராமனின் பெயருமல்ல. கிருஷ்ணனின் பெயருமல்ல; கோபாலகிருஷ்ணன் என்பது சாட்சாத் கிருஷ்ணனின் பெயர்தான். கிருஷ்ணவேணியோ? என்ன ரோதனையோ! தன் பெயரில் மட்டும்தானே சிரிப்பதற்கான காரணத்தை ரேவதி கண்டு பிடித்திருக்கிறாள் என்பதை நினைத்தபோது அவள்மேல் ஒருவித பகையுணர்வு தான் தோன்றியது. அதன் பிரதிபலிப்பு தன் முகத்தில் எப்போதும் இருந்ததினால்தான் ஆரம்ப காலங்களில் ரேவதி தன்னுடன் நெருங்குவதற்கான ஆர்வத்தைக் காண்பிக்காமல் இருந்தாளோ? அல்லது அவள் நெருக்கத்தைக் காண்பித்து வரும்போது தான் வெறுப் போடு தலையைத் திருப்பிக் கொண்டதால் இருக்கலாமோ? எது எப்படியோ, அப்போது

உயர்நிலைப் பள்ளியை அடைந்திருந்த கோபுவோடுதான் அவள் வேகமாக நெருங்கவும் கூடிப் பழகவும் தொடங்கினாள்.

'கோபண்ணா, இந்த, கணக்கைக் கொஞ்சம் சொல்லிக் கொடுங்க... இந்த எஸ்ஸேயைக் கொஞ்சம் திருத்தித் தர்றீங்களா... இந்த கவிதையோட அர்த்தம் என்ன கோபண்ணா ... இப்படிப்பட்ட சந்தேகங்களுடன் அவள் கோபுவை நெருங்குவாள். அவளுடைய கணக்கும் கட்டுரையுமெல்லாம் ஆங்கிலத்தில் இருக்கும். அதனால், தான் அவைகளைப் பார்ப்பதால் பலனொன்றும் இல்லை என்று தெரியும். ஆனால், கோபுவோ, தான் படித்துக் கொண்டிருக்கும் புத்தகத்தை மூடி வைத்துவிட்டு ரேவதிக்கு கற்றுக் கொடுக்கத் தொடங்குவான்.

"அம்மா, கோபு அண்ணன் ரேவதிக்கு மட்டும்தான் கணக்குச் சொல்லிக் கொடுக்கறான். எனக்கொன்னும் சொல்லிக் கொடுக்கலை" என்று கிருஷ்ணவேணி சில சமயங்களில் அம்மாவிடம் புகார் கூறுவதை தான் கேட்டதுண்டு.

"கிருஷ்ணாவுக்கும் சொல்லிக் கொடு, கோபு"என்று அம்மா அடுக்களையில் இருந்தவாறே கூறுவாள் : "இல்லேன்னா அங்க சின்னவன் இருப்பானே! அவன்கிட்டே கேளு" என்றும் சொல்வாள்.

அக்காலத்திலேயே தன் எதிர்கால மருமகளை அம்மா ரேவதியிடம் கண்டிருப்பாளோ என்றுகூட சந்தேகிக்கத் தோன்றும்.

பிற்காலத்தில் வயது வந்த பின் 'கோபு அம்மா'என்றழைத்துக் கொண்டே, மிகவும் இறக்கமுள்ள பாவாடையைக் கொஞ்சம் தூக்கிப் பிடித்தவாறு வேலியைத் தாண்டி அவள் வருவாள். கோபுவிடம் சந்தேகம் கேட்பது படிப்படியாக குறைந்து வந்தது. என்றாலும், வேறு ஏதாவது காரியத்துக்கு வருவதுபோல் அவள் வீட்டிற்கு வந்து கொண்டிருந்தாள். அப்போது, கல்லூரி காளையாகப் பரிணமித்துவிட்ட கோபுவின் பார்வையைப் பெறுவதற்கு அவளின் முகம் துடிப்பதும், அடக்கிய புன்னகையுடன் அவள் ஓடி மறைவதும் எல்லாம் கவனத்தில் பட்டுக் கொண்டிருந்தன.

ஒரு ஓணப்பண்டிகை விடுமுறை. கோபு கல்லூரி விடுமுறையில் வீட்டிற்கு வந்திருந்தான். தன்னுடைய பள்ளிக்கூடமும் விடுமுறை விடப்பட்டிருந்தாலும் ஸ்பெஷல்

கிளாஸ் உண்டு. அன்று வகுப்பு முடிந்து மதியம்தான் வீட்டுக்கு வர முடிந்தது. வராந்தாவினுள் நுழைந்தபோது கூடத்திற்கு அருகிலுள்ள அறையிலிருந்து அமுக்கமான பேச்சுக் குரல் கேட்டது. கோபுவின் குரல்தான் அது. சில எதிர்ப்புக்காட்டும் முனகலிலிருந்தும் குலுங்கிய சிரிப்பிலிருந்தும் இன்னொரு நபரும் உள்ளதாகவும், அது ரேவதிதான் என்பதும் புரிந்தது.

"ஏன் கூப்பிட்டீங்க? அதைச் சொல்லுங்க–" இது ரேவதி.

"உனக்கு இன்னிக்கு ஸ்பெஷல் கிளாஸ் இல்லியா, ரேவதி?"

"இல்ல–"

"தம்பிக்கு இருக்கிறதே!"

"எங்களோட போர்ஷன் முடிஞ்சுட்டுது. அதனால, இனிமேல் வீட்டிலேயே படிச்சா போதும்."

"உனக்கென்ன ரேவதி, படிக்கறதுக்கா கஷ்டம்? உனக்குதான் எப்போதும் நல்ல ரேங்க் இருக்கறதே? மிட்டேர்ம் டெஸ்டுக்கு உனக்கு என்ன ரேங்க்?"

"செகண்ட்தான்."

"அடுத்த வருஷம் என் காலேஜிலேயே சேர்க்கணும்னு அப்பாகிட்டே சொல்லிடு."

"ஏன்?"

"ஏனா? நான் தினந்தோறும் இந்த செல்ல ரேவதியைப் பார்த்துக் கொண்டே இருக்கணும்!"

மௌனம்.

"ஏன் பேசலை?"

"பக்கத்துலேயே விமன்ஸ் காலேஜ் இருக்கும்போது.... அப்பா என்னை விமன்ஸ் காலேஜ்லதான் சேர்ப்பாரு."

"அந்தக் காட்டுப் புறத்துல போயி படிக்க முடியாதுன்னு நீ சொல்லிட வேண்டியதுதானே, ரேவதி?"

"அதெல்லாம் பாஸ் பண்ண பின்னால பாத்துக்கலாம், கோபு?"

"ரேவதி, நீ நல்ல ராங்கோடவே, பாஸாவே. யூ ஆர் ஏ ப்ரில்லியண்ட் கேர்ள்."

"ஆமாம்!"

"ஓணம் முடிஞ்ச உடனே நான் போய்டுவேன். அதனால, கங்கராஜுலேஷன்ஸ் அண்ட் பெஸ்ட் விஷஸ் இன் அட்வான்ஸ்."

பதிலில்லை.

"கடவுளே, ஒரு தேங்க்ஸ் கூடவா உன்னால சொல்ல முடியலே?"

"தாங்க் யூ வெரிமச்"என்று ரேவதி மெல்லியக் குரலில் கூறினாள்.

"தாங்க்ஸ் சொன்னால் மட்டும் போதாது."

"பின்னே?"

"பின்னே... நடந்து காட்டணும்."

"அதெப்படி?"

"இங்க கிட்டே வா ..." நாற்காலியை நகற்றும் சப்தம் தொடர்ந்து ரேவதியின் சிணுங்கல் சிரிப்பு.

"வேண்டாங்க. 'கோபு அம்மா' கூப்பிடறாங்கன்னு பொய் சொல்லிட்டுதான் நான் இங்க வந்தேன்!"

"அதுக்கு இப்போ என்ன?"

"அம்மா அங்கேர்ந்து கவனிச்சிக்கிட்டு இருப்பாங்க."

"அப்படியா! உன் அம்மாவுக்கு ஞானக்கண்ணா ரேவதி. அங்கே இருந்துகிட்டே இங்கே நடக்கறத கவனிக்க?"

"நான் போறேன் கோபு!"

"என்னைப் புடிக்கலியா ரேவதி? அப்படின்னா, போ."

"உங்களைப் புடிக்கலைன்னு இப்போ யாரு சொன்னாங்க?"

"பின்னென்ன இப்படி நடந்துக்கறே? ப்ளீஸ்..."

ஒரு நிமிடம் நிசப்தம். அப்புறம் ரேவதியின் துண்டு துண்டான வார்த்தைகள்...

"போதும். விடுங்க... விடுங்க கோபு..."

தான் நிற்குமிடமே தன்னைச் சுட்டெரிப்பதுபோல் இராமகிருஷ்ணனுக்குத் தோன்றியது. புத்தகங்களை அந்த அறை

தமிழில்: குறிஞ்சிவேலன் | 47

யில்தான் வைக்க வேண்டும்! மார்பு வேகமாகத் துடிக்கிறது. அம்மா எங்கே போயிருப்பாங்க...?

திரும்பி முற்றத்தில் துள்ளிக் குதித்து இறங்கியதும் புத்தகம் முழுவதும் சிதறி விழுந்ததும் ஒரே நேரத்தில் நடந்து முடிந்துவிட்டது. அதே நிமிடத்தில் ஒரு சிணுங்கல் சிரிப்புடன் வெளியே ஓடிவந்த ரேவதியும் தன்னைக் கண்டு விட்டாள். தான் குனிந்து புத்தகங்களை ஒவ்வொன்றாக பொறுக்கிக் கொண்டிருப்பதற்குள் ரேவதி முற்றத்தில் இறங்கி வேலிக் கருகிலுள்ள வழியில் தன் வீட்டை நோக்கி நடந்தும் சென்று விட்டாள்.

"படிக்கற புத்தகத்த கூட கொஞ்சம் கேர்புல்லா பார்த்துக்க முடியலியா உனக்கு?" என்று வாசற்படியில் வந்து நின்ற கோபு கமென்ட் அடித்தான்.

கோபத்தைத் தனக்குத்தானே அடக்கிக் கொண்டான் இராமகிருஷ்ணன்.

அடுத்த வருடம் பிறப்பதற்குள் கோபு காலேஜ் படிப்பை முடித்துவிட்டு பூனாவுக்குப் போய் விட்டிருந்தான். பலவித பிடித்தங்களும் போக கையில் கிடைக்கும் அப்பாவின் துச்சமான சம்பளம், காய்க்காமல் நிற்கும் தென்னைகள், விவசாயப் பணியில் அசாத்தியமான கூலிச்செலவு – இவற்றோடு கோபுவின் கல்லூரி செலவுகளும் சேர்ந்து அப்பாவை மிகப்பெரும் பண நெருக்கடிக்குள்ளாக்கியது. அப்படி இருக்கும்போதுதான், அந்தக் காலத்தில் செல்வச் செழிப்பில் மிதக்கும் அப்பாவின் பழையதொரு சிஷ்யன் மூலம் ஒரு செய்தி கிடைத்தது. அதன்படி, கோபுவுக்கு பூனாவிலுள்ள ஒரு மல்டிமிலியன் கம்பெனியில் எக்ஸிக்யூடிவ் டிரெயினியாக நியமனம் கிடைப்பதற்கு அதிகக் காலம் ஒன்றும் பிடிக்கவில்லை. ஒரு வருட டிரெயினிங்குக்கு பின் அங்கே நிரந்தரமான அப்பாயிண்ட்மென்டும் கிடைத்தது.

முதல் முறை விடுப்பில் வரும்போது வீட்டுக்கான பொருள்களோடு ரேவதிக்கும் ஒரு பரிசுப் பொட்டலத்தை கோபு கொண்டு வந்தான்.....

ஊரைவிட்டு போனபின் கிருஷ்ணவேணியின் திருமணத்தின் போதுதான் இராம கிருஷ்ணன் முதன் முதலில் கிராமத்துக்கு வந்தான். அதற்குள் தேயிலைக் கம்பெனியை விட்டுவிட்டு

ஊட்டியிலுள்ள ஒரு பேங்கில் வேலை கிடைத்திருந்தது. ரேவதிக்கு அப்போது பி.எஸ்ஸி. 'கடைசி வருஷம். விடுப்பு எடுத்துக் கொண்டு அவளும் திருமணத்திற்காக வந்திருந்தாள், அப்போது கம்பெனி காரியமாக கோபு சென்னையில் இருந்தான். திருமணத்திற்கு இரண்டு நாட்கள் முன்பு வந்து மறுநாளே போயும் விட்டான்.

கிருஷ்ணவேணியின் திருமணம் முடிந்ததும் கோபு விஷயம் தானாகவே விவாதத்திற்கு வந்தது. அப்பா அம்மாவுக்குள் நடந்த உரையாடலில் சில விஷயங்களும் தெளிவாயிற்று.

"இனி கோபுவோட விஷயம்தானே?" என்று கேட்டுவிட்டு, "எது எப்படியோ அவனுக்காக பொண்ணு தேடற வேலை எதுவும் தேவையிருக்காது" என்று பதிலையும் கூறினாள் அம்மா.

"ஏன் அப்படிச் சொல்றே?" என்று கேட்டார் அப்பா.

"ரேவதி இருக்கிறாளே?"

அப்பா ஒரு நிமிடம் நிசப்தமாகி விட்டார்.

"அப்போ, நீங்க எல்லாரும் சேர்ந்து இத நிச்சயித்துட்டீங்களா?"

"நிச்சயிக்கவுமில்ல, ஒண்ணுமில்ல. கோபுவுக்கு அவகிட்டே பிரியம்னு தெரியும். ரேவதிக்கும் கோபுவை ரொம்பவும் பிடிச்சிருக்கு."

"அப்படி அவங்க ரெண்டு பேருக்கும் மட்டும் புடிச்சா போதுமா?"

"ஜாதகம் பார்க்கணும். அதானே? மீதி விஷயங்களெல்லாம்தான். அவங்கவங்களுக்குத் தெரியுமே?"

"முழுசும் தெரியாது. ஆனா, நம்பியாரு என்கிட்டே தன் விஷயம் எல்லாத்தையும் சொல்லியிருக்காரு. தன் கல்யாண விஷயமாத்தான் அவரு ஊரைவிட்டே போனாராம். சிங்கப்பூருக்குக் கப்பல் ஏற வேண்டிய நிலைமையும் அதனாலதான் ஏற்பட்டதுன்னும் சொன்னாரு" என்று ரேவதியின் வீட்டைப் பற்றி சொல்லத் தொடங்கினார் அப்பா.

"அதென்ன சங்கதி?"

"என்ன! உன் வூட்டு பெரியவங்கள்லாம் சொல்லுவாங்களே, குலப் பெருமைன்னும், குடும்பப் பெருமைன்னும் அதான்."

"அதுக்கும் எங்க பெரியவங்களைத்தான் குத்தம் சொல்லணுமாக்கும்.

"எப்படி சொல்லாம இருக்க முடியும்? என்னோட ஆலோசனை வந்தப்போ உங்க ராவுண்ணி மாமா என்ன சொன்னாருன்னு தெரியுமா? குடும்பப் பெருமையுள்ள குடும்பத்தைச் சேர்ந்தவன்தான்னாலும் வாத்தியாருதானேன்னும், 'சம்பளம் வாங்கறவன் ஒரு கூலிக்காரன் தானேன்னும் சொல்லலையா. இப்போ புரியுதா?"

"அதெல்லாம் போவட்டும் போங்க" என்று கூறிய அம்மா தாழ்ந்த குரலில், "அப்போ ரேவதியோட அம்மா இருக்காங்களே... அவங்க நல்ல குடும்பத்தச் சேர்ந்தவங்க இல்லியா?" என்று கேட்டாள்.

"சில குருட்டு நம்பிக்கைகளையும் அபத்த எண்ணங்களையும் பற்றி நான் உன் மனசைத் தெரிஞ்சிக்கத்தான் கேட்டேன். எனக்கு இந்த விஷயத்துல பூர்ண திருப்தி. ஆனால், நம்ம குடும்பத்துல இன்னும் சில பெரியவங்க உயிரோட இருக்காங்களே. அவங்க கிட்டேல்லாம் இதைப் பத்திச் சொல்லி, அவங்க ஆசீர்வாதத்தையும் பெற்று காரியத்தை நடத்த முடியுமாங்கறதுலதான் எனக்குச் சந்தேகமா இருக்கு."

"எல்லார் கிட்டேயும் சொல்லலாம். யாரும் தடுக்க மாட்டாங்க!"

பல மாதங்களுக்குப் பின் அம்மாவின் கடிதம் கிடைத்த போது ஆச்சரியம்தான் ஏற்பட்டது.

"கோபுவோட கல்யாணத்த நிச்சயித்திருக்கோம் அச்சு அண்ணன் மகள் 'லட்சுமி'தான் பொண்ணு. இந்த மாதம் பதினைந்தாம் தேதி நிச்சயதார்த்தம். அடுத்த மாதம் ஒண்ணாம் தேதி கல்யாணம், அவங்க வீட்டிலதான் நடக்கப் போறது ... நீ முன்னாடியே விடுமுறை எடுத்துக் கொண்டு வருவாயல்லவா..."

ஊருக்கு வந்தபோதுதான் நடந்த விவரங்கள் தெளிவாகப் புரிந்தன. அம்மா, தன் மகனின் மணமகளாக ரேவதியைத்தான் பார்த்திருக்கிறாள். அதன்படி, கல்யாண யோசனையின் முதல் கட்டத்திலேயே அப்பா சொன்னதுபோல் தடைகள் ஏற்பட்டு விட்டனவாம். காலங்காலமாக காத்துவந்த பாரம்பரியப் பெருமைகளின் கட்டுப்பாட்டை உடைத்தெறியத்தான் அப்பாவும் அம்மாவும் முதலில் தீர்மானித்திருக்கிறார்கள். அந்தத்

தீர்மானத்தின்படி முன்னோக்கிப் போனப்போதுதான் மற்றொரு பிரச்சினை எழுந்திருக்கிறது – இரண்டு ஜாதகங்களுக்குள்ளும் பொருத்தம் இல்லையாம்.

"எந்தவொரு வகையிலும் சேர்க்க முடியாத ஜாதகங்கள் இவை" என்று குஞ்ஞுண்ணி ஜோதிடர் உறுதிபட கூறி விட்டாராம். "அப்புறம் ஒரு பிடிவாதத்தில் கல்யாணத்தை நீங்க நடத்திடலாம்னு நினைக்கலாம். ஆனா, அது கூடாதுங்கறதுதான் என்னோட பலமான அபிப்ராயம்."

அந்த வார்த்தைக்கு முன்னால் அம்மா தோல்வியடைந்துவிட்டார். அப்பா அப்போதும் உறுதியாக நின்றிருக்கிறார். அதன் பின்தான் திடீரென காற்று திசைமாறி வீசியிருக்கிறது. மாமாவுக்கு அப்படியொரு ஆசை இருக்கிறதென்றால் அதன்படியே நடக்கட்டும் என்று கோபுவே சொல்லிவிட்டானாம்.

அதற்கானக் காரணம்கூட, லட்சுமியோடு கோபுவுக்குக் கல்யாணம் முடிந்தபின்தான் தெரிந்தது. அச்சு மாமாவின் ஒரு பெரிய தென்னந்தோப்ப கோபுவின் பெயருக்கு மாறி விட்டது என்பது தெரிந்தது. அது மாமாவின் இஷ்டதானம்! அப்புறம் லட்சுமி கருப்பாகயிருந்தால் என்ன, குள்ளமாக இருந்தாலென்ன? அச்சு மாமன்தான் ஜோதிடரை வசப்படுத்தி ஜாதகத்தில் குழப்பத்தை உண்டாக்கி விட்டார் என்று சொல்கிறார்கள் ... எப்படியோ, திருமணம் ஆடம்பரமாகவே நடந்தது. – ராகவன் நம்பியாரும் அவருடைய மனைவியும் பக்கத்து வீட்டுக்காரர்கள் என்றில்லாமல் வீட்டுக்காரர்களைப் போலவே எல்லாவற்றிலும் , முழு மூச்சாகக் கலந்து கொண்டு ஓடியாடி வேலை செய்தார்கள். பெண் வீட்டிற்குப் போவதற்கு கார்கள் வரிசையிட்டபோது ஜனங்களை இடிபாடு இல்லாமல் வரிசையாக வண்டிகளில் ஏற்றுவதற்கும் கட்டளைகளைப் பிறப்பிப்பதற்கும். நம்பியார் ஒரு இளைஞனின் சுறுசுறுப்புடன் ஓடித் திரிந்தார்... ஆனால், ரேவதி திருமணத்திற்கு வரவில்லை. யாரும் அவளைப் பற்றி விசாரிப்பதை தன் காதால் கேட்கவும் முடியவில்லை.

திருமணத்திற்குப் பின்னுள்ள விருந்துகளும் மற்றவைகளும் முடிந்து கோபு புதுமணப் பெண்ணை அழைத்துக் கொண்டு பூனாவுக்குச் சென்றான். அங்கே கம்பெனிக்குச் சொந்தமான குவார்ட்டர்ஸ் இருக்கிறதாம். அங்கே எல்லா ஏற்பாடுகளையும்

செய்துவிட்டுத்தான் கோபு கல்யாணத்துக்கு வந்தானாம். தனக்குக் கூட இன்னும் சில நாட்கள் விடுமுறை உண்டு. அப்பா அப்போது கொஞ்சம் தூரத்திலுள்ள பள்ளிக்கூடத்தில் பணியாற்றினார். அதனால், வார இறுதியில்தான் அவர் வீட்டுக்கு வந்து செல்வார்.

பகல் தூக்கத்திற்குப் பின் சோம்பலான மாலை நேரம் வராந்தாவில் கிடந்த சாய்வு நாற்காலியில் வந்து படுத்தான் இராமகிருஷ்ணன். ரேவதியின் வீட்டிலுள்ள கார் போர்ச்சுக்கு மேலே படரவிட்ட வள்ளிக் கொடி நிறைய நீலநிறப் பூக்கள் தெரிந்தன. அது ரேவதியே நட்டு வளர்த்ததாம்.

"இந்த பூவிற்கு எத்தனை நிறங்கள் உண்டென்று சொல்ல முடியுமோ?" என்று ரேவதி ஒருமுறை கேட்டாள்.

"ஒரே நிறம்தான்."

"இல்ல, மூணு நிறம்," என்ற ரேவதி, "காலைல இளம் நீலம், மத்தியானம் வயலட், சாயங்காலம் வாடி விட்டால் கரும் நீலம்" என்று கூறினாள்,

"அதுசரி, சமயத்துக்குத் தகுந்தாற்போல் நிறம் மாறும் டைப்பு."

"ஆமாம். சமயத்துக்குத் தகுந்தாற்போல் நிறம்மாறும் ஆளுங்களைப்போல" என்று கூறிய ரேவதி சிரித்தாள். கிருஷ்ணவேணியின் திருமணம் முடிந்தவுடனேதான் இந்த சம்பவம் நடந்தது. அப்புறம்தான் அந்தப் பூக்களைக் கவனிக்கத் தொடங்கினான் இராமகிருஷ்ணன்.... நிறம்மாறும் ஆட்களைப்பற்றி ரேவதி சொன்னது எதனால் என்று அன்று அவனுக்குப் புரியவில்லை.

ரேவதியைப் பற்றி நினைத்துக் கொண்டிருந்தபோது ஓர் அற்புதம் நேர்ந்தது. வெகு தூரத்திலுள்ள கல்லூரியில் படிக்கும் ரேவதி, கல்யாணத்திற்கு வராதிருந்த ரேவதி திடீரென மலர்ந்த மலரைப் போல தன் முன்னால் வந்து நிற்கிறாளே!

"இதென்ன ஆச்சரியம்! ஒருத்தரைப் பற்றி நினைச்சிக்கிட்டு இருக்கும்போது அவரே நேரில் வந்து நின்றால்...!"

"நீங்க என்னைப் பற்றியா இப்போ நினைச்சீங்க இராமகிருஷ்ணன்?"

"சத்தியமா; ஆமாம்"என்ற இராமகிருஷ்ணன், டெரஸைச் சுட்டிக்காட்டி, "அந்த நீலப் பூக்கள் இருக்கில்லே, அதைப் பத்தி நீ சொன்ன விஷயத்தையெல்லாம் நினைச்சுக்கிட்டு இருந்தேன்," என்று கூறினான்.

ரேவதியின் முகம் சிறிது மங்கியதோ?

"நீங்க வந்திருக்கிறதா அம்மா சொன்னாங்க; எத்தனை நாள் லீவு?"

"இன்னும் நான்கு நாட்கள் இருக்கு. ஏன் உக்காரலியா?"

ரேவதி அரைத் திண்ணையிலுள்ள தூணில் சாய்ந்து அமர்ந்தாள்.

"ஏன் மேரேஜுக்கு வரலை?" என்று மனப்பூர்வமாகவே கேட்டான் இராமகிருஷ்ணன். கொஞ்சம் தெரிந்த விவரங்கள்தான். என்றாலும் கேட்காமலிருக்கவும் முடியவில்லை. முக்கியமாக, மிகச் சமீபத்தில் பெரியதொரு நிகழ்ச்சி நடந்தும் அதற்கு வராமல் .... இப்போது மட்டும் ......

"வர முடியாமல் போய்ட்டுது. எல்லாம் கிராண்டா நடந்திச்சில்லே?"

"நீ வராத குறை ஒண்ணு இருந்ததே, ரேவதி," என்று அவள் முகத்தில் நிழல்கள் படுகின்றனவா என்று சாடை யாக நோக்கியவாறு சொன்னான்.

"அதெல்லாம் சும்மா" என்ற ரேவதி, புன்னகையுடன், "எப்படியோ எல்லாம் நல்லா நடந்துட்டுதில்லே" என்று கூறினாள்.

அத்துடன் அந்த உரையாடலும் முடிந்தது. மேலும் ஒரு நிமிட நேரம் அமர்ந்திருந்துவிட்டு ரேவதி எழுந்து கொண்டாள்.

"அம்மா எங்கே?"

"கோபுவோட அம்மாவா?" என்று குறும்பாகக் கேட்டான்.

"ரெண்டு பேரோடவும் அம்மாதான்."

"கோபுவோட அம்மாங்கற அழைப்பை மாற்றிட்டியா? அதைத் தெரிஞ்சுக்கத்தான் கேட்டேன்."

"இனிமே இராமகிருஷ்ணனோட அம்மான்னே கூப்பிடறேன் ... போதுமா?"

“உக்காரு. அம்மா மத்தியான மயக்கத்துல இருக்காங்க”

“உங்க பேங்குல தினந்தோறும் புதிய புதிய பிராஞ்சுங்க திறக்கிறாங்கபோலிருக்கே...” என்ற ரேவதி மீண்டும் அமர்ந்து கொண்டு, “அடிக்கடி பேப்பர்ல பார்க்க முடியுது. இன்ன இடத்துல இத்தனையாவது கிளை திறக்கப்படுகிறது என்று. அதிலேயே ஒரு விவசாயினுடையதும் காளையினுடையதுமான படம்”என்று கிண்டலாகக் கூறினாள்.

“ஆமாம், குடத்துக்குள்ளேயுள்ள பூதம் வெளியே வந்தது போலத்தான் இதுவும். அந்தக் காலத்துல கோயம்புத்தூர்லவுள்ள ஒரு செட்டியார் வட்டிக் கடையாக தொடங்கியதாம் இது ... சீக்கிரமாவே நம்ம ஊர்லேயும் ஒரு கிளை வந்துடும்?”

“எனக்கு உங்க பேங்குல ஒரு வேலை கிடைக்குமா?”

“உனக்கா?”

“என்ன வேலைன்னாலும் ஏத்துக்கத் தயார்.”

“நீ மேல படிக்கப் போறதில்லையா ரேவதி?”

“படிப்புதான் இந்த வருஷத்தோட முடியுதே! இனிமே, வீட்டுல, அதுவும் இந்த ஊருல சும்மா உட்கார்ந்திருக்கற விஷயத்த நினைக்கவே முடியாது.”

“ஏன், சும்மா உக்கார்ந்திருக்கப் போறே? பி.ஜி.க்குப் போயேன்?

“ஊகும் முடியாது.”

“சரி, உனக்கு அவசியம் ஒரு வேலை வேணும்கறதப் பத்தி, உங்க வூட்லவுள்ள யாருக்காச்சும் தோண வேண்டாமா?”

“எனக்குத் தோணிச்சு. அதான் சொன்னேன்?”

“அது மட்டும் போதாது. நல்ல பணக்கார தாய் தந்தையோட ஒரே மகள் நீ. நீ போய் சாதாரண ஒரு பிரைவேட் பேங்குல கிளார்க் வேலைக்குப் போறதுங்கறது உலக வழக்கத்துக்கே சரிப்படாதே! அது மட்டுமல்ல...” என்று கூறியவன், தன் தாய் எழுந்திருக்கவில்லை என்பதை உறுதிப் படுத்திக் கொண்டு, “நீ சாதாரண ஒரு பெண்ணா?” என்று கேட்டான்.

“பின்னே, நான் என்ன ரொம்ப பெரிய ஸ்ட்ரேஞ்சோ?”

“ஸ்ட்ரேஞ்சில்ல. தேவைக்கு அதிகமாகவே அழகு, புத்தி, ப்ளீஸிங் மேனேர்ஸ்...”

“போதும், போதும். கிண்டலடித்தாலும், காம்ப்ளிமென்டுக்கு தேங்ஸ்.”

“இனிமே படிப்பை நிறுத்தப் போறேங்கறியே ஏன்? உனக்கொரு – சூட்டபிள் அலயன்ஸ சீக்கிரமே கண்டு புடிப்பாங்க. அப்புறம் தீர்ந்துடும்லே உன் பிராப்ளம்?”

“ஆமாம். அது ஒன்னு இல்லாத பிராப்ளம்தான்” சாலையின் முனையில் உள்ள சுருக்கங்களை நீட்டியவாறு ரேவதி மெல்ல கூறினாள். அவள் மேலும் ஏதாவது கூறுவாள் என்று நினைத்தான். அது நடக்க வில்லை. ஒருமுறை சிரித்துவிட்டு அவள் எழுத்து கொண்டாள்.

“சரி, விடுங்க அப்புறம் வறேன்?”

“அயாம் சாரி, உக்காரு. நான் அட்மாஸ்பியரையே ஸ்பாயில் பண்ணிட்டேன்.”

“அப்படியொன்னுமில்ல.”

“அப்படின்னா உட்காரு. நான் ஒரு விஷயத்தப் பத்தி கேட்கணும்.”

“என்னது அது?” என்று அமர்ந்து கொண்டே ரேவதி கேட்டாள்....

“கேட்டால் ஃபிராங்காக பதில் சொல்லுவியா?”

“நான் ரொம்பவும் ஃபிராங்காக ஆனதுனாலதான் இந்த குழப்பமெல்லாம்னு எல்லாரும் சொல்றாங்க. இருந்தாலும் கேளுங்க, பதில் சொல்ல முடியறதான்னு பார்க்கறேன்.”

“கோபு மேலே உனக்குக் கோபம் வரலையா, ரேவதி.”

ரேவதி சட்டென முகம் குனிந்தாள். அதற்குப் பதில் இடைக்க ஒரு நிமிடமாயிற்று.

கோபமும் வெறுப்பும் தோணிச்சுதான், ஃபிராங்காக பதில் சொல்லணும்னுதானே சொன்னீங்க, அதனாலே சொல்றேன். கோபமும் வெறுப்பும் தோன்றியது உங்க அண்ணன் என்னைக் கல்யானம் செய்யலைங்கறதுக்காக ஒண்ணுமில்லே, இராமகிருஷ்ணன்.”

"பின்னே?" – திண்ணையில் விரலினால் பொய்ச் சித்திரங்களை வரைந்து கொண்டிருந்த ரேவதியை ஆச்சரியத்துடன் நோக்கினான். "உனக்கு அதை நினைச்சி துக்கம் தோணலையா?"

"இல்லே."

"பின்னே ஏன் நீ மேரேஜுக்கு வரலை?"

"குறுக்கு விசாரணை கொஞ்சம் அதிகமாப் போகுது"என்றாள் ரேவதி.

அதைக் கேட்டதும் தன் முகத்தில் தோன்றிய சோர்வை கண்டுவிட்டோ என்னவோ, தான் சொன்னது கொஞ்சம் அதிகப்படியாக விட்டதோ என்று நினைத்து அவள் சிரித்தாள்.

"உங்களுக்குத் தெரியாதா இராமகிருஷ்ணன்? நான் கல்யாணத்துக்கு வந்திருந்தா என்னைச் சுட்டிக்காட்டி, யாராவது எதையாவது சொல்ல வேண்டியது வந்திருக்கும். இப்படிப்பட்ட காரியங்கள்ல நாங்கள், அதாவது பொண்ணுங்கதானே பாதிக்கப்படற பார்ட்டியாகிறோம்? அதைத் தவிர்க்க மட்டும்தான் நான் வராததற்குக் காரணம். யாரும் தவறா நினைச்சிக்கக் கூடாதுங்கறதுக்காகத்தான் பிராக்டிக்கல் கிளாஸ் உண்டுன்னு வீட்டுக்குக் கடிதமும் எழுதினேன்."

"கோபு கிட்டே எனக்கு வெறுப்புதான் தோணுது. ஹி ஷுட் நாட் ஹாவ் பிஹேவ்டு லைக் திஸ்."

"ஆனா, உங்களுக்குத் தெரியுமா இராமகிருஷ்ணன்? கோபு என்னைக் கல்யாணம் செஞ்சுக்க மாட்டார்னு எனக்கு முன்பே தெரிஞ்சுட்டுது."

"என்ன?"

"ஆமாம். கிருஷ்ணவேணியோட கல்யாணத்துக்கு முதல்நாளே எனக்கு அது புரிஞ்சுட்டுது."

"கோபு சொன்னானா?"

"இல்லையில்லை... அவையெல்லாம் இனிமே எதுக்கு? முடிஞ்சு போன ஒரு சாப்டர் அது. அப்புறம் அது எல்லார் கிட்டேயும் சொல்லக்கூடிய விஷயமும் இல்லையே!"

"கோபுவோட மனமாற்றத்துக்குக் காரணம் என்ன என்று தெரிஞ்சுக்கத் தோணிச்சு. நிர்ப்பந்தமொண்ணுமில்ல."

"கோபுவோட மனசு மாறியதுக்கு மட்டும் காரணத்தைச் சொன்னா போதுமா? அதுவும் எனக்கு எப்படி அவரு மனசு தெரியும்? என் மனம் மாறிய விஷயம் மட்டும் போதும்னா, சொல்றேன்."

"அப்படின்னா?"

"அப்படின்னா ஒரு உண்மையைச் சொல்றேன், கேளுங்க. எட்டாத திராட்சை புளிக்கும்கற நெலையல நான் இதச் சொல்லல. கோபுவைக் கல்யாணம் செஞ்சுக்க நான் சம்மதிப்பதாகவேயில்ல."

திகைப்போடு ரேவதியின் முகத்தை நோக்கினான் இராமகிருஷ்ணன். தன்னால் முற்றிலும் அறிந்து கொள்ள முடியாதவள்தான் இந்த பெண் என்னும் எண்ணம் முதலில் ஏற்பட்டது. ரேவதி தன் மனதிலிருந்த ஒரு ரகசியத்தைச் சொல்லப் போகிறாள் என்று தோன்றியது. மனித மனதின் ஆழங்களிலுள்ள ஒரு ரகசியம் அது. அதைக் கேட்பதற்காக மனதையும் காதையும் கூர்மைப்படுத்திக் கொண்டு அமர்ந்திருந்தான்.

கிருஷ்ணவேணியின் திருமணத்துக்கு முதல்நாள். அந்த அந்திநேர கலாட்டாவைப் பற்றிதான் ரேவதி சொல்லத் தொடங்கினாள். உள்ளே, சேலைகளையும் நகைகளையும் காண வரக்கூடிய பெண்களின் நெரிசல். ஆண்களெல்லாம் வெளியிலிருந்தார்கள். முற்றத்தில் பந்தல் போடும் வேலை. ஒரு பக்கத்தில் உணவு தயாரிப்புக்கான ஏற்பாடுகள். இராமகிருஷ்ணனும் பந்தலில்தான். கோபு அவ்வேலைகளில் எதுவும் செய்யாமல் தனிமையில் உள்ளுக்குள்ளேயே இருந்தான். ஒரு சந்தர்ப்பம் கிடைத்ததும், 'ரேவதி, ஒன் மினிட்'என்று அழைக்கிறான். அழைத்துவிட்டு, மாடிப் படிகளில் ஏறுகிறான். அங்கே சென்றதும், 'புவனேஸ்வரி பூஜை நடக்கற இடத்தையும் விக்கிரகத்தையும் பார்த்திருக்கிறாயா' என்று கேட்கிறான். 'இல்லை' என்கிறாள். ஆனால், அந்த மாலை நேரத்தில் மூன்றாம் மாடிக்கு ஏன் ஏறத் தோன்றியது என்பது ரேவதிக்கு உடனே தெரியவில்லை.

மேல் தட்டில் ஏராளமாகச் சிலந்தி வலைகள் இருந்தன. தரையில் உடைந்த ஜாடிகளும் பாட்டில்களும் விவசாயப் பணிக்கான பழைய சாமான்களும் கிடந்தன. கால் நடமாட்டத்தைக் கேட்டவுடன் எலிகள் பறந்தோடின. விக்கிரகம் எங்கே இருக்கிறது என்று கேட்டதும் கிழக்கத்திய அறையைச்

சுட்டிக் காட்டினான். அந்த அறையிலும் சிமென்ட் பெயர்ந்து தூசு நிறைந்த தரையில் காண்பதற்கு எதுவும் இருக்கவில்லை. செல் அரிக்கத் தொடங்கிய ஒரு மரத்தின் பீடம் மட்டும் அரண்ட வெளிச்சத்தில் தெரிந்தது. அதற்குள் கோபுவின் தோற்றமே மாறியிருந்தது. குரல் நடுங்க என்னென்னவோ வாக்குறுதிகள், புலம்பல்கள்; ஆண்களின் ஒருவகைக் கீழ்த்தரமான உருவத்தை முதன்முதலாக அப்போதுதான் காண முடிந்தது...

“பிடியை விடவில்லை என்றால் அழுது கலாட்டா செய்து கூட்டத்தைக் கூட்டிவிடுவது என்றுதான் நினைத்தேன்”என்று முகத்தைக் குனிந்து சொல்லிக் கொண்டிருந்தாள் ரேவதி: “ஆனால், சப்தம் போட்டால் எல்லோருக்கும் தெரிந்துவிடும். கிருஷ்ணவேணி இப்போது எவ்வளவு மகிழ்ச்சியோடு இருக்கிறாள் என்பதையும் நினைத்தேன். மகிழ்ச்சி நிரம்பிய இந்தச் சூழல், என்னால் பாழாகக்கூடாது என்று தீர்மானித்தேன். சப்தம் உண்டாக்காமல் சர்வசக்தியையும் உபயோகித்து உதறினேன். பிடியைத் தளர்த்துவதாக இல்லை என்று தோன்றியதும்தான் கையில் அழுத்தமாகக் கடித்தேன். அப்போதுதான் பிடி தளர்ந்தது, வேகமாக மாடிப்படியில் இறங்கியபோது கால் தடுக்கி விழவேண்டிய நிலையாயிற்று. அதிர்ஷ்டம்தான். விழவில்லை. வீட்டிற்கு என் அறைக்குள் போய் கதவைச் சார்த்திக் கொண்டு சிறிது நேரம் அழுதேன்...”

கோபுவின் மற்றொரு முகத்திரை இங்கே கிழிக்கப்பட்டுக் கொண்டிருக்கிறது. ஆள் நடமாட்டமில்லாத, இறந்துபோன பெரியோர்களுக்கு கர்மம் செய்யும் அந்த மூன்றாம் மாடியின் அறைக்குள், ரேவதியைஞ்.

மந்திரவாதி கோமன் நாயரின் சிவந்த கண்கள் நினைவுக்கு வந்தன. முக்காலியின் முன்னால் நடக்கும் பூஜை ஒரு கட்டத்தை அடையும்போது சரடு கயிற்றால் கால்கள் கட்டப்பட்டச் சேவல் கோழியைக் கொண்டு வருகிறார்கள். மந்திரவாதி அதன் அலகைப் பிளந்து அரிசியையும் பூவையும் தண்ணீரையும் கொடுக்கிறான். அதன் பின்புதான் சிஷ்யனின் உதவியோடு அதன் கழுத்தை அறுக்கிறான். அப்போது இரத்தம் பீறிட்டுத் தெறிக்கும். தலையை இழந்த கோழி கீழே கிடந்து உதறித் துடிக்கும். அடுக்களையில் அந்த கோழிக்கறி வேகும் வரையில் வேறு பல சடங்குகளும் உண்டு. சாராயமும் கோழிக்கறியும் கடைசியில்தான் நிவேதனம் செய்யப்படும். அது முடிந்ததும்

அவலையும் பூஜை திரவியங்களையும் கொடுத்து பெண்களையும் குழந்தைகளையும் கீழே போகச் சொல்லி விடுவார்கள். அதன்பின்தான் நிவேதனம் செய்த மதுவை கிளாஸ்களில் ஊற்றி ஆண்களுக்கு மட்டும் கொடுப்பான் பூசாரி. பாகம் பிரித்துக் கொண்டு சென்ற மாமன்களில் பலரும்கூட அப்போது வந்திருப்பார்கள். பூஜை தொடங்கும்போது கொஞ்சம் சாஸ்திரத்துக்காக கும்பிட்டுவிட்டு வந்து படுத்துக் கொள்வார் அப்பா. மூன்றாம் மாடியிலுள்ள பேச்சும் சிரிப்பும் நடுச்சாமம் வரையில் நீண்டிருக்கும். அன்று ஒருநாள் மட்டும்தான் மது வீட்டுக்குள் வருவதற்கு அனுமதியுண்டு.

அவ்வாறு ஆண்டுக்கு ஒருமுறை மட்டுமே நடக்கும் அந்த கர்மகாரியம் முடிந்தால், அப்புறம் மழைக்காலங்களில் வேகவைத்த நெல்லைக் கொண்டுபோய் பரப்புவதற்கு மட்டும்தான் அங்கே செல்வார்கள். தாய்வழிகள் மீண்டும் பிரிந்ததும் விவசாய நிலங்கள் படிப்படியாக பராதீனம் ஆனதோடு, நெல் உலர்த்துவது என்பதும் ஒரு பழக்க மில்லாமலேயே போய்விட்டது. அதனால், அதன்பின் அங்கே செல்வதே அவசியமில்லாமல் ஆகிவிட்டது. உபயோகமற்ற பொருள்கள் எப்போதாவது தேவைப்படும் என்பதாலோ என்னவோ அங்கே கொண்டுபோய் வைத்திருந்தார்கள். அதனால், மூன்றாம் மாடி பயனில்லாமல் இடித்துத் தள்ளக்கூடிய ஒரு இடமாகவே இருந்தது. அதனுடைய பூஞ்சகாளாண் பிடித்த உத்தரங்களில் கோயில் புறாக்கள் தங்கத் தொடங்கின. இளம் பருவத்தில் தூக்கம் வராத இரவுகளில் அவைகளின் 'உர் உர்' என்ற உறுமலையும் சிறகடிப்புகளையும் கேட்டுவிட்டு பயந்து நடுங்கியதும் உண்டு. அந்த இடத்தில்தான் ரேவதியை ஞ்

அன்றிரவு கெட்டக்கெட்ட கனவுகள் தோன்றின. மந்திரம் செய்யும் ஒருவனின் நரைத்த முடியுள்ள மார்பின்மேல் சிதறித் தெறிக்கும் இரத்தம். உடுத்தியிருந்த ஆடைகள் இரத்தத்தில் தோய்க்கப்பட்டதுபோல் அனாதரவாக ஓடிவரும் ஒரு பெண்... அவளுக்கு முன்னால் தூக்கிப் பிடித்த கத்தியுடன் ஒருவன் .... திடுக்கிட்டு எழுந்தான். வியர்த்திருந்தது. ஏதாவது சப்தம் ஏற்பட்டிருக்க வேண்டும். பக்கத்திலுள்ள ஒரு அறையில் லைட் போடப்பட்டது.

"என்னா கொழந்தே?" என்று உரத்தக் குரலில் கேட்டாள் அம்மா. தன் அறைக்கும் வந்து விட்டாள்.

"நீ கூச்சல் போட்டதுபோல தோணிச்சு. ஏதாவது கனவு கண்டியா?"

"இல்ல... கொஞ்சம் தண்ணீர் வேணுமே."

அம்மா மேஜைமேல் மூடி வைத்திருந்த சொம்பை எடுத்துக் கொடுத்தாள்.

நடைபாதை விளக்கை அணைக்க வேண்டாம் என்று கட்டளையிட்டு விட்டு அம்மா போனதும், தன் பனியனைக் கழட்டிவிட்டு படுக்கையில் மல்லார்ந்து படுத்தான். துரத்தப் பட்டு ஓடிவந்த பெண்ணின் முகம் இப்போதும் மனதில் நிழலாடியது. அது ரேவதியின் முகம்தான்.

ரேவதி இப்போது மங்கலான நீல வெளிச்சமுள்ள அவளுடைய அறையில் ஆழ்ந்த நித்திரையில் ஆழ்ந்திருப்பாள். எல்லாவற்றையும் மனம் திறந்து சொன்ன ரேவதியிடம் ஒரு அன்பு தோன்றியது... அதிக நீளமில்லாத சுருள் முடியை இரண்டாக வகிர்ந்து பின்னி, ஒன்றை மார்பின்மேல் போட்டு பேசிக் கொண்டிருந்த ரேவதியை அவளுக்குத் தெரியாமலேயே கவனித்துக் கொண்டிருந்தான். முகத்தின் அசைவோடு சேர்ந்து அசையும் காதிலுள்ள தங்கத் தொங்கட்டான்கள். முன் பக்கத்திய மேடு பள்ளங்களின் வழியாக கீழே இறங்கிவரும் ஒற்றைச் செயின். சேலையின் வழியே தெரியும் வெண்ணை நிறத்திலுள்ள வயிற்றின் ஒரு பகுதி. காலாட்டிக் கொண்டிருக்கும்போது திடீரென வெளிப்பட்ட மெல்லிய கொலுசு அணிந்த காலின் வண்ணம் – மெல்லிய கொலுசு அணிந்த கணுக்கால்களை நிர்வாணப்படுத்தி உறங்கும் ரேவதியை நினைத்துக் கொண்டு எவ்வளவு நேரம் படுத்திருந்தோம் –

இராமகிருஷ்ணன் நினைத்துப் பார்த்தான். அவையெல்லாம் கழிந்து பலயுகங்கள் ஓடிவிட்டன என்பதுபோல் தோன்றியது. ஆறேழு ஆண்டுகளுக்கிடையே என்னென்ன மாற்றங்கள் நேர்ந்துவிட்டன! தனக்கு ஊட்டியிலிருந்து சென்னைக்கும், அப்புறம் பெங்களூருக்கும், அதுவும் முடிந்து ஆந்திராவிலுள்ள அந்த அறியப்படாத ஒரு மூலைக்கும் மாறுதல்கள் கிடைத்தன. இப்போது இதோ சொந்த ஊருக்கும் வந்தாயிற்று. அன்று மீசை முளைக்காத இளைஞன், இன்று ஒரு திறமைசாலியாக திரும்பி வந்திருக்கிறான். என்றாலும், பழைய விஷயங்களையெல்லாம் நினைத்துப் பார்க்கத் தோன்றுகிறது.

நினைக்கும்போது தன்னுள் வெட்கம் தோன்றிய கட்டங்களும் கழிந்து விட்டிருக்கின்றன. இப்போது தான் மீசை கருத்துவரும் ஒரு இளைஞன் இல்லையே!

ரேவதி இன்று திருமதியாகி, தாயாகி, உலகை அறிந்தவளாகத் திரும்பி வருகிறாள். ரேவதியைப் பார்க்க வேண்டும் – சும்மா... சும்மாதான்!

✸

4

வருகைப் பதிவேட்டில் கையெழுத்துப் போடுவதற்காக கேபினுக்குள் வரும் சக ஊழியர்களின் 'குட் மார்னிங் சார்' என்ற சொல் தொடக்கத்திலெல்லாம் கொஞ்சம் கூச்சமாகத்தான் இருந்தது. 'மார்னிங்'என்று பதில் வணக்கம் செய்யும்போது அவர்களிடமிருந்து ஒரு விலகல் தானாகவே உருவாகிறதோ என்று தோன்றாமலிருக்கவு மில்லை. ஆனால், மேலும் சில நாட்கள் கழிவதற்கு முன்பே சக ஊழியர்களோடு நெருங்கவும், தொழில் முறைக்கும் மேல் இதயபூர்வமான தன் நட்பை வெளிப்படுத்தவும் முடிந்தது. இதுவரையில் இருந்த அவர்களின் 'பாஸ்' முப்பது வயதாவது வயது வித்தியாசம் உடைய நபர்களாக இருந்திருப்பார்கள்! ஆனால், இங்கு பணியில் உள்ளவர்களோ இளைஞர்கள், ஆனால், இப்போது அந்த தலைமுறை இடைவெளி இல்லை. எப்படியோ, 'முசுடனா'ன மேல் அதிகாரிக்குப் பதில் அன்பால் அரவணைக்கும் ஒரு நண்பனை அவர்கள் தன்னிடம் கண்டு பிடித்துள்ளார்கள் என்றெல்லாம் இராமகிருஷ்ணன் நினைத்தான்.

பணியாற்றும் பலரும் பக்கத்து ஊர்க்காரர்கள்தான். தினந்தோறும் தங்கள் வீடுகளிலிருந்து வந்து போகக் கூடியவர்கள். கேஷியர் குரியாக்கோசும், அக்கௌண்டண்ட் மோகனும்தான் கொஞ்சம் தூரத்து இடத்தைச் சேர்ந்தவர்கள். டைப்பிஸ்ட் சத்தியபாமா தமிழ்நாட்டுக்காரி என்றாலும், அவளின் தந்தை இங்கேயே செட்டிலான நபராம்.

குரியாக்கோசும் மோகனும் பலமுறை தாங்கள் தங்கியிருக்கும் லாட்ஜுக்கு இராமகிருஷ்ணனை அழைத்தார்கள். அதனால், ஒரு சனிக்கிழமை மாலையில் அவர்களோடு சேர்ந்து லாட்ஜுக்குப் போனான். அது புதியதொரு இரு மாடிக் கட்டிடம். கல்ஃப் பணத்தில் கட்டப்பட்டது என்று சொன்னான் குரியாக்கோஸ். ஏராளமான அறைகளையுடைய பெரிய வீடு. வீட்டுக்குச் சொந்தக்காரன், தான் தங்குவதற்காக சொந்தமாகக் கட்டப்பட்டதாம். ஆனால், பூச்சு வேலைகள் முடிவதற்குள் கல்ஃப் வருமானம் தீர்ந்து மீண்டும் வெளிநாடு திரும்பிப் போக வேண்டியதாகி விட்டது. அதனால், இன்னொரு விசா பெற்றவன் அதிகம் பசுமை இல்லாத ஒரு இடத்துக்கு கப்பல் ஏறியிருக்கிறானாம். இப்போது அந்த வீட்டைத்தான் லாட்ஜாக மாற்றியுள்ளார்கள், கிடைக்கும் வாடகையினால்தான் அந்தப் பணக்காரனின் மனைவியும் பிள்ளைகளும் வாழ்கிறார்கள்.

உயர்நிலைப் பள்ளியிலும் டியூட்டோரியல் கல்லூரியிலும் பணியாற்றும் சில ஆசிரியர்கள், மின்சார வாரியத்தில் வேலைபார்க்கும் இரண்டு ஓவர்சியர்கள், ஒரு கால் நடை மருத்துவர் முதலான சிலரெல்லாம்தான் லாட்ஜின் மற்ற டெனன்டுகள். ஒவ்வொருவருக்கும் ஒவ்வொரு அறையுண்டு. எல்லாம் 'பாத் அட்டாச்டு' அறைகள். வீட்டுத் தலைவன் தன் பிள்ளைகளுக்கும் மனைவிக்குமாக கட்டிய படுக்கையறைகள் தான் அவை. கீழேயுள்ள வரவேற்பறைதான் மெஸ்ஸாக உருவம் பெற்று இருக்கிறது.

மெஸ் பையனிடம் குரியாக்கோஸ் மாடியிலுள்ள தன் அறைக்கு டீ கொண்டு வருமாறு கூறினான். சனிக்கிழமையாக இருப்பதால் மோகன் வீட்டுக்குச் சென்று விடுவான். அவன் மனைவி அங்கே காத்திருப்பாள். அவள் இன்னுமொரு வங்கியில் எழுத்தராக உள்ளாள். மனைவியை அழைத்துக் கொண்டு வீட்டுக்குச் செல்ல 'பைக்" உண்டு. அப்புறம், திங்கள்கிழமை காலையில் பேங்குக்கு நேராகவே வந்து விடுவான். இன்னொரு நாளைக்குக் கூடலாம் என்று கூறிய மோகன் வண்டியை ஸ்டார்ட் செய்தான்.

குரியாக்கோஸ் திருமணமாகாதவன். எம்.ஏ. முடித்துவிட்டு இருக்கும்போது பத்திரிகையில் ஒரு விளம்பரத்தைப் பார்த்து விண்ணப்பித்திருந்தான். அதுவரையில் அந்த பேங்கின் பெயரைக் கேட்டதுகூட இல்லை. தேர்வுக்கு அழைக்கப்பட்டான். கோயம்புத்தூரில்தான் இன்டர்வ்யூ...

குரியாக்கோஸ் வங்கி பணியில் அந்த அளவிற்கு திருப்தியுடையவனில்லை. இப்போது கூட வீட்டுக்குப் பக்கத்திலேயே ஒரு மாறுதலுக்கு முயற்சிக்கிறான். வீட்டிலிருந்து பத்து கிலோ மீட்டர் தூரத்தில் ஒரு கிளை உண்டு... அங்கு மாறுதல் கிடைத்தால் நல்லது. தினந்தோறும் வீட்டுக்கே போய் வரலாம். என்று கருதுகிறான். அவனுடன் பிறந்தவர்கள் மூன்று ஆண்கள், குரியாக்கோஸ்தான் இளையவன். குரியாக்கோஸின் மொழியில் சொல்வதானால், அவனுடைய தந்தை ஒரு 'பெரிசு.' எண்பது வயது நிறைந்த இளைஞர். அதாவது தான் இறப்பதற்கான எவ்வித அறிகுறியையும் தற்போதைக்கு வெளிக்காட்டாதவர் என்று அர்த்தம்! வீட்டையும் காலித் தோட்டத்தையும் குரியாக்கோஸின் பெயருக்கு எழுதி வைத்துள்ளார் என்று தெரிகிறது. அது இளைய மகனுக்கேயுரிய சிதைக்க முடியாத உரிமை! அதோடு மட்டுமல்ல, இரண்டு அண்ணன் களுக்கும்கூட இவை எதுவும் தேவைப்படவில்லை. அவர்கள் இருவரும் நல்ல 'பிஸினஸ்'காரர்கள். அதுவும் அரசு அதிகாரிகள். ஒருவர் டாக்டர். மற்றவர் இன்ஜினியர். ஒருவருக்கு மருத்துவக் கல்லூரியில் வேலை. சொந்த நர்ஸிங்ஹோமும் உண்டு. நாஸிங்ஹோமை தன் மனைவியின் பெயரில் வைத்துள்ளார் என்று தோன்றுகிறது. இப்போது அதற்கு ஒரு அனெக்ஸ் கூட கட்டிக்கொண்டிருக்கிறார். மேலும் பத்து பதினொரு டாக்டர்களுக்கு அந்த அண்ணன் சம்பளம் கொடுத்துக் கொண்டும் இருக்கிறார். இந்த பிஸினஸிலுள்ள அசுத்தப் பொருளுக்கு –நோயாளிகளுக்கு– இப்போது எந்தவொரு பஞ் சமுமில்லைதானே! இனிமேல் இரண்டாவது அண்ணனைப் பார்ப்போம். அவருடைய விஷயம் முதல் அண்ணனைவிட தமாஷானது. அவர் பி.டபிள்யூ. டியில்தான் வேலை செய்கிறார். அதிலுள்ள ஒரு பிரத்யேகமான டிவிஷனுக்கு மாற்றம் பெறுவதற்கே இரண்டு லட்சம் ரூபாய் லஞ்சமாம், அதுகூட அவ்வளவு அதிகமில்லை என்றுதான் அவர் சொன்னார். கடலில் கற்களைக் கொண்டு வந்து போடுவதும் சுவர் கட்டுவதும்தான் அந்த வேலையின் முக்கியத்துவம். கடலில் போடும் கற்களைப் பார்க்க முடியுமோ! அண்ணன் கொடுக்கும் கணக்குதான் அதற்கு அத்தாட்சி. வெறும் ஆறுமாதம் மட்டும் கண்களை மூடிக் கொண்டால் போதும்! லஞ்சம் கொடுத்த பணமும் அதற்கான வட்டியும் சேர்ந்து திரும்ப கிடைக்க அந்த முதல் ஆறுமாதமே போதும் என்று அவர் கூறினார்.

“நீங்க ஏன் புரொபஷனல் கோர்ஸ் எதற்கும் போகாமல் இருந்து விட்டீர்கள் குரியாக்கோஸ்? அசுத்தப் பொருளான மனுஷ நோயும் கடல் அரிப்பும் என்னிக்கும் இருக்கும்தானே!” என்று சாதாரணமாகக் கேட்டான்.

“அதுவொரு கதை. பி.டி.ஸி.யில் படிக்கறப்போ இலக்கியத்திலும் கதைகளிலுமெல்லாம் தான் எனக்கு ஆர்வமாக இருந்தது. என்னவெல்லாமோ எழுதினேன். அதுல ஒண்ணு ரெண்டு பரிசுகளும் கிடைச்சுது. அப்படியே பி.ஏ. வில சேர்ந்தேன். எம்.ஏ.வை முடிச்சுட்டா லெக்சரர் வேலை சுலபமா கிடைக்கும்னு நினைப்பு. அப்புறம் ரிஸர்ச் டாக்டரேட். அக்காடமி சர்க்கிளுக்கு இன்னும் ஒரு அறிவு ஜீவி ... எம்.ஏ. வை முடித்துவிட்டு பார்க்கும் போதுதான், வேலைக்குக் கொடுக்க வேண்டிய டொனேஷனுக்கான வட்டியைக் கொண்டே ஒருத்தன் வசதியாக வாழலாம்னு புரிஞ்சுது. நாடகமும் கவிதையுமெல்லாம் தலைக்குள் இருந்த காலத்தில் அண்ணன்களின் மேல வெறுப்பாக இருந்தது. எம்.ஏ.வை முடித்துவிட்டு ஆறுமாதம் சும்மா இருக்க வேண்டிய நிலைமை வந்தபோதுதான் அவர்களிடம் மதிப்பு தோன்றியது. என்ன செய்வது என்று ஆலோசித்துக் கொண்டிருந்தேன். அப்போதுதான் ஒரு மலையாள தினசரியில் ஒரு சிறிய ‘காலம்’ல இந்த பேங்கோட விளம்பரம் – சும்மா எழுதிப்போட்டேன் ...”

கௌண்டரில் பொறுப்புணர்வோடு வேலை செய்யும் குரியாக்கோஸ் தான் தங்கியிருக்கும் இடத்துக்குப் போய்விட்டால் போதும்; வாய்ச் சாதுரியனாக மாறிவிடுவான். அவன் சொல்வது முழுவதும் சொந்த விஷயமாக இருந்தாலும், அவனுடன் பேசிக்கொண்டி ருந்தால் நேரம் போவதே தெரியாது.

குரியாக்கோஸ் எப்போதும் தன் தந்தையின் மேல்தான் குற்றம் சுமத்துவான். வீடு பழைய டைப் கட்டிடமாம். அதனால், அதன் முன்பக்கத்தைக் கொஞ்சம் மாடிஃபை பண்ணி டெரஸாக்கி, அதன் மேலே ஒரு வாட்டர் டாங்கை கட்ட வேண்டும் என்று ஒரு திட்டம் போட்டான். ‘பெரிசு’க்கும் சம்மதம்தான். ஆனால், அந்தக் கட்டிடம் தன் பெயருக்குத்தான் பதிவு செய்யப்பட்டுள்ளது என்று சரியாகத் தெரிந்து கொள்ளாமல் எப்படிப் பணத்தைச் செலவழிப்பது?

“அதைச் சுட்டிக் காட்டினதும் ஓல்ட்மேன் கடுப்பாயிட்டாரு. அதெல்லாம் நான் முன்னமேயே எழுதி வக்சுட்டேன்டான்னாரு.”

அதேபோல், வீட்டின் பின்னால் ஐந்தாறு ஏக்கர் இடமும் உண்டு. ஜாம்பவான் காலத்து மாமரங்களும் புளிய மரங்களும் நிழல் பரப்பி நிற்கின்றன. தென்னைகள் எல்லாம்கூட வயதானவைகள்தான். மரங்களையெல்லாம் வெட்டி கலைந்து விட்டு கொஞ்சம் ரப்பர் கன்றுகளை வைத்தால் போதும், கொஞ்சம் மதிப்போடு வாழ்வதற்குத் தேவையான பலன் அதிலிருந்தே கிடைத்துவிடும். ஆனால், 'பெரிசோ'தன் கண்கள் மூடிய பின்புதான் அதெல்லாம் நடக்க வேண்டும் என்று கூறுகிறாராம்.

"என்கிட்டே கல்யாணம் பண்ணிக்கச் சொல்லி ஒரே நச்சரிப்பு. ஆனா, பெரிசு கண்ணை மூடினப் பின்னாலதான் கல்யாணம் செஞ்சிக்கணும்னு நினைக்கிறேன் நான். இப்படி அவருகிட்டே சொல்ல முடியுமோ? எனக்குக் கல்யாணம் பண்ணி வச்சி ரெண்டு லட்சத்தைப் பொட்டியில பூட்டிக்கிடணும்னுலே பெரிசோட ஆசை."

வெளியே அந்தி கருக்கத் தொடங்கியது. குரியாக்கோஸ் விளக்குப் போட்டான். இராமகிருஷ்ணன் போவதற்காக எழுந்து கொண்டதும், "என்ன சார் அவரசம்? வீட்ல யாராச்சும் காத்துக்கிட்டா இருக்காங்க?" என்று குரியாக்கோஸ் கேட்டான்.

"அதெல்லாமில்ல..."

"இல்லேன்னு எனக்கும் தெரியும்."

உண்மையில் வீடு என்பது ஒரு இனிய கற்பனை யிலிருந்து விலகி இப்போது ஒரு கடமையாகவல்லவோ ஆகிவிட்டிருக்கிறது?

சமையல்காரர் கோபாலன் நாயர் இன்னும் வரவில்லை. வயிற்று வலியாம். அவருடைய மகன்தான் வந்து தெரிவித்தான். குணமானப் பின்பு வந்தால் போதுமென்று கூறி, கொஞ்சம் பணத்தையும் அவனிடம் கொடுத்து அனுப்பினான்.

கடிதம் போட்டு கொஞ்ச நாட்களாகியும் அம்மாவிடமிருந்து பதில் இல்லை.

அடுத்த வீட்டில் ரேவதியும் குழந்தையும் வந்து விடுவார்கள் என்று எதிர்பார்த்திருந்தான், அதுவும் நடக்க வில்லை, ரேவதியின் கணவனுக்கு ஒரு விபத்தில் கை ஃபராக்ஸராகி விட்டதால் பயணத்தைத் தள்ளி வைத்து விட்டாள் போலிருக்கிறது.

இப்போதெல்லாம் மாலையில் வீட்டுக்குப் போனதும் தானே சாவியை எடுத்து பூட்டைத் திறக்கிறான். முதல் நாள் அடைத்த ஜன்னல்களைத் திறக்கிறான், கிணற்றங்கரையில் குளிர் நீரை இறைத்துக் குளிக்கிறான். ஸ்டவ்வைப் பற்ற வைத்து அரிசி கழுவி உலையில் போடுகிறான். தோசைக் கல்லில் முட்டையை உடைத்து ஊற்றுகிறான். கடையிலிருந்து வாங்கும் ஊறுகாய்கள்தான் தொட்டுக்கொள்ள... இடையிடையே சாப்பிடுவதற்கு தங்கள் வீட்டிற்கு வரவில்லையே என்னும் புகாருடன் ரேவதியின் தாய் டிபன் கேரியரில் கொண்டுவரும் மீன் குழம்பும்...

“இன்னிக்கு எப்படியும் நீங்க அடுக்களைப் பக்கம் போகக் கூடாதுங்க”என்று தன் எண்ணவோட்டத்தைப் புரிந்து கொண்டதுபோல் குரியாக்கோஸும் கூறினான்: “இங்கியே சாப்பிடலாமுங்க. கெஸ்ட் மீலுக்குக்கூட நான் சொல்லிட்டேன்.”

“வேணாம் குரியாக்கோஸ்.”

“ஏன், பச்சரிசி சோத்துல மோரை ஊத்திச் சாப்பிட்டாதான் நல்லா இருக்கும்களா? அந்த மாதிரி வேணும்னாலும் இங்கேயே கெடைக்கும்க. இங்க சனிக்கெழமை சாயங்காலம் எப்போதும் வெஜிட்டேரியன்தான்”

“நான் வெஜிட்டேரியன்னு யாரு சொன்னது?”

“யாரும் சொல்லலை. நானாதான் யூகிச்சேன்.”

“அப்டியெல்லாம் இல்ல.”

“சரி, டீட்டோட்டலரும் இல்லீங்களே?”

“இல்ல. ஆனா, நான் குடிகாரனும் இல்ல.”

“அப்படி இருக்காதுதாங்க உங்களப் போல ஒரு பொஸிஷனிலுள்ள ஒருத்தருக்கு அப்படி மார்றதுக்கு முடியாதுதாங்க... இருந்தாலும் சாப்பாட்டுக்கு முன்னால சின்னதொரு அப்பிடைஸர் ஆவதற்கு விரோத மொண்ணுமில்லீங்களே...”

மேலும் சிறிதுநேரம் பேசிய பின்பு முன்னெச்சரிக்கை எதுவும் இல்லாமல் குரியாக்கோஸ் அலமாரியைத் திறந்து பாட்டிலையும் கிளாஸையும் எடுத்து வந்தான்.

சாதாரணமாக இருக்கும்போதே பேச்சு சாதுரியனான குரியாக்கோஸ் ஒரு 'லார்ஜி'ன் மேல் உட்கார்ந்து விட்டால் சொல்லவும் வேண்டுமோ! பேச்சு சுவாரசியமாக தொடர்ந்தது. அந்தக் காலத்தில் தங்கள் குடும்பத்தவர்கள் ஒரிஜினல் நம்பூதிரிகளாக இருந்தவர்களாம். அதன்பின்தான், தாமஸ் லீஹாயும் அவன் சீடர்களும் வந்து வலுக்கட்டாயமாக மதம் மாற்றி விட்டார்களாம்.

"உங்களுக்குத் தெரியுமுங்களா சார். என் நிறத்தையும், எனக்கு மீசையில்லா ததையும் பார்த்துட்டு, நம்பூதிரிதான்னு பலபேரும் தவறாவே நினைக்கறாங்க"என்று கூறிய குரியாக்கோஸைப் பார்த்துச் சிரித்த இராமகிருஷ்ணனிடம், "உண்மைதான், சார். நம்பூதிரிங்க எல்லாரும் வெளுத்தவங்களுமல்ல. மீசை வெச்சதுனால மட்டும் அந்த சாத்வீக பாவம் போயும் விடாது" என்றும் கூறினான்.

"அது உண்மைதான். மகாத்மா காந்திக்குக் கூட எப்போதும் மீசை இருந்ததே!"

"காலேஜிலிருந்து வந்த பின்னால ஒரு லோக்கல் கலைக்குழுவுக்காக நாடகத்துல ஒரு நம்பூதிரி வேஷம் போட்டேன். அது ஒரு ஓணத்துக்கோ என்னவோதான். அதுக்குப் பின்னாலதான் என்னோட நண்பருங்க என்னை நம்பூதிரின்னு கூப்பிடத் தொடங்கினாங்க."

"ஆனால், நான் அந்த தாமஸ்லீஹா விஷயத்தை நம்பவில்லை. காரணம், எனக்குப் பழக்கப்பட்ட எல்லா கிறிஸ்துவங்களும் அந்தக் கதையைத்தான் சொல்றாங்க. எல்லா நஸ்ராணிங்களுமே திருமேனிகளாக இருந்தவங்கதான்."

குரியாக்கோஸ் உரக்கச் சிரித்தான்.

"நீங்க என்னை வார்றீங்களோ!"

"அப்படின்னா, நாம ஒண்ணு செய்வோமே. உங்க குரியாக்கோஸுலவுள்ள குரியனை 'ஆரியன்'னு மாத்திடுவோமா? ஆரியன் நம்பூதிரின்னு?"

இருவரும் சிரித்தார்கள்,

குடித்துப் பல மாதங்கள் கழிந்து விட்டன. ஆனால் இப்போதோ சுகமான இளம்சூடு இரத்த நாளங்களில் படர்ந்துள்ளன. மெஸ்ஸில் ஒருமுறை உணவைப் பற்றி நினைவுப்

படுத்திவிட்டு வருவதாகக் கூறி எழுந்து கீழே சென்றான் குரியாக்கோஸ்.

தான் வீட்டுக்குப் போவதற்கு அவசரப்பட்டது ஏனென்று இராமகிருஷ்ணன் யோசித்தான். குரியாக்கோஸ் சொன்னதும் சரிதானே? வீட்டில் தனக்காக யார் காத்திருக்கிறார்கள்? யாருமில்லாத வீட்டிற்குள் நுழைவதற்கே ஆர்வம் தோன்றவில்லையே! தனிமை சகிக்க முடியாததாக இருக்கிறது. ரேவதியின் தாய் சொன்னது நினைவிற்கு வந்தது. 'இராமகிருஷ்ணனுக்கு ஒரு பெண்ணைத் தேடும் பொறுப்பை நாமே எடுத்துக்கலாம்" என்று. ஒருவேளை, கிண்டலுக்காகச் சொன்னார்களோ என்னவோ? விஷயம் உண்மைதானென்றால் அந்த முன்னேற்றம் அவ்வளவு சுலபமானதுதானா? பலதடவை தான் பெண் பார்க்கப் போனது உண்மைதான். கடைசியில் அத்தை மகன் சேகரன்தான் உடன் வந்தான். ரெயில்வே ஸ்டேஷனில் லெதர் பேக்கைக் கக்கத்தில் இடுக்கிக் கொண்டு புரோக்கர் எதிர்பார்த்து நின்றான். முதலில் ரயில் ஏறி பின் பஸ்ஸில் பயணம் செய்து கடைசியில் அந்த குக்கிராமத்தையடைந்து, குறுகிய நடைபாதையில் புரோக்கரின் பின்னாலேயே நடந்தார்கள். சேகரனுக்கு அந்த இடமெல்லாம் அத்துப்படி. அந்த இடத்துக்கு அக்கம் பக்கத்திலெல்லாம் அவனுடைய மாமியார் வீட்டு சொந்தக்காரர்கள் இருந்தார்கள். நடைபாதை முடியும் இடத்தில் ஒற்றையடிப் பாதைகள் தொடங்கும் இடத்தில்தான் தரகன் நின்றான்.

ஒரு பெரிய வீட்டைச் சுட்டிக் காட்டி, "இதான் அவங்க வீடு. இந்த ஊரு பூராவுமே ஒரு காலத்துல இவங்களுக்குத் தான் சொந்தமாக இருந்தது. அந்தக் காலத்துல நம்பூதிரிங்க மட்டும்தான் இந்த குடும்பத்துல கல்யாணம் பண்ண முடியும். இன்னும்கூட ஒண்ணைச் சொல்ல மறந்துட்டேன். இந்தப் பொண்ணோட அப்பாகூட ஒரு நம்பூதிரிதான்" என்று கூறினான் தரகன்.

கல் படிக்கட்டுக்களில் ஏறிய பெருமூச்சுடன் சுற்று முற்றும் கண்களை ஓடவிட்டான். தென்னையும் கமுகும் காட்டு மரங்களும் நிறைந்த மனைக்கட்டு. அதற்கு நடுவே பழங்கால எட்டுக்கட்டு வீடு (நடுவில் முற்றத்தோடு கூடிய நான்கு பக்கத் தாழ்வாரம் உள்ள இரட்டிப்பு வீடு). எல்லாவற்றையும் சேகரன் கூர்ந்து கவனிக்கிறான் என்று தோன்றியது.

முற்றத்தை நோக்கி நடக்கும்போது, உரலில் நெல் குத்திக் கொண்டிருந்த சப்தம் திடீரென நின்றது. அரைத் திண்ணையில் கையூன்றி குனிந்து ஒளிந்து நோக்கும் நெல் குத்தும் பெண்கள். அவர்களுக்கிடையிலிருந்து பயந்த பெண்மானைப் போன்று உள்ளே ஓடிய ஒரு உருவத்தை ஒரேயொரு முறை நோக்கினான். இடையில் முண்டும், கருப்பு ரவிக்கையும் அணிந்த பொன்னிற உடல்... வேலை செய்யும் பெண்களின் மெல்லிய சிரிப்பொலியும்...

வராண்டாவிற்குள் சென்றதும், சாய்வு நாற்காலியில் வெற்றிலையைக் குதப்பிக் கொண்டிருந்த திருமேனி எழுந்து நின்று வரவேற்றார். சேகரனும் புரோக்கரும் திருமேனியும் பேசிக்கொண்டிருந்தபோது, அக்கும்பலில் தனக்கு எவ்வித தொடர்பும் இல்லாத ஆளைப் போல் வெறுமனே அமர்ந்திருந்தான். அவர்களின் பேச்சில் அரசியலும், காலநிலையும் பற்றி இருந்ததே தவிர திருமணத்தைப் பற்றிய விவாதம் எதுவும் நடைபெறவில்லை. அந்த பொன்னிற பெண்மான் தன் முன்னால் எப்போது வருவாளோ?

வந்த விஷயத்தையே மறந்து விட்டதுபோல் அவர்களின் பேச்சு நீடித்தது. இப்போது குருவாயூர் கோயிலில் நடந்த அற்புதத்தைப் பற்றிய விவாதம் நடந்தது. சேகரன் அந்த மேடையை தன்வயப்படுத்தி இருக்கிறான். குருவாயூர் கோயிலின் மாத தரிசனக்காரன் தான் சேகரன். மாதத்தில் ஒருமுறை மட்டும் குளித்து வணங்க வேண்டியதாக இருந் தாலும், ஐயா இரண்டு மாதத்திற்கு ஒருமுறைதான் போவான். மலையாள மாதத்தின் கடைசி நாளன்று அவன் குருவாயூருக்குப் போவான். அன்று குளித்து வணங்கிய பின் இரவில் தங்கி மறுநாள் தொழுது வழிபாடுகளை முடித்துவிட்டு திரும்புவான். அங்கே தங்குவதற்கு உறவினர்கள் வீடும் உண்டு. அவ்வாறு ஆண்டுக்கு ஆறு முறை மட்டுமே குருவாயூருக்குப் போய் பன்னிரண்டு மாதத்திய வழிபாட்டை முடித்துக் கொள்கிறான். தன்னை இப்படி ஏமாற்றும் விஷயத்தை பகவான் தெரிந்து கொள்ளாமல் இருப்பாரோ? எல்லாம் அறிந்த பகவானாயிற்றே. அதனால் எவ்வித பகையும் தன்மேல் இல்லை என்றுதான் சேகரன் சொல்கிறான். பஸ்காரர்களுக்கு எதற்காக வெறுமனே லாபத்தை ஏற்படுத்தித் தர வேண்டும்? –

வாயிற்படியோரம் யாரோ வந்துள்ளதாகத் தோன்றியது. திருமேனி எழுந்து கொண்டார். அவரே அவல்,

உப்பேரி(நேந்திரங்காய் வறுவல்), பழம் முதலியன வைக்கப்பட்ட தட்டுக்களை ஒவ்வொன்றாக வாயிலோரம் சென்று வாங்கிவந்து ஒவ்வொருத்தரிடமும் கொடுத்தார்.

டீ குடித்துக் கொண்டிருக்கும்போது சேலை உடுத்திய பெண் வராண்டாவிற்குள் வந்து சுவரில் சாய்ந்து நின்றாள். வந்து நின்றவள்தான் மணப்பெண் என்று தெரிந்து கொள்ளச் சரியாக ஒரு நிமிடம் தேவைப்பட்டது. தெரிந்து கொண்டதும் திடுக்கிடவும் செய்தான். உரல் தரையில் மின்னி மறைந்து போன நிலவின் பகுதிதான் உள்ளம் முழுவதும் நிறைந்திருந்தது. அந்த ஆவல் சட்டென அநுதாபமாக மாறியது. அவசரத்தில் சேலையைச் சுற்றிக் கொண்ட உயரமான உருவம். வெளுத்த முகத்தில் வேகமாகப் பவுடர் போட்டதின் திட்டுக்கள். மூக்குத்தி பழக்கமில்லாத ஒரு பெண் தன் எதிரில் வந்து நிற்கிறாள். அவளிடம் எதுவும் கேட்கப் போவதுமில்லை. சொல்லப் போவதுமில்லை. நிமிடங்கள் ஊர்ந்து நகர்ந்து கொண்டிருந்தன. மற்றவர்கள் ஏதாவது சொல்லட்டும் என்று கருதி மௌனத்தைக் கடைபிடித்தான் இராமகிருஷ்ணன். சேகரன் தன் கண்ணாடி வழியாக ஓரிரு முறை இராம கிருஷ்ணனை நோக்கினான். அந்த மௌனத்தைச் சகிக்க முடியாததைப் போல் உணர்ந்த சேகரன் அவளின் பெயரைக் கேட்டான். 'ருக்மணி' என்னும் பதில் கிடைத்தது. எந்த கல்லூரியில் படித்தாய் என்றோ, வேறு என்னத்தையோ சேகரன் மீண்டும் கேட்டது காதில் விழுந்தது. கேள்விகளும் பதில்களும் பொருளற்றதாக இருந்தன. இங்கிருந்து தப்பிக்க வேண்டும்–

"அவள் ஃபர்ஸ்ட் கிளாஸ்ல பாஸாகி இருக்கறா. என்ன புண்ணியம்? அவ பேருக்குப் பின்னால ஒரு வால் உண்டாகி இருக்குது. அவ்வளவுதான்" என்று நம்பூதிரி கூறினார்.

பட்டம் பெற்றும் வேலை கிடைக்காத விஷயத்தைதான் அவர் சொல்கிறார் என்று புரிந்தது. திருமணம் கூடி வராததினால் தொடர்ந்தாற்போல் விண்ணப்பங்கள் அனுப்பியிருப்பாள்... 'அந்த குழந்தை' குழம்பியவளாக வரவேற்பறையின் ஜன்னல் கம்பிகளின் வழியாக வெயிலும் நிழலும் ஒளிந்து விளையாடும் தோட்டத்தை நோக்கியவாறு நின்று கொண்டிருந்தாள்,

அப்போதுதான், "போகலாம்" என்று இராமகிருஷ்ணன் சேகரனிடம் சொன்னான்.

அது தவறாகி விட்டது. தன்மேல் ஒரு ஜோடி வறண்ட கண்கள் திடுக்கிட்டு விரிந்து விழுந்தன. மை தீட்டி கருமையாக்கிய அவைகளிலுள்ள தோற்றம் அவநம்பிக்கையோ என்றும் தோன்றியது. இது இன்னுமொரு ஆவர்த்தனம். லட்சணமில்லாத, தோல்வியடைவோம் என்னும் உறுதியுள்ள ஒரு பரீட்சார்த்தம். அதனால், கருணையும் அனுதாபமும் தேவையில்லை – அந்த கண்கள் சொன்னது அதைத் தானோ? திடீரென அவள் தன் விழிகளைத் தாழ்த்தினாள்.

"பரவாயில்லை," என்று மெல்ல கூறவும் செய்தாள்.

மீண்டும் திடுக்கிட்டான். மிகவும் முயன்று, "தாங்க்யூ"என்று ஒப்பிப்பதுபோல் சொன்னான்.

தரகர் வெயிலின் வெப்பத்தைப் பற்றி பேசத் தொடங்கியதும் 'குழந்தை' திரும்பி உள்ளே போய் விட்டாள். அந்த போக்கைப் பார்ப்பதற்குத் தனக்குத் தைரியம் ஏற்படவில்லை.

சேகரன் எழுந்து தன்னை முற்றத்துக்கு அழைத்தான். இந்த உலகம் கண்ட ஒரு மாபெரும் முட்டாளைப் பார்ப்பது போன்று இராமகிருஷ்ணனின் முகத்தைச் சிறிதுநேரம் நோக்கிக் கொண்டு நின்றான்.

"என்னப்பா இது?"

"சேகர் அண்ணே... நான்..."

"ஒரு முட்டாளைப் போல முழிச்சிக்கிட்டு நிக்கறியே ஏன்? உனக்கு என்ன நேர்ந்தது?"

"சேகரண்ணே, கல்யாண விஷயத்துல நாம ஒரு பலவீனமான நிமிஷத்துல தீர்மானம் எடுக்க நேர்ந்தால்..."

"பலவீனமான நிமிஷமா? என்னது அது?"

'இல்ல. நான் இந்த நிமிஷம் சரின்னு சொல்லிட்டா இந்த கல்யாணம் நடக்கும். இல்லையா?"

"ஜாதகம் பொருந்துது. இங்குள்ள நிலவரத்தைப் பார்க்கும்போதும் அப்படி யொன்னும் மோசமில்லன்னு தெரியறது. அப்புறம் ஏன் நடக்கக் கூடாது...?"

"சேகரண்ணே நான் …. இல்ல , நாம கொஞ்சம் கலந்து ஆலோசிக்கக் கூடாதா?"

சேகர் ஆச்சரியத்துடன் தன்னை நோக்கி நின்றான் – இப்படிப்பட்ட நல்லதொரு 'கேஸை' மறுப்பதின் காரணம் புரிந்து கொள்ள முடியாதது போல்.

"சரி... உன்னோட பிளான் இப்போ என்ன?"

"பிளானா? பிளான் ஒண்ணுமில்லீயே..."

"அது இல்லைடா, இவங்க கிட்டே இப்போ என்ன பதில் சொல்றது?"

சேகரண்ணன் ஒரு நிமிடம் யோசித்தான். இந்த சக்கர வியூகத்திலிருந்து வெளியேறுவதற்கு என்ன வழி என்பதை ஆராய்வதுபோல் ஆலோசித்தான். அதன்பின், வராண்டாவில் திருமேனியுடன் பேசிக் கொண்டிருந்த தரகரைக் கையாட்டி அழைத்தான் ...

திரும்பும்போது தரகரை அனுப்பிய பின் ஒரு ஜங்ஷனில் பஸ்ஸிலிருந்து இறங்கினார்கள். சேகரனுடைய மைத்துனன் வீடு அங்கேதான் உள்ளது. இவ்வளவு தூரம் வந்துவிட்டதால் அங்கே கொஞ்சநேரம் போய்விட்டுப் போகலாம் –

மைத்துனனுடன் பேசிக் கொண்டிருக்கும்போது, தங்களின் பயண நோக்கத்தையும், பெண் பார்த்துவிட்டு வந்த விஷயத்தையும் சேகரன் கூறினான். சேகரன் சொன்ன இடத்திலுள்ளவர்கள் எல்லாரையும் அவனுடைய மைத்துனருக்கு நன்கு தெரியுமாம். அவர் ஆவலோடு கேட்டார்:

"அந்தப் பொண்ணோட பேரு ருக்மிணிதானே?"

"ஆமாம்," என்றான் சேகரன்.

"அவள் தந்தைகூட ஒரு நம்பூதிரிதானே?"

"ஆமாம். உங்களுக்கு அவரைத் தெரியுமா?"

"தெரியுமாவா? அது என் மாமா மகளின் கணவனோட குடும்பமாச்சே."

"மாமா மகளோட..." மெல்லிய குரலில் சேகரண்ணன் விசாரித்தான்.

"மகளோட கணவன். ஜெயன் – டாக்டர் ஜெயராஜன் .... உங்கக் கல்யாணத்துக்கு வந்தப்போ அறிமுகப்படுத்தினேனே?"

“ஆமாம்.... அதுசரி...”

“அப்புறம்?” – ஏன் இப்படிப்பட்ட அபத்தத்தைச் செய்து விட்டீர்கள் என்பதுபோல் சேகரண்ணனின் மைத்துனன் தன்னை நோக்கி முகம் திரும்பினார். ஒன்றும் கூறவில்லை. செயலற்றவராக சேகரனையும் நோக்கினான்.

“பாரம்பரியமும் நல்ல நிலையும் உள்ள குடும்பமாச்சே?” என்று அவர் எங்கள் இருவரிடமும் கேட்பது போல் கேட்டார்.

“அதுல ஒண்ணும் தப்பு இல்ல .... பொண்ணுக்குதான் கொஞ்சம் வயசு அதிகம்” என்றான் சேகரன்.

“என்ன வயசாயிட்டது? ருக்மிணிக்கு இருபத்திநாலு, இருபத்தஞ்சிதான் இருக்கும். நேரில் பார்த்தாகூட அப்படி தோணாதே.”

“இவனுக்கும் இப்போ இருபத்தெட்டு – இல்லே இருபத்தேழுதான் முடிஞ்சிருக்கும்?” என்ற சேகரன் தன்னை நோக்கி கண்களைச் சிமிட்டினான்.

“நம்பூதிரியோடு எனக்கு நல்ல பழக்கம்தான். ருக்மிணியோட அம்மா செத்துப் போனதுக்குப் பின்னாலும் அவரு அங்கேயே நிரந்தரமா தங்கிட்டாரு. வூடும் சொத்தும் எல்லாம்கூட ஏராளமா இருக்கு, தெரியுமா?–”

“இருக்கும்... இருக்கும்”என்றான் சேகரன்.

“அப்புறம் ஏன் வேணாம்னுட்டீங்க? ஆங்...?”

“இப்போ இராமகிருஷ்ணனுக்கு இருபத்தாறு வயசுதானே முடிஞ்சிருக்கு?’ என்ற சேகரன், “ஆனா, பொண்ணுக்கோ இருபத்தைஞ்சி முடிஞ்சுடுத்தே! இந்த வயசு வித்தியாசம் போதுமா?”

சுருக்கமாகச் சொல்வதானால், அங்கிருந்து விடை பெற்றுக் கொண்டு திரும்பும் போது தனக்கு இரண்டு மூன்று வயது குறைந்துவிட்டிருந்தது. ருக்மிணி என்னும் ‘குழந்தைக்கு மூன்று வயது கூடியுமிருந்தது சேகரண்ணனின் ஃபார்முலா பிரகாரம் பொண்ணுக்குத் தன்னை விட வயது அதிகம்தான். அப்புறம் எப்படி கல்யாணம் செய்துகொள்ள முடியும்?

அன்று தீர்மானித்ததுதான் – இப்படிப்பட்ட கேலி கிண்டல்களுக்கு இனி தான் ஆளாகக் கூடாது என்று.

"என்ன சார், ஏதோ மனோராஜ்யத்தில் மூழ்கி விட்டது போல் தோணுது" என்று குரியாக்கோஸ் சொன்னபோதுதான் சிந்தனையிலிருந்து விடுபட்டு சுய நினைவு பெற்றான் இராமகிருஷ்ணன். வாட்சை நோக்கினான். மணி எட்டாகி விட்டது. குரியாக்கோஸ் காலி கிளாஸ்களை இன்னும் ஒருமுறை நிறைக்கத் தொடங்கியபோது, "நான் போகணும். சாப்பாடு ரெடியா?" என்று கேட்டான்.

"நீங்க சொல்றதைக் கேட்டால் வீட்ல மனைவி காத்துக்கிட்டு இருப்பது போலல்லவா தோணுது."

"அப்படியில்ல. உனக்குத் தெரியுமா குரியாக்கோஸ்? நான் இதுவரைக்கும் குடிச்சிட்டு வீட்டுக்குப் போனது இல்ல. யாருக்கும் மதிப்புக் கொடுக்கவிலைன்னாலும் அங்குள்ள வராண்டா தூணுக்காவது மதிப்புக் கொடுக்கறதுதானே நல்லது."

"ஓ, வராண்டா தூணா. அதைக் கூட சமாளிச்சுடலாம். ஒரு பொண்டாட்டி உங்க வீட்ல இருக்கறாங்கன்னா நான் இப்படி உங்கள புடிச்சி வைக்க மாட்டேன். எதுவாக இருந்தாலும், லாஸ்ட் பெக்கையும் குடிச்சுட்டு சாப்பிடப் போகலாம். சாப்பிட்டதும் நானே வீட்ல உங்களக் கொண்டுபோய் விட்டுடறேன். இல்லே, நீங்க இங்கேயே படுத்துக்கற துன்னாலும் அப்படியே படுத்துக்குங்க...'

மீதமிருந்த விஸ்கியைப் பாட்டிலில் பங்கிட்ட குரியாக்கோஸ் 'சியேர்ஸ்' கூறினான்.

"சியேர்ஸ்! உங்கள் எதிர்கால தாம்பத்தியத்துக்காகவும் மணப்பெண்ணோட ஆரோக்கியத்திற்காகவும்..."

"வரப்போற தாம்பத்தியமா? தட் மீன்ஸ்?"

"நீங்க கல்யாணம் செஞ்சுக்கப் போறீங்கன்னும் இங்கேயே பர்மனன்டா செட்டிலாகப் போறீங்கன்னும் கேள்விப்பட்டேன் சார்."

"இந்த முட்டாள் தனமான செய்தியை உங்களுக்கு யாரு சொன்னாங்க?"

"கல்யாணம் செஞ்சுக்கறது முட்டாள்தனமா?"

"அப்படியில்ல, எனக்கே தெரியாம இப்படி ஒரு டெவலப்மென்ட் எப்படி?"

“எலிஜிபிள் பாச்சலர்ஸ் ஆனதுமே அப்படிப்பட்ட சில செய்திங்க சமூகத்துல பரவும்தான் சார். நம்ம எக்ஸ் மேனேஜரிடமிருந்துதான் இத நாங்க புரிஞ்சிக்கிட்டோம். ‘ஐயா’வுக்கும் இதுல ஆர்வமுண்டுன்னு தோணுது. அவருகிட்ட ரெண்டு பொண்ணுங்க வேற வூடு நிறைஞ்சு நிக்கறாங்க. மூத்தவ எம்.எஸ் ஸி. படிச்சவ. இதயெல்லாம் அவரு எங்க கிட்டே நேரிடையா ஒண்ணும் சொல்லலே. ஒரு நாள் மாலை நேரத்துல அறைக்கு வந்திருந்தார்..... உங்களுக்கு இன்ட்ரஸ்ட் இருக்குன்னா அவங்க வீட்டுக்கு ஒரு முறை போய் வாங்க சார்... என்ன போறீங்களா?”

கிளாஸை எடுத்து இன்னும் ஒரு மிணறு குடித்தான். குரியாக்கோஸ் தண்ணீரைக் கொஞ்சம் குறைவாகச் சேர்த்திருந்தான். ஃபாரின் ஸ்டஃப் என்று தோன்றுகிறது. சாப்பிடலாம். பாட்டிலிலுள்ள லேபிளை நோக்கினான் இராமகிருஷ்ணன். ஆமாம், அயல் நாட்டு சரக்குதான்.

“உங்களுக்குச் சம்மதம்னா நானும் உங்ககூட வர்றேன் சார். நாம மொதல்ல ஒரு சோஷியல் விசிட் நடத்தறோம். கிழவர்கிட்டே பேங்க் விஷயங்களையும் உலக விஷயங்களையும் பத்தி பேசறோம். காப்பிக் குடிக்கறோம். அதற்குள்ள பார்க்க வேண்டியவங்களப் பார்க்கறோம். அதுக்கப்புறமும் ஏதாச்சும் ஒரு ஆர்வம் தோணினா மேலே போகலாம்லே..”

“இல்ல மிஸ்டர் குரியாக்கோஸ். இனிமே இதை முன்னிட்டு நான் எங்கும் வரத் தயாரில்ல. எக்ஸ் மேனேஜரோட வீடுன்னு இல்ல. எந்தவொரு வீட்டுக்கும் இதுக்காகப் போக மாட்டேன்.”

குரியாக்கோஸ் மெல்லிய ஆச்சரியத்துடன் விழிகளை உயர்த்தினான்.

“அப்போ, நீங்க அந்தப் பழைய அரண்மனைல தனியாவே வாழ்ந்துடலாம்னு இருக்கறீங்களா, சார்?”

“பழக்கமில்லாத ஒரு பெண்ணைப் போயி பார்க்கறது; சந்தையில மாடுகளை மதிப்பிடறதுபோல பார்த்துக் கொண்டு நிக்கறது; அர்த்தமில்லாத சில சடங்குகளும் கோலாகலங்களும் முடிஞ்சதும் படுக்கையறைக்குள்ளே புடிச்சி இழுத்துக்கறது – இவையெல்லாம் ஆல் ஆன் த இன்ட்ர ஸ்ட் ஆஃப் அதர்ஸ்.”

குரியாக்கோஸ் குலுங்கிச் சிரித்தான். என்னது இது?

அவ்வளவு பெரிய நகைச்சுவை எதையாவது சொல்லி விட்டோமோ?

"வேற என்னதான் வேணும்கறீங்க சார்?" என்று சிரிப்பிற்கிடையே குரியாக்கோஸ் கேட்டான். அநாவசியமான சிரிப்பும் கேள்வியும் எரிச்சலைத்தான் ஏற்படுத்தியது. இவன் இப்படியொன்றும் சிரிக்க வேண்டிய விஷயத்தைத் தான் சொல்லவில்லையே. ஆஃப்டர் ஆல் ஹி ஈஸ் சபார்ட்டிநேட்....

"என்ன வேணும்னுதானே? சொல்லட்டுமா?"

"சொல்லுங்க சார்."

"நான் மனமார காதலிக்கணும், புரிஞ்சுதோ?"

குரியாக்கோஸ் ஒரு நொடி நேரம் மௌனமாக அமர்ந்திருந்தான். ஆனால், அந்த மௌனம் ஒரு நீண்ட சிரிப்பிற்கான அறிகுறியாக இருந்தது.. குரியாக்கோஸ் சிரிப்பை நிறுத்தாததைக் கண்ட இராமகிருஷ்ணன் உரத்தக் குரலில், "ஸ்டாப்பிட்" என்று கத்தினான்.

குரியாக்கோஸ் அதைக் கேட்டு திடுக்கிடவில்லை.

"இது உங்க குத்தமில்லீங்க சார். இப்போ பேசறதும்கூட நீங்க இல்லீங்க. உள்ளே கிடக்கற ஜானிவாக்கர்தாம் பேசறது. அப்புறம் நீங்க சொல்றதிலும் ஒரு விஷயமிருக்குங்க சார். அது எல்லாருக்கும் ஒரு பீரியடில் தேவைதான். அதாவது கொஞ் சநஞ்சமுள்ள அந்த காதலத்தான் சொல்றேன்."

"நீர் யாரையாச்சும் காதலிச்சிருக்கிறீரா?"

"பின்னே! இப்போதும் காதலிச்சிக்கிட்டுதான் இருக்கறேன். அதாவது, பிராக்டிகல் லவ், அது இல்லாம எதுவும் முடியாதாச்சுங்களே!'

"என்ன முடியாது?"

"சார், ப்ரீ மெரிட்டல் – பீரியடிலுள்ள இந்த ப்ராப்ளத்தைப் பற்றி வாத்ஸ்யாயனன் முதல் ஹாவ்லோக் எல்லிஸ் வரைக்கும் சிந்திக்கப்பட்டதுதான். ஆனால், யாராலும் அதற்குச் சொல்யூஷனத்தான் கண்டுபிடிக்க முடியவில்லை. அதனால, அதற்கப்புறம் கொஞ்சநஞ்சம் இருக்கறது பிராக்டிகல் லவ்தான்... உங்கள ஒரு தடவை ஒரு இடத்துக்கு நான் அழைச்சுண்டு போறேன் சார். ரேட்தான் கொஞ்சம் அதிகம்கறதுபோல

தோணும். ஆனால், அதை அவுங்க சொல்றதில்ல. நமக்கு ஏற்படற சந்தோஷத்தினால கொடுக்கறோம். அப்புறம் அங்கே பகல்லதான் போக முடியும். பட் வெரி சேஃப். கண்ட நாரை பூரைங்கள்லாம் அங்கே நுழையவே முடியாது. அதுங்களுக்கெல்லாம் அவங்க சம்மதிக்கவுமாட்டாங்க."

சூரியாக்கோஸ் என்ன சொல்கிறான் என்பதைப் புரிந்து கொள்ளவே சில நிமிடங்கள் தேவைப்பட்டன. பிராக்டிகல் லவ்! சூரியாக்கோஸ் இந்த விஷயத்திற்குக் கொடுத்திருக்கிற விளக்கம் பரவாயில்லையே! சர்வசாதாரணமான ஒரு விஷயம் மாதிரியல்லவா சொல்கிறான் –

"அந்தக் காலத்துல அது நல்ல பெரிய குடும்பமாக இருந்தது போலிருக்கு" என்று கூறிய சூரியாக்கோஸ் விஸ்கி முழுவதையும் தீர்த்துவிட்டு கிளாஸை நகர்த்தி வைத்தான். மேலும், "இடையிலதான் நொடிஞ்சுட்டுது. இப்போ பசுமை தட்ட ஆரம்பிச்சுட்டுது. அப்புறம் சில விஷயங்க மட்டும்தான் எனக்கே பிடிபடவில்லை" என்றான்.

"உம். இடம் எங்கே?"

"பார்த்தீங்களா! உங்களுக்கே ஆர்வம் அதிகமாயிட்டு வருதுங்க சார்."

"அப்படியில்ல. இந்த ஊருலேயே இப்படியொரு..."

"நீங்க இந்த ஊருல பிறந்து வளர்ந்தீங்கங்கறத தவிர, இந்த ஊரைப் பத்தி உங்களுக்கு என்ன தெரியும்? கஞ்சா வியாபாரம் முதல் நீலப்படம் தயாரிப்பு வரைக்கும் சுத்தபத்தமான இந்த ஊருலதான் நடக்குதுங்கறது உங்களுக்குத் தெரியுங்களா? ஆனால், அது வேறு, இது வேறு. உண்மையா சொல்லணும்னா எனக்குச் சுலபமா ஒரு சான்ஸ் கிடைச்சுது. அவ்வளவுதான்."

"அந்த இடம் எங்கேங்கறத நீர் இன்னும் சொல்லலையே!"

'வர்றீங்களா?"

"எதுக்கு?"

"பிராக்டிகல் லவ்வுக்கு!"

சூரியாக்கோஸ் மீண்டும் சிரித்தான். அவனுடைய சிரிப்பில் ஆரோக்கியமில்லாத ஏதோவொன்று உள்ளது.

மற்றவர்களை முழு முட்டாளாக்கி தான் வென்று விட்டோம் என்று விளம்பரம் செய்வது போலவோ வேறு ஏதோ ஒன்றுதான் அது. ஒருவேளை அதுபோல் தனக்குத் தோன்றுகிறதோ!

"அவ பேரு சுபத்ரா" என்று குரியாக்கோஸ் அருகில் வந்து குனிந்து அமர்ந்து கொண்டு சொன்னவன், மேலும், "சுபத்ரா தம்புராட்டின்னுதான் சொல்லுவாங்க. அதுக்குக் காரணம் உண்டு. அவளைப் பார்த்தாலே ஒரு தம்புராட்டி போல்தான் இருப்பாள். வீட்டில் இருக்கும்போது பிளவுஸும் சரிகைச் சேலையும்தான் அவள் வேடம். அரண்மனையைப் போல பெரியதொரு வீடு. அந்த வீட்டுக்கு இரண்டு மூன்று நூற்றாண்டின் பழக்கமாவது இருக்கும். அட, நான் இன்னும் அந்த இடத்த சொல்லலியே – இதோ இங்கேர்ந்து ஆறு கிலோ மீட்டர் கிழக்கால ஒரு சந்தை கூட்டுரோடு பஸ் ஸ்டாப் இருக்கு. தெற்கே வயல்வெளி. அந்த வயலுக்குப் பக்கத்துலதான் பஸ்லேர்ந்து இறங்கணும். வயல்ல குறுக்காகப் பூந்து நடக்கணும். வயல்ல எறங்கினவுடனே அக்கரையிலுள்ள வீட்டோட இடிந்து கிடக்கும் மதில் தெரியும்,"

"வீட்டுல யாரெல்லாம் இருக்காங்க?"

"ஒரு நோயாளி பார்ட்டி இருக்கறான். அவன் இளம் வயசுதான். இவங்களோட அவனுக்கு என்ன உறவுன்னுதான் எனக்குத் தெரியாது. ஒரு தங்கச்சி படித்துக் கொண்டு இருக்கிறாளாம். அப்பப்போ வர்ற ஒரு மாமன்காரனைப் பற்றியும் சொன்னாங்க. ஆனா, அந்த பார்ட்டியையும் நான் இதுவரைப் பார்க்கவில்லை."

"பெரிய வீடு! தனியா ஒரு பொண்ணு! பிஸினஸ்! சரி!"

"ஐயோ சார்! இங்க அப்படியொன்னும் பிஸினஸா நடத்தறது இல்லீங்க! அப்படிப்பட்ட ஒரு சுற்றுச்சூழலாவும் அது இல்லீங்க!"

"நீர் எப்படி அங்கே போய்ச் சேர்ந்தீர்?"

"அவசரப் படாதீங்க, சொல்றேன். நம்ம 'பெரிசு'ரிட்டயர் ஆவறதுக்கு முன்னால, அவரோட லீவு பீரியடுலயெல்லாம் நான்தான் மேனேஜர் – இன்சார்ஜா இருந்தேன். நம்மோட கதாநாயகிக்கு பேங்குல ஒரு அக்கௌண்ட் உண்டு. ஒண்ணு

ரெண்டு தடவை கவுண்டரில் பார்த்திருக்கேன். கூட்டத்துல கூட அந்த முகம் பளிச்சென கவனத்தில் பட்டது. அதுக்குக் காரணம், யாராலும் கவனிக்காமல் இருக்க முடியாத ஒரு உருவம் அது. ஹைலி சென்சேஷனல். ஆனால், அந்த முகத்திலுள்ள புன்னகைக்கு இடையிலேயும் ஒரு துயரத் தோற்றம் உண்டுன்னு எனக்குத் தோணிச்சு. ஒருவேளை அதுதான் என்னை ஈர்த்திருக்கணும். இன்னொருமுறை பணமெடுக்க வந்தபோது, கையெழுத்துப் போட்டதுல வித்தியாசம் தோணுதுன்னு சொல்லி நான் பார்ட்டியைக் கேபினுக்குள் அழைச்சேன். அதுவொன்னும் அவ்வளவு பெரிய அமௌண்ட் இல்லதான். லெட்ஜரைப் பரிசோதித்த போது பெட்டிலோன்களும் சின்னச்சின்ன டிப்போஸிட்டுகளுமாகத்தான் வரலாறு இருந்தது. லெட்ஜரிலிருந்து தலையைத் தூக்கிப் பார்த்தால், கேபினுக்குள் ஒரு ராணி கொஞ்சம் தயங்கி தயங்கி வந்து கொண்டிருந்தாள். துக்கம் கவிழ்ந்த அந்த புன்னகை அப்போதும் அவள் முகத்தில் இருந்தது. இன்னொரு தடவை கையெழுத்துப் போடச் சொன்னேன். போட்டாள்: கே.பி. சுபத்ரா என்று. ஆனால், நான் அப்போ அவ கையெழுத்தக் கவனிக்கல. அழகான அந்த சிவந்த விரல்களையும், பேனா பிடிப்பதிலுள்ள அந்த தனித் தன்மையையும், குண்டு குண்டான அந்த ஆங்கில எழுத்தையும்தான் கவனித்தேன். அவளைத் தொந்தரவு செய்தமைக்காக வருத்தம் தெரிவித்தேன். அதற்குப் பதிலாக புன்னகை ஒன்று மட்டும் அவள் முகத்தில் மலர்ந்தது. வீடு எங்கேன்னு கேட்டு விசாரிச்சேன். உக்காரச் சொன்னேன். அவளிடம் நிறைய பேசினேன் ...

“நீங்க இப்போ சொல்லலாம் சார், நான் அபிஷியல் மெஷினரியை மிஸ்யூஸ் செய்தேன்னு. ஆனா, நான் முன்னமேயே சொன்னேனே – ப்ராப்ளம்ஸ் ஆஃப் ப்ரீமெரிட்டல் பீரியடு – விவாகப் பூர்வமான சரீர பிரச்சினைகள்...”

குரியாக்கோஸ் இப்போது ஒரு சினிமா வில்லனைப் போல் சிரித்தான். விஸ்கி அவன் தலைக்குள் நன்றாகவே வேலை செய்தது. வெளுத்த முகம் சிவந்திருக்கிறது. வார்த்தைகள் சிலசமயம் தடுமாறத் தொடங்கினாலும், அவனால் அவற்றைக் கட்டுப்படுத்தவும் முடிந்தது. திடீரென்று ஒரு விஷயம் புலப்பட்டது. குரியாக்கோஸிடம் இப்போது தோன்றுகிற எண்ணம் நட்போ நெருக்கமோ அல்ல. அபரிமித பொறாமை: மெல்லிய பகைதான்.

“என் குடும்பத்துல நான் மட்டும்தான் இப்படி மாசச் சம்பளக்காரனா வாழறேன் சார். அண்ணன்களோட பிஸினஸ் விஷயங்கள முன்னமேயேதான் சொன்னேனே? அதேபோல அப்பாவுக்கும் ஆரம்ப காலத்துல வியாபாரம்தான். அதனால, பிஸினஸ் என்னோட ரத்தத்திலும் இருக்குமில்லே? அதனாலதான் சொல்றேன், நான் ஒரு பெண்ணைக் கண்டாலே போதும், அவள் எப்படிப்பட்டவள்னு சொல்லிடுவேன். அதேபோல, வளைச்சா அவ வளைவாளான்னும் எனக்குத் தெரிஞ்சுடும்.”

“நிறுத்துடா”என்ற குரலில் கொஞ்சம் சப்தம் அதிகமாகத்தான் இருந்தது. குரியாக்கோஸ் சட்டென முகம் கவிழ்ந்து அமர்ந்து விட்டான். கலங்கிய விழிகளை உயர்த்தி அவன் நோக்கினான். ஆனால், அவன் முகத்தில் பாவனை மாற்றம் எதுவுமில்லை. அவன் எழுந்தான். காலியான கிளாஸ்களையும் பாட்டிலையும் எடுத்துச் சென்றான்.

“வாங்க சார். எழுந்து முகத்தைக் கழுவுங்க. போய்ச் சாப்பிடலாம்“ என்றவன் வாஷ்பேசினில் கிளாஸ்களைக் கழுவினான். அதன்பின் முகத்தில் சோப்பு போட்டு கழுவினான். டவலுடன் வந்தபோது மதுவின் பிடியிலிருந்து அவன் முற்றிலும் விடுபட்டவனைப் போல் தோன்றினான். டவலை நீட்டினான்.

“டைம் ஆகுதுங்களே, எழுந்திருக்கலீங்களா” என்றான் குரியாக்கோஸ்.

“ஓகே.”

எழுந்து சென்று வாஷ்பேசினுக்கு மேலே இருந்த கண்ணாடியில் முகத்தைக் கண்டபோது, தன்னையே நொந்து கொள்ளத் தோன்றியது. எல்லாமே இருண்டு விட்டது போலிருந்தது. குரியாக்கோஸின் வெளிறிச் சிவந்த அந்த முகத்தை வெகுநேரம் நோக்கிக் கொண்டிருந்ததால் அப்படித் தோன்றியிருக்கலாம். குளிர்ந்த நீர் முகத்தில் விழுந்ததும் ஆசுவாசம் தோன்றியது.

“இன்னிக்கு இங்கே வெஜிட்டேரியன்தான்”என்று மாடிப்படியில் இறங்கும் குரியாக்கோஸ் கூறினான். மேலும், “இன்னிக்கு சனிக்கிழமையாச்சே. அதனால, எல்லா பசங்களும் வீட்டுக்குப் போய்டுவானுங்க. கஸ்டமருங்க இல்லாததாலதான் இந்த சிஸ்டம். அவனுங்களோட பதிவிரதைங்க வீட்ல

காத்துக்கிட்டு இருப்பாங்களாச்சே? நான் இப்போ ஸ்பெஷல் ஆம்லெட் போடச் சொல்லியிருக்கேன்," என்று விவரித்தான்.

மாடிப்படிகளில் வெளிச்சம் குறைவுதான். குரியாக்கோஸ் கையைப் பிடித்தான். அவனுடைய உள்ளங்கைக்கு மென்மையும் சூடுமிருந்தது.

மெஸ் ஹாலில் சாப்பிடுவதற்கு யாரும் அமர்ந்திருக்கவில்லை.

சாம்பாருக்கும் ஆம்லெட்டுக்கும் அசாதாரணமான சுவை தோன்றியது. ஒருவேளை பசியினாலும் இருக்கலாம். விஸ்கியை அருந்தும்போதும்கூட எதுவும் தின்னவில்லையே –சாப்பிட்டு முடித்தபின் குரியாக்கோஸ் ஸ்கூட்டரை ஸ்டார்ட் செய்தான். வழியில் இருவரும் பேசிக் கொள்ளவே இல்லை. குரியாக்கோஸ் எல்லாம் தெரிந்தவனைப்போல் ரோடிலிருந்து நடைபாதைக்குத் திரும்பி, அப்புறம் வீட்டின் முன்னே கொண்டு வந்து நிறுத்தினான். குரியாக்கோஸ் வண்டியிலிருந்து இறங்கவில்லை. என்ஜினையும் நிறுத்தவில்லை.

"வரலையா, உள்ளே வந்துட்டுப் போகலாமே"என்றழைத்தான் இராம கிருஷ்ணன்.

"இல்ல, நேரமாயிட்டுதுங்களே?"

"தாங்க்யூ மிஸ்டர் குரியாக்கோஸ்.'

"புறப்படட்டுங்களா? குட்நைட்!"

"குட்நைட்!"

குரியாக்கோஸ் ஸ்கூட்டரை திருப்பினான். வண்டியின் பின்னால் தெரிந்த சிகப்பு ஒற்றைக் கண்ணை நடை பாதையின் இருளில் விலகிப் போவதை நோக்கி நின்றான் இராமகிருஷ்ணன். குரியாக்கோஸுடன் தான் கொஞ்சம் மோசமாக நடந்து கொண்டோமோ? லீவிட், நாளைக்கு ஞாயிற்றுக்கிழமை. திங்கள் கிழமை பேங்கில் பார்க்கும்போது, ஈஃப் ஐ ஹர்ட் யூ, எக்ஸ்க்யூஸ்மி....' என்று சொல்லிவிடலாம்.

இராமகிருஷ்ணன் படியேறினான். பேண்டின் பாக்கெட்டிலிருந்து சாவி இருக்கிறதா என்று துழாவிப் பார்த்து உறுதிப் படுத்திக் கொண்டான். தூரத்தில் எங்கேயோ மழை பெய்வதின் அறிகுறியாக ஒரு குளிரிந்த காற்று மெல்ல வீசத் தொடங்கியிருந்தது.

✸

5

இரவின் நிசப்த சாமங்களில் எப்போதோ ஒரு தூறல் மழை பெய்துவிட்டு போயிருந்தது. புல்லிதழ்களின் முனையில் மொட்டாக நிற்கும் நீர்த்திவலைகளில் சிறு சிறு சூரியன்கள். புல்லிதழ்களில் தங்கியிருக்கும் நீர்த்திவலைகளை கால்களால் எந்தியவாறு தோட்டத்தின் வழியாக நடக்கும்போது மழை ஒரு ஆவேசமாக இருந்த அந்த பாலபருவத்தைப் பற்றி நினைக்கத் தொடங்கினான் இராமகிருஷ்ணன்.

வெகுதூரத்திலிருந்து மழைக்காற்றின் ஆரவாரம்தான் முதலில் கேட்கத் தொடங்கும். அதன்பின் மரக்கிளைகளை காற்று ஒரேயடியாக குலுக்கும். தூரத்திலிருந்து காற்றில் அலைந்தாடும் தென்னையின் தலைப் பாகங்களை நோக்கி நிற்கும்போது, முடியை அவிழ்த்துப் போட்டு ஆடும் பேய்கள்தான் நினைவுக்கு வரும். அப்புறம் சரல்கற்களை வாரி வீசுவதைப் போல் முற்றத்தில் முதல் மழைத் துளிகள். அவை சட்டென கிழக்கேயுள்ள பரம்பைக் கடந்து புஞ்சை வயலையும் தாண்டி விலகிப் போகின்றன. காற்றின் உறுமலும் முதல் மழைத்துளிகளும் விலகிச் செல்வதோடு மற்றொரு ரீங்காரமும் கேட்கத் தொடங்குகின்றன. இது இயற்கையோடு சமாதானம் செய்துகொள்வது போன்ற மழையின் ரீங்காரம்தான். அத்துடன் கணக்கற்ற வெள்ளி நூற்கள் வானத்திலிருந்து தொங்கி இறங்குகின்றன. மேலும் மழை அதிகமாகவே உள்ளம் கைகளால் காதுகளை மூடிக்கொண்டும் திறந்து கொண்டும் நிற்கும்போது கேட்கும் ஆரோகண அவரோகணங்கள். இரவில் வடக்குப் பக்க

அறையின் பத்தாயத்தின் மேல் இளம் சூடான போர்வைக்குள் மழையின் இசையை கேட்டுக்கொண்டே படுத்துக் கொள்ளல். இப்படி –

பருவமழை அதிகரிக்கும்போது மழை அடர்ந்து பெய்யும் ஒரு இரவில்தான் குடும்பத்துக்குச் சொந்தமான குளம் நிரம்பி வழியும். குளம் நிரம்பி வழியத் தொடங்கும் போது வயலுக்குச் செல்லும் வாய்க்கால் மதகு திடீரென்று திறக்கப்படும். குளத்தில் கொழுத்து திளைக்கும் விரால்களும் ஜிலேபிகளும் மற்ற பெரிய மீன்களும் வாய்க்கால் மதகு வழியாக வெளியே குதிக்கும். தொப்பிக் குடையும் அரிக்கேன் விளக்கும் கையில் கைக்கோடாலியும் மீன் பெட்டியுமாக குஞ்ஞனின் தலைமையில் ஏராளமான பணியாளர்கள் காவல் இருப்பார்கள். மீன்களை வெட்டியும் வலையால் பிடித்தும் கூடையில் போடுவார்கள். விடிவதற்குள் கூடைகள் நிறைந்துவிடும். அம்மாவுக்கும் பெரியம்மாவுக்கும் சொந்தமானதுதான் இந்த குளம். இருந்தாலும், வீட்டு முற்றத்தில் பரப்பப்படும் மீன், பாகம் பிரிந்து வெளியேறிய மற்ற வீட்டார்களுக்கும் பக்கத்து வீட்டார்களுக்குமாக பங்கு வைக்கப்படும்...... பெரியம்மாவின் மகன் மாதவன் அண்ணன் மப்ளரை தலையில் சுற்றிக் கொண்டு, டார்ச்சையும் துணிக்குடையையும் எடுத்துக்கொண்டு குஞ்ஞனுடன் சேர்ந்து போய்க் கொண்டிருப்பார். கோபுவும் சிலசமயம் அந்த கும்பலில் சேர்ந்து கொள்வான். வயதில் குறைந்தவனான தனக்கு மட்டும் மீன் பிடிக்கப் போவதற்கு அனுமதி கிடைக்காது. ஒருமுறை மாதவன் அண்ணனுடன் சேர்ந்து அப்பா தூங்கியபின் அம்மாவின் அரைகுறை சம்மதத்தையும் பெற்றுக்கொண்டு குளக்கரையை அடைந்தான் இராமகிருஷ்ணன். தலையில் கட்டும் குடையுமெல்லாம் இருந்தாலும் மறுநாள் விடிவதற்குள் ஜலதோஷமும் காய்ச்சலும் வரவே செய்யும்...

மாதவன் அண்ணனுக்குச் சொந்தமான கொட்டிலின் முற்றத்தில்தான் தான் இப்போது நிற்பதாக நினைத்துக் கொண்டான். அந்த கொட்டில் இருந்த இடத்தில் இப்போது புல்லும் புதரும் மண்டிகிடக்கும் தரைமட்டும் இருந்தது. பெரியம்மா இறந்தபின் மாதவன் அண்ணன் ஒருமுறை விடுமுறையில் வந்தபோது கொட்டிலைப் பிரித்து விற்றுவிட்டார். நல்ல கனமான மர உருப்படிகளுக்கு அப்போது நல்ல விலையும் கிடைத்திருக்கிறது. கொட்டிலை விற்பதற்கு அவர் தீர்மானித்ததை

அறிந்த அம்மா பேச்சுமூச்சற்று ஸ்தம்பித்துவிட்டார். அதற்கு மாதவன் அண்ணன் சொன்ன பதில் என்ன தெரியுமா? 'இந்த காட்டுப் பிரதேசத்தில் இப்படியொரு ஃப்யூடல் நினைவுச் சின்னம் இருப்பதால் என்ன புண்ணியம்' என்றுதான். மாதவன் பம்பாயிலேயே ஒரு பிளாட் வாங்குவதற்குத் திட்டமிட்டிருக்கிறார். கொட்டில் இருந்த இடத்தின் ஒரு பாகம் ஏற்கனவே விற்கப்பட்டு விட்டன. அந்த இடத்தை வாங்கித்தான் பக்கத்திலுள்ள ராகவன் நம்பியார் அழகான வீட்டைக் கட்டி முடித்தார்.

கொட்டிலின் மிச்சங்களின்மேல் கண்களைச் செலுத்தினான். தரை முழுவதும் புதர்க்காடு மண்டியிருந்தது. ஒரு காலத்தில் இதனுடைய தரைத்தளம் முழுவதும் நெற் களஞ்சியமாக இருந்தது. மேலே செல்வதற்கு ஒரு பக்கமாக கற்படிக்கட்டுக்கள். மேலே மூன்று அறைகள் இருந்தன. நடுவில் இருந்த அறை யில்தான் பைத்தியம் பிடித்திருந்த நாணு மாமனை பூட்டி யிருந்தார்களாம். தான் பிறப்பதற்குள்ளேயே நாணு மாமாவின் காலம் முடிந்து விட்டிருந்தது. நடு அறையிலிருந்த சுவரில் மங்கலாகத் தெரிந்த பென்சில் ஸ்கெட்சுக்கள் எல்லாம் நாணு மாமா வரைந்ததாக இருக்கலாம். ஒரு கதகளி உருவம், ஒரு நாயின் தலை, ஒரு நீண்ட தாடியுள்ள சாமியாரின் முகம், பூக்கள், பட்டாம் பூச்சிகள்... இந்த கோட்டுச் சித்திரங்களை நோக்கி வெகுநேரம் தான் நின்றதுமுண்டு. ஒரு ஓவியனாக இருந்த நாணு மாமாவின் நினைவுச் சின்னங்களும் இப்போது மண்மூடி போய் விட்டிருக்கிறது. நாணு மாமா இன்னுமொரு மர்மமாக மாறிவிட்டிருக்கிறார்.

நாணு மாமா ஒரு ஓவியனாக மட்டும் இருக்கவில்லை. நல்ல இசைஞானம் உள்ளவராகவும், கதகளி தாசராகவும் எல்லாம் இருந்தாராம். அவர் ஒருமுறை தூரத்தில் எங்கேயோ சென்று ஒரு இசைக்கச்சேரியை கேட்டுவிட்டு திரும்பியிருக்கிறார். இரவு வெகுநேரமாகி விட்டிருக்கிறது. நிறைந்த நிலா, பகவதி கோயிலுக்கு அருகில் வந்தபோது கால்களையும் முகத்தையும் கழுவுவதற்காக கோயில் குளத்தை நோக்கி நடந்திருக்கிறார். அது வழக்கமான செயல்தான். கற்படிக்கட்டுக்களில் இறங்கும்போது, ஆற்றை நோக்கி நீண்டு நிற்கும் கூப்பின் மேல் அந்த முழுநிலவில் குளித்துக் கொண்டு அழகான மனிதன் ஒருவன் நிற்கின்றான். அவன் வேறு யாருமல்ல. பக்கத்து வீட்டு இளைஞன் திருமேனிதான்.

“என்ன திருமேனி, இந்த நேரங்கெட்ட நேரத்துல இங்கே?...” என்று நாணு மாமா சிரித்துக் கொண்டே விசாரித்திருக்கிறார். ஆனால், திருமேனியிடமிருந்து பதில் ஒன்றும் கிடைக்கவில்லை.

“பேசாமே இருந்துகிட்டு எனக்கு விளையாட்டு காட்டுறாயா?” என்று கேட்டவாறே நாணு மாமா கூப்பின்மேல் நடந்துள்ளார். அருகில் சென்று கையைப் பிடிக்கத் தாவியதும்தான் திருமேனி திடீரென காணாமல் போய்விட்டிருக்கிறான். நாணு மாமா உடனே திடுக்கிட்டு நின்று விட்டிருக்கிறார். வீட்டுக்குப் போனதும்தான் பெரியவர்கள், “நீ பார்த்தது பிரம்ம ராட்சசாக இருக்க வேண்டும். ஆமாம் ராட்சசின் கருப்பு மரக் கம்பிகள் போட்ட கோயில் அந்த குளக்கரையில்தானே உள்ளது” என்று சொன்னார்கள்.

களஞ்சிய அறையின் வராண்டாவிலுள்ள சாய்வு திண்ணையில்தான் நாணு மாமாவுக்கு படுக்கைப் போடுவார்கள். அன்று நடு நிசியில் நாணு மாமாவின் அலறலைக் கேட்டு எல்லோரும் திடுக்கிட்டு எழுந்தார்கள். யாரோ நடைபாதையிலிருந்து கற்களை வீட்டின்மேல் வீசுவதுபோல் தோன்றியதாம். பெரியவர்கள் பரஸ்பரம் முகத்தை நோக்கிக் கொண்டார்கள். அப்புறம் பிரம்ம ராட்சசுக்கு பிரத்யேக வழிபாடுகளை நேர்ந்து கொண்டார்கள்.

ஆனால், எல்லா இரவுகளிலும் குழம்பிப் போயிருந்த நாணு மாமாவின் கூச்சலும் கலாட்டாவும் மற்றவர்களின் தூக்கத்தைக் கெடுத்தது. ஒவ்வொரு முறையும் கண்களுக்குப் புலப்படாத அந்தப் பகைவனை நோக்கி நாணு மாமா அலறினார். காலப்போக்கில் பகல் நேரங்களிலும் நாணு மாமா அந்த அஞ்ஞாத சக்திகளுக்கு எதிராக அட்டகாசம் செய்யவும், அலைகளை அடித்து விரட்டிய தன் சொந்த திறமையை மெச்சி அகங்காரத்துடன் பெருத்தச் சிரிப்புச் சிரிக்கவும் செய்யத் தொடங்கினார்.

இது பைத்தியம்தான் என்று புரிந்து கொண்டபோது முறைப்படி சிகிச்சையும் ஆரம்பிக்கப்பட்டது. நாட்டு வைத்தியரான ‘சின்னுகுட்டி வைத்தியர்’முதல் மிகவும் புகழ் பெற்றவரான ‘மூஸ்ஸ்’வரையில் சிகிச்சையளித்தும் எவ்வித குணமும் ஏற்படவில்லை. தொடக்கத்திலெல்லாம் தன் சொந்த தாயிடம் மட்டும்தான் முறைக்கத் தொடங்கியுள்ளார். படிப்படியாக குடும்பத்தவர்கள் எல்லோருமே பகையாளியாகி

விட்டார்கள். ஆனால், அந்த காலத்திலும் தன்னுடைய நண்பர்கள் வரும்போது நகைச்சுவையாகப் பேசவும் ஒரு ஆங்கிலேய துரையிடமிருந்து கிடைத்த பிடிலை எடுத்து வாசிக்கவும் செய்வாராம். காலம் செல்லச் செல்ல பைத்தியம் முற்றி மிகவும் உபத்திரவம் கொடுக்கத் தொடங்கியபோது குளிப்பாட்டவும் உணவளிக்கவும் எல்லாம் சாத்து நாயர் என்னும் ஒரு முரடனை ஏற்பாடு செய்தார்கள். 'இனிமேல் நான் பார்த்துக்கறேன். இந்த சாத்து நாயர் இருக்கற வரைக்கும் நீங்க யாரும் பயப்பட வேணாம்' என்று அவன் பிரஸ்தாபிக்கவும் செய்தான். 'அடிக்கு மிஞ்சின படிமாணமில்லை'என்னும் தத்துவத்தில் நம்பிக்கைக் கொண்ட சாத்து நாயரிடம், குடும்பத் தலைவர் அப்பு மாமன், "சாத்து, அவனை ரொம்பவும் உபத்திரவிக்க வேணாம், தெரிஞ்சுதா. கையாலக்கூட. அடிக்கறது தெரியாம மிரட்டணும்..." என்று கூறியபோது சாத்து நாயர் தலையாட்டினான் என்றாலும், குளிப்பதற்கு அழைத்துச் செல்லும்போதும் மற்ற நேரங்களிலும் நாணு மாமாவின் உடம்பில் விரல் அளவிற்கு பிரம்பின் சின்னங்கள் வீங்கிப்போய் கிடப்பதைக் காணலாமாம். அதைப் பார்த்துவிட்டு கண்களும் நிறைந்து விடுமாம்.

ஒருநாள் விடியும் நேரத்தில் கொட்டில் பக்கத்திலிருந்து அசாதாரண பெரும் கூச்சல் கேட்டது. அப்பு மாமன் திடுக்கிட்டு எழுந்தார். ஜன்னல் வழியே கீழே நோக்கியபோது கொட்டில் முற்றத்தில் யாரோ கீழே படுத்து உருளுவதுபோல் தெரிந்தது. உத்திரத்தில் சொருகி வைத்திருந்த பிரம்பு கம்பை எடுத்துக் கொண்டு வேகமாக படியிறங்கிச் சென்றார் அப்பு மாமன். கொட்டிலின் முற்றத்தையடைந்ததும் தான் அப்பு மாமன் அந்த காட்சியைக் கண்டு திடுக்கிட்டார். இரத்தத்தில் குளித்த ஒரு மாமிசப் பிண்டமாக சாத்து நாயர் மரண வேதனையுடன் தரையில் படுத்து ஒரு கோழிக்குஞ்சு காற்றில் உருளுவதுபோல் உருண்டு கொண்டிருந்தான். முற்றத்தின் ஒரு முனையிலிருந்து மறுமுனை வரை இங்குமங்கும் உருண்டான். பலமிக்க அந்த உடலிலிருந்து உயிர் பிரிவதற்கான கடைசி முயற்சியாக அது தோன்றியது. அப்பு மாமனுக்கு எல்லாமே புரிந்தது.

களஞ்சிய அறையின் தரையில் ஒன்றும் தெரியாதவரைப் போல் நாணு மாமன் சப்பணமிட்டு அமர்ந்திருக்கிறார். குளித்துவிட்டு துவைத்த வேட்டியை அணிந்திருக்கிறார்.

நெற்றியிலும் மார்பிலும் சந்தனக் கீற்றும் இருந்தது. பிரப்பங்கழியை தரையில் ஊன்றி நின்றவாறு அப்பு மாமன்,

"இது என்ன நாணு?" என்று கேட்டார்.

"எனக்கொன்னும் தெரியலியே, மாமா" என்ற நாணு மாமன் எழுந்து நின்று பவ்வியமான குரலில், "ஏதாச்சும் விஷப்பாம்போ என்னவோ கடிச்சிருக்கலாம்" என்று கூறினான்.

கொட்டிலின் படிக்கட்டுக்கள் முழுவதும் இரத்தச் சுவடுகளாகவே இருந்ததன. அதன்பின் நாணு மாமன் எல்லாவற்றையும் தானாகவே சொன்னாராம். ஆயுதம் எதுவும் கிடைக்கவில்லை எனத் தெரிந்ததும், கதவின் ஒரு இரும்பு தகட்டை மிகக் கவனத்துடன் உருவி வைத்திருந்திருக்கிறார். சிறுநீர் கழிக்க வேண்டும் எனக் கூறி சாத்து நாயரை விடிவதற்குள் கூப்பிட்டு எழுப்பியிருக்கிறார். கதவைத் திறந்தவுடன் தான் கதவிலிருந்து உருவி எடுத்திருந்த இரும்புத் தகடால் ஒரே வெட்டு. அப்புறமும் உடலெங்கும் கண்மண் தெரியாத வெட்டுக்கள் ....

இது எத்தனையோ ஆண்டுகளுக்கு முன்பு நடந்த நிகழ்ச்சிகள்! சிறுபிள்ளையாக இருந்தபோது ஒருமுறை ஓடிப் பிடித்து மறைந்து விளையாடும் நேரத்தில் கோபி கொட்டிலின் முற்றத்தில் விழுந்து விட்டான். பலத்த அடியொன்றும் இல்லை என்றாலும் கோபுவுக்கு மயக்கமாகி விட்டது. அதன்பின்தான், அந்தக் காலத்தில் சாத்துநாயர் மாமிசப் பிண்டமாக உருண்ட இடத்தில்தான் கோபுவும் விழுந்துள்ளான் என்று தெரிந்தது. ஜோதிடரின் கட்டளைப்படி சாத்துநாயரின் ஆவியை மீண்டும் ஒருமுறை மந்திரத்தால் வரவழைத்து திருப்திபடுத்தி அனுப்பப்பட்டது. அதன்பின்னும் சிலகாலம் வரையில் மாதந்தோறும் பிரம்மராக்ஷஸுக்கு பால் பாயசம் வைத்து வழிபாடும் செய்யப்பட்டது.

ஈரம் விழத் தொடங்கும் புல் தரையில் மல்லார்ந்து படுக்க வேண்டும் என்று இராமகிருஷ்ணனுக்குத் தோன்றியது. தன்னுள் அந்த பிரம்ம ராக்ஷஸ் புகுந்து விடுமோ?

"என்னங்க இது, காலையிலேயே தோட்டத்துல வந்து உட்கார்ந்துட்டீங்க?" என்ற சப்தம் கேட்டுத் திரும்பி நோக்கினான் இராமகிருஷ்ணன். பிரம்மராக்ஷஸோ? இல்லை, சூரியாக்கோஸ்தான்!

"ஹலோ, குரியாக்கோஸ். நான் இப்போ பிரம்ம ராக்ஷஸைப் பற்றி நினைத்து அமர்ந்து கொண்டிருக்கிறேன்"

"அது யார் சார், அந்த பார்ட்டி?"

"அது ஒரு செமி காட். ஜனங்களைக் காப்பாத்தறதைவிட ஆட்களைத் தண்டிப்பதில்தான் அதற்கு விருப்பம் அதிகம்"

"அட, அப்படியும் தெய்வங்கள் இருக்கின்றனவோ?"

"பின்னே? எங்களுக்கு எத்தனை விதமான தெய்வங்கள் இருக்குன்னு தெரியுமா? மிகச் சில தெய்வங்கள் மட்டும்தான் எக்ஸ்ட்ரீமிஸ்ட்களாக உள்ளன. அவற்றில் அதிகமானவையும் சாத்வீகமானவைதான். பலனளிக்கத் திறமையில்லாத பாவங்கள் அவை."

குரியாக்கோஸ் சிரித்தான்.

"நேத்திய ஹாங்க்கோவர்தான் இன்னிக்கும் உங்களுக்கு இருக்குன்னு தோணுதுங்க சார்"

எழுந்து கொண்டான் இராமகிருஷ்ணன்.

"அட, அதெல்லாம் ஒண்ணுமில்ல, வாரும்."

"ராத்ரி மூடெல்லாம் அவுட்டாயிட்டுதானே பிரிஞ் சிட்டோம்!" என்ற குரியாக் கோஸ், "அத நெனைஞ்சப்ப ஏதோ குத்த உணர்ச்சியா இருந்துது. அதான் காலையிலேயே வந்தேன். இன்னிக்கு சண்டேவா இருக்கறதுனால, நாளைக்குத்தானே பேங்குல பார்க்க முடியும்?" என்று சமாதானம் கூறினான்.

"உமக்கு ஏன் குத்தவுணர்ச்சி குரியாக்கோஸ்? நான்தானே சத்தம் போட்டேன்? என்ன சப்ஜெக்ட் அது?"

"அதுவா, அத நானும் மறந்துட்டேன்!"

இருவரும் சிரித்தார்கள். குரியாக்கோஸை அழைத்துக் கொண்டு, சிதிலமடைந்து கிடக்கும் மதில் கற்களைத் தாண்டி வராண்டாவை நோக்கி நடந்தான் இராமகிருஷ்ணன்.

"உட்காரும் குரியாக்கோஸ். நான் கொஞ்சம் பிளாக் காப்பிப் போட்டு கொண்டு வறேன்."

"பிளாக் காப்பியா? இவ்வளவு நேரங்கழிச்சா?"

"மணி என்னவாச்சு?"

“ஒன்பது.”

“ஒன்பதாயிட்டுதா? காலைக் கடன்கள் எதுவும் இன்னிக்கு இன்னும் நடக்கவே இல்லை. எழுந்திருக்கும்போதே நேரமாயிட்டுது. ஞாயிற்றுக்கிழமைகளில் ரெண்டு பிரட் துண்டும் ரெண்டு முட்டையும்தான் காலை டிபன். நேத்திக்குதான் இவைங்க எதையும் வாங்கி வைக்க எனக்கு நேரமில்லையே.”

“சாரி. என்னாலதான் இன்னிக்கு நீங்க பட்டினி. சரி, நீங்க உடனே ரெடியாவுங்க சார். டவுனுக்குக் கொஞ்சம் போய் வரலாம்.”

“ஹாங்க்கோவரை மாற்றவா?”

“நோ, நோ... இதென்னங்க இப்படிச் சொல்றீங்க? அண்ணன் காரில போறப்போ உருவனதுதானுங்களே அது? நான் இப்போ நல்ல ஓட்டலுக்குப் போயி சாப்பிடலாம்னு தாங்க சொல்றேன்”.

அப்போது ராகவன் நம்பியார் தம் போர்ட்டிக்கோவிலிருந்து, “யாரு கெஸ்ட் இராமகிருஷ்ணன்?” என்று கேட்டார்.

“அவரு ஒரு வி.ஐ.பி. நீங்க இங்க வந்தா நான் அவரை உங்களுக்கு அறிமுகப்படுத்தி வைக்கறேன்” என்று கூறினான் இராமகிருஷ்ணன்.

“அதுக்கென்ன, நானே அங்கே வாறேன்....”

இருவரையும் அறிமுகம் செய்து வைத்தான் இராம கிருஷ்ணன்.

சூரியாக்கோஸும் நம்பியாரும் பேசிக் கொண்டிருக்கும்போது இராமகிருஷ்ணன் குளியலறையை நோக்கி நடந்தான்.

ஆடையணிந்து கொண்டு சூரியாக்கோஸுடன் வெளியேறியபோது இன்னுமொரு அற்புதமும் நிகழ்ந்திருந்தது. பல நாட்களுக்குப் பின் குமாரனின் கடை திறக்கப் பட்டிருந்தது. கடைக்குள் போனான் இராமகிருஷ்ணன். கொஞ்சம் உரத்தக் குரலில் பத்திரிகைப் படித்துக் கொண்டிருந்த கதர் அணிந்த ஒருவரும், கேட்டுக் கொண்டிருப்பவராக தலையில் தலைப்பாகைக் கட்டும் முகத்தில் கத்தரித்து விடப்பட்டிருக்கும் தாடியுமான ஒரு முஸ்லீம் கிழவரும், சில கூலி வேலைக்காரர்களும் கடையில் இருந்தார்கள். அருகில்

சென்றபோதுதான் . பத்திரிகை வாசிப்பவர் வி. பி. நாயர் என்னும் பெயரில் அறியப்படும் பரமேஸ்வரன் நாயர் என்று புரிந்தது. பழைய சுதந்திரப் போராட்ட வீரர் அவர்.

இராமகிருஷ்ணனைப் பார்த்ததும் அடுப்படியிலிருந்து குமாரன் சிரித்துக் கொண்டே வந்தான்.

“நீங்க வந்திருக்கீங்கன்னு தெரிஞ்சுது. அதனால உங்களப் பார்க்க வீட்டுக்கு வர்றதாதான் இருந்தேன்.”

“குமாரனுக்கு ஒரு முதிர்ச்சி கைவந்திருக்கிறது என்னும் எண்ணம்தான் முதலில் உண்டாயிற்று. ஆனால், அந்தச் சிரிப்பில் மட்டும் பழைய குறும்பு அப்படியேதான் இருந்தது.

“உன் கடை அருகில்தானே என் வீடும் இருக்கிறது என்னும் நம்பிக்கையில்தான் நான் இங்கு வந்தேன். ஏன் கடையில்லை. என்னாயிற்று?” என்று கேட்டான் இராமகிருஷ்ணன்.

குமாரன் சிரிக்கத் தொடங்கினான்:

“அதுல கொஞ்சம் எசகுபிசகு நேர்ந்துட்டுது. இனிமேல கடை இருக்கும்” என்றவன் குரியாக்கோஸை நோக்கி, “இவரு யாருன்னு தெரியலியே” என்று கேட்டான்.

பேங்கில் தன்னுடன் வேலை செய்பவர் என்று கூறினாலன் இராமகிருஷ்ணன். குமாரன் டீ போட்டு அவசரமாக ஆற்றி கிளாஸ்களில் ஊற்றிக் கொண்டு வந்தான்.

“இன்னிக்கு டீ மட்டும்தான்”என்றவன், “உனக்கு சாப்பாடெல்லாம் எங்கே?” என்று கேட்டான் குமாரன்.

“பட்டினிதான்டா.”

“நாளைலேர்ந்து பட்டினி கிடக்க வேணாம். என் கடை யிலேர்ந்தே உன் உயிரைக் காப்பாற்றிக் கொள்றதுக்கான எல்லா பொருள்களையும் நானே தறேன்.”

இராமகிருஷ்ணன் குரியாக்கோஸிடம், குமாரன் தன்னுடைய வகுப்புத் தோழன் என்று கூறினான்

இவ்வளவும் நடந்து கொண்டிருக்கும்போது, தன் பத்திரிக்கை வாசிப்பை நிறுத்தி விட்ட பி. பி. நாயர் அருகில் வந்து சிரித்தார்: “என்னடா ராமகிருஷ்ணா, என்னைத் தெரியறதோ?”

"பின்னே? பத்திரிக்கைப் படித்து முடியட்டுமேன்னு நினைச்சுகிட்டுதான் பேசாம இருந்தேன்?"

"எப்போ வந்தே?"

"கொஞ்ச நாளாய்ட்டுது!"

"அப்படியா? ஆனால் எனக்குத் தெரியாதே. நானும் ஊருல இல்லேன்னும் வச்சுக்கயேன். இன்னும் எவ்வளவு நாள் லீவு இருக்கு?"

அதற்குப் பதில் கூறுவதற்கு முன்னே கோஷங்களை முழக்கிக் கொண்டு ஒரு சைக்கிள் ஊர்வலம் கடைக்கு முன்னால் வந்து நின்றது. எல்லோருடைய கவனமும் ஊர்வலத்தின் மேல் படிந்தது. இருபது பேர்கள் வரையில் அந்த ஊர்வலத்தில் இருந்தார்கள். சைக்கிளிலிருந்து இறங்கிய பின்பும் கோஷங்கள் தொடர்ந்தன. சிகப்பு கர்சீப் ஒன்றை நெற்றியில் சுற்றிக் கட்டிக் கொண்டிருந்த மெலிந்த உருவமுடைய இளைஞன் ஒருவன் இடி முழக்கக் குரலில் கோஷம் எழுப்பினான். அதை அவனுக்குப் பின்னால் உள்ளவர்களும் முழங்கினார்கள்:

".... .... நாங்கள் போராடும் போது
அடக்கியொடுக்கப் பார்ப்போரே
அடக்கியொடுக்கப் பார்ப்போரே
உங்களைவிட எவ்வளவு நல்லவர்கள்
சம்பல் காட்டு கொள்ளையர்கள்!
சம்பல் காட்டு கொள்ளையர்கள்!

அதன்பின் சிறிதுநேரம் ஏதோ குழுமிப் பேசினார்கள். பின் புறப்பட்டார்கள். ஊர்வலம் மீண்டும் புறப்பட்டபோது பி.பி. நாயர் யாரிடம் சொல்கிறோம் என்னும் இலக்கில்லாமல், "மாசச் சம்பளம் வாங்கறவனுக்கு எவ்வளவு கிடைச்சாலும் போதாது, ஆனா சம்பளம் வாங்காதவன் கதி என்ன?" என்று கேட்டார்.

யாரும் பதில் கூறவில்லை.

"எதுக்காக இந்தப் போராட்டம்?" என்று கேட்டான் குரியாக்கோஸ்.

"இவங்கள்லாம் டிரான்ஸ்போர்ட் வொர்க் ஷாப்புல காண்ட்ராக்ட் தொழிலாளிங்க. கெடைக்கற கூலி போதல. போனஸும் போதாது. வேலைய நிரந்தரமாக்கணும். ஓவர் டைம்ஸ் அலவன்ஸ் வேணும்..." என்றெல்லாம் பி. பி.

நாயர்தான் குரியாகோஸுக்கு சொன்னார். மேலும், "இங்குள்ள எம்.எல்.ஏ. முதல் தலைநகரத்துல உள்ள தலைவருங்க வரைக்கும், எல்லோர் கால்களையும் புடிச்சி அனுமதி பெற்ற வொர்க்ஷாப் இது. அப்படிப்பட்ட இந்த வொர்க்ஷாப்பை இவங்க பூட்ட வச்சிடுவாங்க போலிருக்கு" என்று மனம் நொந்தார்.

அந்த சொற்பொழிவிலுள்ள உண்மையை உணர்ந்தவர்களைப்போல் எல்லோரும் மௌனம் பூண்டார்கள். அதனால், மேலும் ஊக்கம் பெற்றவரைப்போல் பி.பி. நாயர் தர்மக் கோபம் கொண்டார்:

"சாப்பிட்டவனுக்கு – பாய் கிடைக்காத கவலை. சாப்பிடாதவனுக்கு இலை கிடைக்காத கவலை, ஆக. சம்பளம் கொடு, அதிகச் சம்பளம் கொடுங்கறாங்க! இவங்களோட பாரமெல்லாம் இந்த நாட்டுலவுள்ள வரி கொடுக்கற பாமரன்களுக்குத் தானே ஏற்படுது!"

"ஆமாம், தம்புரான் சொன்னதிலும் விஷயமிருக்கு" என்று கூலியாட்களில் யாரோ ஒருவன் சொன்னான்.

"நாயரே!" என்று அதுவரையில் பேசாமலிருந்த முஸ்லீம் கிழவர்தான் அழைத்தார். எல்லோரும் கிழவரைக் கவனித்தார்கள். அவர் நாயரைச் சுட்டிக் காட்டி, "கூலியைப் பற்றியும் சம்பளத்தைப் பற்றியுமுள்ள விஷயங்கள நீங்க சொல்லாம இருக்கறதுதான் நல்லது" என்றவர், கடையிலுள்ளவர்களிடம், "வெள்ளைக்காரங்க கிட்டேர்ந்து சுதந்திரம் வாங்க கூடினோம்னு சொல்லித்தானே இன்னிக்கு ஒவ்வொருத்தரும் எந்த வேலையும் செய்யாம மாசா மாசம் பென்ஷன் வாங்கறாங்க. ஆமாம், அது மட்டும் வரி கொடுக்கறவனோட பணம் இல்லியா?" என்றும் வேகமாகக் கூறினார்.

கடை முழுவதும் அமைதி நிலவியது. தன்னுடைய ஆதரிச வாதங்களின் முனை பட்டென முறிந்த பி. பி. நாயரின் முகம் வெளிறியது. என்றாலும், தம் முகத்தில் ஒரு கௌரவத்தை வரவழைத்துக் கொண்டு, "அடேய், மாப்ளா, நான் பென்ஷன் வாங்கறேன்னா அது ஒரு வீரனாக ஜெயில்ல போய் கெடந்ததாலேதான். திருடப் போயோ, வியாபாரம் செஞ்சோ இன்னொருத்தன ஏமாத்தியோ இல்ல. மதிப்போட போராட்டம் செஞ்சுதான் வாங்கறேன்" – விட்டுக் கொடுக்காமல் பேசினார் நாயர்.

“எனக்கு நல்லாவே அதப்பத்தி நினைவிருக்கய்யா. வெள்ளக்காரங்க ஒழியணும்னு சொல்ற நோட்டீஸை யாரோ கொடுத்தாங்க. அதிகாரியோட வீட்லவுள்ள மதில்மேல நீங்க ஒட்டனீங்க. அப்போ போலீஸ் ஜீப்பு வந்தது. ஜீப்புல வந்த இன்ஸ்பெக்டரு அந்த அதிகாரியோட மகன். அவன் மத்தியான சாப்பாடு சாப்பிடறதுக்காக வந்தவன்தான். உங்களப் பார்த்துட்டு புடிச்சி ஜீப்புல ஏத்திட்டான். ரெண்டு நாள் கழிச்சி விட்டுட்டான். அதுக்காகத்தானே இப்போ மாசாமாசம்... வாங்குங்க, வாங்குங்க... அதைப் பத்தி எனக்கொன்னும் கவலை யில்ல. ஆனா, நீங்க மத்தவங்கள சொள்ளைச் சொட்டைன்னு ஏன் சொல்லணும்கிறேன்.”

பி.பி. நாயரின் பிரதிபலிப்பை அறிந்துகொள்ள எல்லோரும் அவர் முகத்தை நோக்கினார்கள். மொத்தத்தில் குறுகிப்போன நாயர், இதற்குப் பதில் சொல்ல முடியவில்லை என்னும் பாவனையோடு எழுந்து கொண்டார். கண்ணாடியைக் கழட்டி பையில் மறைத்துக் கொண்டார். .

“தோட்டத்துல கொஞ்சம் வேலையிருக்கு” என்று கூறியவர் இராமகிருஷ்ணனை நோக்கி, “காலையிலேயே இங்கே கெடந்து சுத்திக்கிட்டு இருந்தா சரியா இருக்காது. உனக்கு இன்னும் கொஞ்ச நாளு லீவு இருக்குமில்லே. அதனால, நீ போவறதுக்குள்ள பார்க்கறேனே...” என்று கூறி வெளியேறத் தொடங்கினார்.

“ஆளு இங்கேயேதான் இருப்பாரு. சுங்கத்து பேங்குல மேனேஜரா வந்திருக்காரு” என்று குமாரன் கூறினான்.

“அப்படியா?” என்று ஆச்சரியத்துடன் இராமகிருஷ்ணனை நோக்கினார் பி. பி. நாயர்: “கொழந்த பேங்குல வேலை செய்யறேங்கறது தெரியும். ஆனா இந்த பேங்குலயா வேலை செய்யறே? நேத்திக்குதான் – போன மாதிரி தோணுது. இப்போ மேனேஜராவே வந்திருக்கியே? நல்லதுப்பா. பேங்குல எனக்கும்கூட சின்னதா ஒரு ஈடுபாடு உண்டு. பார்க்கலாம்.”

“சரி, பார்க்கலாம்க.”

பி.பி. நாயா தப்பித்தால் போதும் என்னும் எண்ணத்துடன் வெளியேறி நடந்தபோது கிழவர் முணுமுணுத்தார்:

“பேமானிப் பய. சும்மா உக்கார்ந்துகிட்டு அரசாங்க கஜானாவுல மாசாமாசம் காசு வாங்கிக்கிட்டு மத்தவங்களப் போய் கொறைச் சொல்லிக்கிட்டு திரியறானே!”

குமாரன் டீயிக்கான – பணத்தை வாங்க ஒப்புக் கொள்ளவில்லை. கணக்கில் எழுதிக் கொள்ளலாம் என்று சிரித்துக் கொண்டே கூறினான். குரியாக்கோஸ் ஸ்கூட்டரை ஸ்டார்ட் செய்து நேராக நகரத்தை நோக்கிச்செலுத்தினான். இருவரும் ஓட்டலுக்குச் சென்று டிபனை முடித்து ஷாப்பிங்கையும் நடத்தினார்கள். ஒரு தியேட்டருக்குள் சென்று மார்னிங் ஷோவில் ஹங்கேரியன் படம் ஒன்றை பார்த்தார்கள். மீண்டும் லாட்ஜுக்குத் திரும்பினார்கள்.

மெஸ்ஸில் மதிய உணவு உண்டபின் பேசிக்கொண்டு இருக்கும்போதுதான் மீண்டும் எப்படியோ சுபத்ரா பற்றிய விஷயத்திற்கே பேச்சு வந்து விழுந்தது. பேங்குக்கு வரப் போகிற புதிய மானேஜர் பற்றிய விஷயமெல்லாம் சொன்னபோது, மேனேஜரின் வீட்டுப் பெயர் தமக்குத் தெரியும் என்று அவள் கூறினாளாம்..... ஒருபோதும் தான் பார்த்திராத சுபத்ரா என்னும் பெண், மனதில் ஒளிரும் ஒரு புள்ளியாகத் தன்னை வேட்டையாடத் தொடங்கி இருக்கிறாள். அந்த விஷயத்தைப் பற்றி குரியாக்கோஸிடம் சொல்லத் தூண்டியது தன்னுடைய ஆவலாக இருக்கலாம்... எப்படியோ குரியாக்கோஸ் திட்டத்தை தன்முன் வைத்ததும் தான் அதற்குச் சம்மதம் அளித்ததும் எல்லாம் சட்டென நேர்ந்தது.

சந்தைத்திடல் பஸ் ஸ்டாப்பில் பஸ்ஸிலிருந்து இறங்கியபோது அந்திப்பொழுது சாயத் தொடங்கியிருந்தது. ஸ்கூட்டரில் வரக்கூடிய தூரம்தான். அப்படிப் போக வேண்டாம் என்று குரியாக்கோஸ்தான் தீர்மானித்தான். ஸ்கூட்டரை வயல்வெளியில் இறக்க முடியாது. சாலையோரத்தில் கடைக்கு முன்னால்தான் நிறுத்த முடியும். கடைக்காரனிடம் கொஞ்சம் பார்த்துக் கொள்ளும்படி சொல்ல வேண்டியதிருக்கும். அப்போது, எங்கே இருந்து வருகிறீர்கள், எங்கே போகிறீர்கள் என்னும் விசாரணைகள் எழும்பும். அதனால், வேண்டாம். பஸ்ஸுக்கே போகலாம். குரியாக்கோஸ் எல்லாவற்றையும் முன்கூட்டியே காண்கிறான். மனச்சஞ்சலம் இல்லாமல் தீர்மானங்களும் எடுக்கிறான்.

ஆனால், பஸ்ஸிலிருந்து இறங்கி, கடையிலிருக்கும் ஆட்களுக்கு முகத்தைக் காட்டாமல் வயலில் இறங்கிய குரியாக்கோஸின் பின்னால் நடந்தபோதுதான் இந்த செயல் வேண்டாமோ என்ற எண்ணம் இராமகிருஷ்ணனுக்கு முதன்

முதலில் தோன்றியது. ஒரு குற்றம் புரியப் புறப்பட்டது போன்ற மன உலைச்சல், எப்போதும் போன்றுள்ள செயல்பாடுகளுக்கு அப்பால் எல்லா எண்ண நிறைவேறுதல்களும் இரக்கப்படும்படியான அசுத்தமானவைகளே. ப்ரீ மெரிட்டல் ப்ராப்ளம்ஸ், தம்புராட்டி, சேஃப்– இப்படி எல்லா வார்த்தைகளும் பொருளற்றவையாகத்தான் பரிணமிக்கின்றன.

பல ஆண்டுகளுக்கு முன்பு நடந்த ஒரு பயணம் இராமகிருஷ்ணனின் நினைவுக்கு வந்தது. அப்போதுதான் மீசையில் கருமையேறிக் கொண்டிருந்தது. டீப்ளான்டே ஆபீஸில் தான் பணி. யௌவனம் தொடங்கிய ஆர்வம். பொன்னுசாமி என்னும் ஒரு தோட்ட மேஸ்திரியுடன் சேர்ந்து சுற்றிய நேரம். நீலகிரியின் ஒரு குளிர் இரவு. பஸ்ஸில் ஏறி கிராமப் பிரதேசத்தை அடைந்தார்கள். உல்லன் ஸ்வெட்டரும் மப்ளரும் எல்லாம் அணிந்து இருந்தாலும் நடுங்கும் குளிர். பொன்னுசாமி டார்ச் விளக்குடன் முன்னால் நடந்தான். நடந்து நடந்து கடைசியில் டின்ஷீட் வேய்ந்த ஒரு குடிசையின் முன்னால் நிற்கிறான். மினுக்கென எரியும் ஒரு சிமிணி விளக்கின் ஒளியில், சாக்கினால் தன் மேலுடம்பை மூடிப் போர்த்திக் கொண்டு அமர்ந்திருக்கும் உருவம் ஒன்று. பொன்னுசாமி அவ்வுருவத்தின் அருகில் சென்று அமர்ந்தான். ஏதோ ரகசியம் பேசினான். அந்த போர்வைக்குள் இருந்தது ஒரு பெண்தான் என்று அவ்வுருவம் பேசியபோதுதான் புரிந்தது. அதாவது, உள்ளே நோக்கி, ‘வசந்தா’என்று அவ்வுருவம் யாரையோ அழைத்தபோது––

உள்ளேயிருக்கும் இருளிலிருந்து வெளியே வந்த யுவதியின் முகம் விளக்கின் மெல்லிய ஒளியில் தெளிவாகத் தெரியவில்லை. ஒன்றை மட்டும் தன் உள்ளம் புளகாங்கிதத்துடன் நினைத்தது: ‘இவள்தான், இவள்தான் இப்போது தன் கைகளுக்குள் ஒதுங்கப் போகிறவள்’ என்று. வாழ்க்கையில் முதன் முதலாக தான் தொடப்போகும் ஒரு பெண்ணின் உடல். அவள் பொன்னுசாமி யிடம் என்னவோ சொல்லிவிட்டு உள்ளே திரும்பிப் போனதும், மார்புத்துடிப்புகளுக்கிடையே பொன்னுசாமியின் கட்டளை கேட்டது.

“உள்ளே போயிட்டு வாங்க, சார்,”

செருப்பைக் கழட்டி விட்டு உள்ளே சென்றபோது அறையில் விளக்கில்லை. அவள் கதவைச் சாத்தினாள். வெளி யிலிருந்து வந்து கொண்டிருந்த வெளிச்சத்தின் மெல்லிய

கீற்றொளியும் மறைந்தது. எங்கும் அந்தகாரம். அவள் அறையில் நடமாடினாள். கை வளையல்களின் மெல்லிய கிளுக்கத்தைக் கேட்க முடிந்தது. இராமகிருஷ்ணன் கையை நீட்டியபோது அவளுடைய உடம்பில் அவன் கை பட்டது. அவள் தன் ஆடையை அவிழ்த்துக் கொண்டிருக்க வேண்டும். மெல்ல சிரித்துக் கொண்டே.... அவள் முணு – முணுக்கும் சப்தம் கேட்டது:

"கொஞ்சம் இருங்க, வறேன் ..."

இன்னும் கொஞ்சம் பொறுத்திருக்கலாம். அறையில் கேட்ட அசைவுகளிலிருந்து அவள் ஒரு பாயை விரிக்கிறாள் என்று புரிந்தது.

வாடத் தொடங்கிய முல்லைப் பூக்களினுடையதும் பவுடரினுடையதுமான மணம் இருளில் பரவியது. கீழ் பொத்தான்களைக் கழட்டி ஜாக்கெட்டை மேல்நோக்கி சுருட்டியிருந்தாள். இப்போது மிருதுவான சரீர பாகங்களின் ஸ்பர்ஸம். அப்போதுதான், 'பாவம் பெண்கள்' என்னும் எண்ணம் திடீரென தோன்றியது. அனுதாபத்தினாலோ குற்றவுணர்வினாலோ இதயம் கனத்தது. தந்தையின் முகம் திடீரென நினைவுக்கு வந்தது. சொந்த ஊரிலிருந்து வெகுதூரத்திலுள்ள ஒரு குளிர் பிரதேச மலையடிவாரத்தில் இருக்கும் குடிசையினுள் தன்னைவிட வயது முதிர்ந்த ஒரு பெண்ணுடன்....

"என்ன? என்னாச்சு?" என்று இராமகிருஷ்ணனின் இரு கன்னங்களிலும் கைகளால் அணைத்து அவள் ஆச்சரியத்துடன் விசாரித்தாள்.

இப்போது குளிர் தெரியவில்லை. அவளுடைய உள்ளங்கைகளில் மெல்லிய சூடு இருந்தது. மார்புத் துடிப்பு வேகமாக இருந்தது.

"என்ன?" என்று மீண்டும் அவள் கேட்டாள்.

"ஒண்ணுமில்ல"...

அவள் இராமகிருஷ்ணனின் கன்னங்களிலிருந்து கைகளை விலக்கி நெற்றியில் தடவினாள். அதன்பின் விரல்களை கழுத்தின் வழியாகவும் மார்பின் வழியாகவும் கீழே இறக்கினாள். பின் கழுத்தில் கைகளைச் சுற்றி உதடுகளைக் கன்னத்தில் பதித்து மீண்டும் முணுமுணுத்தாள்:

“நீதான் நல்லா இருக்கிறியே! அப்புறம் என்ன?”

“ஒன்றுமில்லை”என்று வெறுமனே முணுமுணுத்தான்.

“ஏன், பயமா?”

பதில் சொல்லவில்லை.

“பயப்படாதே. என்ன சரிதானே?” என்று தன் அதர ஸ்பரிசத்துடன் அவள் இராமகிருஷ்ணனின் காதில் முணுமுணுத்தாள். “எல்லாம் சரியாப் போயிடும்.”

“உம்...”

மீண்டும் நிமிடங்கள் ஓடின. பெண்மையின் மென்மையான ஸ்பர்ஸங்கள் உடலில் முணுமுணுப்பாக, அலைகளாக ஒரு விழிப்புணர்வு பாடலாயிற்று. இரத்த நாளங்களில் கடல் நீரின் உஷ்ணம் பரவிக் கொண்டிருந்தது.

கதவுக்கு வெளியிலிருந்து, “வசந்தா ....” என்றழைக்கப் படும் குரல் கேட்டது.

அவள் முணுமுணுத்தாள்.

“விட மாட்டாங்க...” என்றவள் முகத்தை விடுவித்துக் கொண்டு உரத்தக் குரலில், “இதோ வறேங்க...” என்று கூறினாள்.

வெளியே சென்றபோது பொன்னுசாமி வராந்தாவின் ஓரத்தில் நின்று கொண்டு முகம் கழுவுவது தெரிந்தது. உடல் முழுவதையும் போர்த்திக் கொண்டு அமர்ந்திருந்த பெண்ணின் இடத்தில் இப்போது சுருட்டி வைக்கப் பட்டிருந்த போர்வை மட்டும்தான் இருந்தது. உள்ளே இன்னுமொரு அறை இருக்கிறதோ?

பொன்னுசாமி சிரித்துக் கொண்டே, “ஏன் இவ்வளவு நேரம்?” என்று விசாரித்தான்.

மூன்று நான்கு தினங்களுக்குப் பின்தான் தன் மனதில் நிரந்தரமாக வேட்டையாடிக் கொண்டிருந்த சந்தேகத்தின் தீக்கொழுந்துகளோடு எஸ்டேட்டிலுள்ள டாக்டரிடம் போனது. டாக்டரிடம் தான் சொல்ல வேண்டிய ஆங்கில வார்த்தைகளையும் முன்னதாகவே மனதில் உறுதிப் படுத்திக்கொண்டான் இராமகிருஷ்ணன்.

‘அன்ஃபார்ச்சுநேட்லி ஐ ஹாடு ஏ காண்டாக்ட் வித் ஏ வுமன்... செக்ஷுவல் கான்டாக்ட்’ என்று சொல்ல வேண்டுமோ? இந்த அளவுக்கு சொன்னாலே டாக்டருக்குப் புரியாதா?

டாக்டர் விலாவாரியாக பரிசோதிப்பார் என்றும் பல பரிசோதனைகளும் நடத்துவார் என்றுமெல்லாம்தான் இராமகிருஷ்ணன் எண்ணியிருந்தான். தான் எண்ணியது எதுவும் நடைபெறவில்லை. ஓ. பி. சீட்டிலுள்ள நெம்பரை மேஜை மேலிருந்த பதிவேட்டில் பதிந்து கொண்டு, இது ஒரு சர்வ சாதாரணமான விஷயம்தான் என்பதுபோல் டாக்டர் கேட்டார்:

“எனி டிஸ்ஜார்ஜ்?”

“நோ.”

இஞ்செக்ஷன் அறையிலிருந்த நர்ஸ் டாக்டர் சீட்டில் கண்களைச் செலுத்தியபோது, அவள் முகத்தில் கூச்சமும் வெறுப்பும் எல்லாம் சேர்ந்த ஒரு கலப்புத் தோற்றம் வெளிப் பட்டதைக் கவனித்தான். இஞ்செக்ஷனுக்காக சட்டையின் கையைச் சுருட்டி மேலேற்றினான். டீப் மஸ்குலர் இஞ்செக்ஷன். இடுப்பில்தான் போட வேண்டும். தயங்கி நின்றதும் நர்ஸ் கிண்டலடித்தாள்.

“இப்போ வெட்கப்பட்டா என்ன புண்ணியம்... கட்டில்ல ஏறி படுங்க.”

இரண்டாம் நாள் இஞ்செக்ஷனுக்காக சென்றபோது அவள் சிரிப்போடு விசாரிக்கத் தொடங்கினாள்:

“எங்கே போயி மாட்டிக்கிட்டீங்க?”

இராமகிருஷ்ணன் ஒன்றும் கூறவில்லை.

இஞ்செக்ஷன் நான்கு முறை போட்டு முடிந்தபோது, ஊசிக் குத்திய பாகங்களில் வலி சகிக்க முடியாததாயிற்று. குட்டம்மானுக்குத் தெரியாமல் நாட்களைத் தள்ளுவது தான் மிகவும் கடினமாக இருந்தது. அடுத்த நாள் டிஸ்பென்ஸரியில் புதியதொரு டாக்டர் இருந்தார். ஓ.பி. சீட்டில் கண்களைச் செலுத்திய அந்த டாக்டர், வழக்கமான முறையில் ‘ரிபீட்’ எழுதாமல் அடுத்த அறைக்குள் போகுமாறு விரலைக் காட்டினார்.

சில நிமிடங்கள் கழிந்ததும் டாக்டர் அறைக்குள் வந்தார். வெள்ளைத் திரைச்சீலையை இழுத்து விட்டுவிட்டு, பேண்டின் பெல்டில் விரலைக் காட்டிய டாக்டர், "ரிமூவ் இட்" என்று கூறினார்.

டாக்டர் குனிந்து கண்ணாடியின் வழியே கூர்ந்து நோக்கி விட்டு, "புட் த ஸ்கின் பேக்வர்ட்ஸ்... ஸ்டில்... ஸ்டில் ..." என்று வலியுறுத்தினார்.

பின்பு நிமிர்ந்தவர் சிறியதொரு ஆச்சரியத்துடன் தன்னை நோக்கி ஆங்கிலத்தில், "உங்களுக்கு எந்தவொரு சங்கடமுமில்லியே" என்றவர் ஒரு நிமிடம் சிந்தித்த பின், "எனி ஹௌ டெஸ்ட் த யூரின் ஆல்ஸோ"என்றார்.

சிறுநீர் பரிசோதனையிலும் எவ்வித இடைஞ்சலும் தெரியவில்லை. அப்புறம்தான் புரிந்தது, தான் பத்திரிக்கைகளில் படித்ததிலிருந்தும் மற்றவர்களிடமிருந்து தெரிந்து கொண்ட விஷயங்களிலிருந்தும், இது தம் குற்றவுணர்விலிருந்து எழும்பிய மனதின் எண்ண மாற்றம் என்று... எவ்வித இடைஞ்சலும் தனக்கு ஏற்படவில்லை என்று... ஆம் எவ்வித இடைஞ்சலும்...

சூரியாக்கோஸ் திரும்பி நோக்கி, "உங்க மூடெல்லாம் அவுட்டாயிட்டுது போலிருக்குதுங்களே, சார்" என்றான்,

"ஊகும், அதெல்லாமில்ல."

அந்திச் சூரியன் ஒரு மேகத்திலிருந்து வெள்ளிச் சரிகையால் நெய்து கொண்டு பின்னால் சென்று மறைந்தான். அறுவடை முடிந்த வயலில் ஆகாயப் பந்தலிலிருந்து உதிர்ந்து – விழுந்த முல்லைப் பூக்களைப் போல் ஒரு கூட்டம் வெள்ளைப் புறாக்கள் வந்து இறங்கின.

"அதோ தெரியுதே, அதான் வீடு" என்று குரியாக்கோஸ் சுட்டிக் காட்டினான். தூரத்தில், வெகு காலத்திய பழக்கத்தினால் கருத்துவிட்ட ஓட்டின் மேல்வரை மரக் கூட்டங்களுக்குகிடையே பகுதி பகுதியாகத் தெரிந்தது. பார்வை திரும்பியது. தன் முன்னால், சிந்தி கிடந்த நெல் மணிகளை புறாக்கள் கொத்திப் பொறுக்கிக் கொண்டு திரிந்தன.

"தூரத்துலேர்ந்து பார்க்கறப்போ ஒரு அரண்மனையைப் போல இருக்கிறதில்லே?" என்று குரியாக்கோஸ் கேட்டான்

“நான் இந்தப் புறாக்கள நோக்கிக்கிட்டிருக்கேன். குலுங்கி குலுங்கி நடக்கும் அவைங்களோட நடையைப் பார்த்தியோ?”

“பெஸ்ட் கறியாக்கும்“ என்று புறாக்களை நோக்கிக் கூறினான் குரியாக்கோஸ்: “என்ன ஒரு குண்டுக்கான கறி கூட அதுல இருக்காது.”

அரிவாளும் கயிறுமாக பெண்கள் கூட்டம் ஒன்று வரப்பின் வழியாக வரிசையாக வந்தார்கள். அருகில் வந்ததும் இரண்டு ஆண்களுக்கு வழி விடுவதற்காக அவர்கள் வயலில் இறங்கி நடந்தார்கள். அப்போது அவர்களில் இருந்த இளம்பெண்களில் யாரோ என்னமோ சொல்லிவிட்டு கமுக்கமாகச்சிரித்தார்கள். இந்தப் பகுதியிலேயே கண்டிராத இரண்டு இளைஞர்கள் வயலில் இறங்கி நடப்பதின் காரணத்தைப் புரிந்து கொண்டதால் அவர்கள் சிரித்திருப்பார்களோ? இல்லை. இது ஒரு சாதாரண தோன்றலாகத்தான் இருக்க வேண்டும், விலகிச் சென்ற பெண்களைக் குரியாக்கோஸ் திரும்பிப் பார்த்தான்.

ஒரு சிக்னல் கிடைத்து விட்டது என்பதுபோல் புறாக்கள் எல்லாம் சட்டென்று பறந்து சென்றன.

✸

6

வயலிலிருந்து பறம்புக்குள் செல்லும் கற்படிக் கட்டுக்கள் இடிந்து கிடக்கின்றன. படியேறியதும் வராண்டா திண்ணையில் சாய்ந்தும் சரிந்தும் நோக்கிக் கொண்டிருந்த இளைஞன் கீழே வந்தான். அவன் தன் வலது காலின் குதிக் காலை தரையில் படாமல் நடக்கின்றான். குரியாக்கோஸைப் பார்த்ததும் அவன் முகத்தில் அறிமுகத் தோற்றம் நிழலாடியது. ஆளைத் துல்லியமாக அடையாளம் கண்டு கொண்டதும் ஒரு பெருத்தச் சிரிப்புடன் அவன் வரவேற்றான்.

“வரவேணும், வரவேணும். வரப்பில் திரும்புவதைக் கண்டதுமே எனக்குக் கொஞ்சம் சந்தேகம் தோணிச்சி...”

நெருங்கி பார்க்கும்போது அவனுக்கு அவ்வளவு இளமை இல்லை, மெலிந்து பழுத்து ஒருவகை மஞ்சள் நிறம் ஓடிய அந்த உடல் வனப்பில் வயதை நிர்ணயிப்பது சுலபமில்லையென்று தோன்றியது. ஒரு அழுக்கடைந்த பனியனும் லுங்கியும்தான் அவன் வேடம். கண்களில் எதுவோ தேவை என்பது போன்ற ஆவல். குரியாக்கோஸின் தம்புராட்டி ஆட்சி செலுத்தும் வீட்டிலிருக்கும் அங்கத்தினர்களின் சாம்பிள் இதுதானோ என்று சிந்தித்தான். ஒருவேளை, இந்த ஆள் ஒரு சாதாரண தரகன் மட்டுமோ?

புல்லும் புதரும் நெருக்கமாக வளர்ந்து நிற்கும் விசாலமான பரம்பு. நடைபாதையைத் தாண்டி சில படிகளில் ஏறி முற்றத்தை அடைந்தார்கள். முற்றத்தின் ஒரு ஓரத்தில் மாட்டுத் தொழுவம்.

ஒரு கருப்பு நிற பதினான்கு வயது பையன் பசுவுக்கு வைக்கோல் வாரிப் போட்டான்.

“டேய், காலைக் கழுவ கொஞ்சம் தண்ணி கொண்டுவா”என்று இளைஞன் கட்டளையிட்டதும் – வந்தவர்களை ஒருமுறை நோக்கிவிட்டு முற்றத்திலிருந்து வீட்டின் பின்பக்கத்துக்கு ஓடினான்.

“வயல் பக்கத்துல இருக்கறதுனால எப்போதும் – நல்லாவே காற்று வீசும்“ என்றான் குரியாக்கோஸ்.

“ஆமாம், ஆமாம். நல்ல காற்றுதான்” என்று மெலிந்த மனிதனும் அவசர அவசரமாகச் சொன்னான். அந்த விஷயத்தை தான்தான் முதலில் சொல்லவேண்டியவன் என்பதுபோல், “நான்தான் கீழ்வராண்டாவில ராத்ரியில படுத்துக்கறேன். அங்கே படுத்தாலே போதும். நல்ல சுகமா இருக்கும்” என்று கூறினான்.

அவன் இராமகிருஷ்ணனின் முகத்தைச் சாடையாக நோக்கினான். பின் குரியாக்கோஸையும் நோக்கினான். புதிய நபர் யாரென்று கேட்கத் தோன்றியிருக்கலாம். ஆனால், அதற்கான தைரியம் இல்லை போலிருக்கிறது.

அவனுடைய குழப்பத்தைப் புரிந்து கொண்டதைப் போல், “ராமு, இவரு யாருன்னு தெரியுதா?” என்று கேட்டான் குரியாக்கோஸ்.

“இல்லை . எனக்குச் சரியா...”

“நான் அன்னிக்குச் சொல்லல...? எங்க பேங்கோட புது மேனேஜரு!”

“ஆங்... ஆமாம், ஆமாம். அன்னிக்கு சொன்னீங்கதான்” என்ற இராமு ஆச்சரியம் கலந்த மகிழ்ச்சியோடு, “மாளியேக்கல் குடும்பத்தைச் சேர்ந்த... நல்லது, நல்லது” என்று உருப்போட்டான்.

சிறுவன் படிக்கட்டு ஓரத்தில் ஒரு பக்கெட்டில் தண்ணீரும் சொம்பும் கொண்டுவந்து வைத்தான். இராமு சொம்பில் தண்ணீரை மொண்டு இராமகிருஷ்ணனுக்குக் கொடுத்தான்.

“காலை கழுவுங்க.”

முன் வராந்தாவில் ஒரேயொரு அமருமிடம்தான் இருந்தது. செதுக்கு வேலைப்பாடுகள் நிறைந்த ஒரு பழைய மர நாற்காலி.

குரியாக்கோஸுடன் சேர்ந்து அந்த அரைத் திண்ணையில் அமர்ந்ததும் இராமு இராமகிருஷ்ணனிடம், “அங்க உக்காருங்க. அந்த நாற்காலியில உக்காருங்க” என்று கூறினான்.

இராமகிருஷ்ணன் அரைத் திண்ணையிலிருந்து எழுந்து சென்று நாற்காலியில் அமர்ந்தான். சாய்ந்து கிடக்கும் அந்த நாற்காலிக்குப் பல வருடத்திய அனுபவமிருக்கும். இராமு சொன்னது சரிதான். வயல்வெளியிலிருந்து புது நெல்லின் நறுமணத்துடன் வரும் காற்று...

இராமு குரியாக்கோஸிடம் சைகைக் காட்டி வராந்தாவோரம் அழைத்துச் சென்றான். அவர்கள் தங்களுக்குள் குரலைத் தாழ்த்தி ஏதோ விவாதித்துக் கொண்டிருந்தார்கள். இராமகிருஷ்ணன் சுற்றிலும் நோக்கினான். அரண்மனையைப் போன்ற வீடு என்று குரியாக்கோஸ் சொன்னது உண்மைதான். மண் மதிற்சுவரும் அதன் வாயிற்படியும் சிதிலமடைந்ததின் மிச்சங்களைப் பார்க்க முடிந்தது. முன்பு மிகப்பெரும் செல்வீக குடும்பமாகத்தான் இது இருந்திருக்கும். உள்ளே யாரும் இருப்பதற்கான அரவமே இல்லை.

திண்ணையை நோக்கித் திரும்பி வந்த குரியாக்கோஸின் முகத்தில் ஏமாற்றம். அவன் மெல்லிய குரலில், “சார், பார்ட்டி ஊருல இல்லீங்களாம்”என்றான்.

“இப்போ வந்துடுவாங்க”என்று இராமு இடையில் புகுந்தவன், “சாப்பாட்டுக்கு முன்னால வரவேண்டியவங்கதான். பஸ் தவறிட்டிருக்கலாம். இனிமே இந்த நேரத்துல கோழிக்கோட்டுலேர்ந்து ஒரு எக்ஸ்பிரஸ் உண்டு. அதுல கண்டிப்பா வந்துடலாம்,” என்று சமாதானம் கூறினான்.

“எங்கே போனாங்க?”

“கோழிக்கோட்டுக்குத்தான். இப்போ வந்துடுவாங்க. வராம இருக்க மாட்டாங்க.”

“அவங்களுக்கு நீங்க என்ன வேணும்?” என்று இராமகிருஷ்ணன் கேட்டான்.

முற்றிலும் எதிர்பாராத அந்தக் கேள்வியைக் கேட்டதும் கொஞ்சம் தடுமாறினான் இராமு.

“நாங்க ஒரே வீட்டுக்காரங்கதானே?” என்று நேரிடையாகப் பதிலளிக்க முற்படாமல் அவன் சொல்லத் தொடங்கினான்.

"நாங்கள் யாருகிட்டேயும் யாதொரு விவகாரத்துக்கும் போறதில்லை. யாருக்கும் எங்களிடம் விரோதமும் இல்லை. பட்டினின்னு சொல்லிக்கிட்டு யாரு வந்தாலும் ஒரு பிடி சோறு கொடுத்துதான் நாங்க அனுப்பி வைப்போம்... என்ன குடிக்கறீங்க? டீயா, காப்பியா?" என்று இருவரிடமும் கேட்டான்.

"ஒண்ணும் வேணாம்"என்றான் குரியாக்கோஸ்.

"எனக்கு ஒரு கிளாஸ் தண்ணீ வேணும்" என்று கேட்டான் இராமகிருஷ்ணன்.

"தறேங்க" என்று கூறிவிட்டு எழுந்த இராமு, எந்தியவாறு வாசற்கதவை நோக்கி நடந்தான், உள்ளே பார்த்து உரத்தக் குரலில், "கொஞ்சம் நீர் மோர் கொண்டுவாம்மா" என்று கூறினான்.

"எனக்குப் பச்சைத் தண்ணீயே போதும்"

"அப்படின்னா கொஞ்சம் சர்க்கரை போட்டுக்கலாமே."

"வேணாம். பச்சைத் தண்ணியே போதும்."

உள்ளேயிருந்து வரும் பிரதிபலிப்புக்காக கவனித்தான். இராமு வீட்டின் உள்ளே சென்றான்.

"அலைஞ்சது தான் மிச்சமா"என்று குரியாக்கோஸ் ஏமாற்றத்துடன் கூறினான்.

"உன் தம்புராட்டி எங்கே போனாங்களாம்?"

"அவன் ஒண்ணும் தெளிவாகவே சொல்லலியே. மொதல்ல கோழிக்கோடு டவுனுக்குன்னான். அப்புறம் டவுனுக்குப் பக்கத்துலவுள்ள ஒரு ஆஸ்பத்திரிக்குன்னு சொன்னான். அங்கதான் யாரோ படுத்துக்கிட்டு இருக்காங்களாம்."

"சரி, நாம போவலாமா?"

"போவலாமா, என்ன செய்யப் போறோம்?"

என்னவோ சொல்லத் தொடங்கிய குரியாக்கோஸ் இராமு வெளியே வருவதை கண்டதும், பேச்சை நிறுத்திக் கொண்டான். ஓரிரண்டு நிமிடங்கள் நிசப்தமாகக் கழிந்தன. இராமு கதவை நோக்கிக் கூறினான்.

"இங்க வந்து கொடு."

தமிழில்: குறிஞ்சிவேலன்

நாற்காலியில் அமர்ந்தால் கதவுப் பக்கம் பார்வைப் படவில்லை. வீட்டிற்குள்ளே இன்னொரு நபர் கதவுக்குப் பக்கத்தில் இருக்கிறார் என்று மட்டும் புரிந்தது.

“ஏய், என்ன அப்படி வெக்கப் படறே? இங்க கொண்டாந்து கொடுன்னு சொல்றேன்லே?” என்று இராமு மீண்டும் நிர்ப்பந்திக்கிறான். இராமகிருஷ்ணன் நிமிர்ந்து உட்கார்ந்து கதவை நோக்கினான். ஸ்டீல் தம்பளரை நீட்டிப் பிடித்திருக்கும் ஒரு யுவதியின் வெண்மை நிற கை மட்டும் தெரிந்தது. அதுவும் ஒரேயொரு வளையலை மட்டும் அணிந்த கை. இராமு எழுந்து கிளாசை வாங்கி இராமகிருஷ்ணனிடம் கொடுத்தான். குளிர்ந்த பச்சைத் தண்ணீர் –

இராமு குரியாக்கோஸிடம் மீண்டும் ரகசியம் பேசத் தொடங்கி விட்டான். இப்போது அவர்கள் முற்றத்தில் இறங்கி நின்று விட்டார்கள் என்பதுதான் விசேஷம். தண்ணீரைக் குடித்து முடித்ததும் கிளாசுடன் எழுந்தான். தண்ணீரை எடுத்து வந்த நபர் கதவோரத்தில் நிற்கிறாரோ என்று வாசற் படியோரம் வந்து நோக்கினான். யாரும் இல்லை. திரும்பிப் போக எத்தனித்தபோது உள்புறத்தில் ஒரு நிழலாடியது. மேக்ஸி அணிந்த இளம்பெண்ணின் கையில் இப்போது ஒரு புத்தகமிருந்தது. ஒற்றை வளையலணிந்த கை. அதே பெண்தான் உள் தளத்தில் அந்த அளவிற்கு வெளிச்சம் இல்லையென்பதால் நடந்து கொண்டே படிக்கிறாள் போலிருக்கிறது. வாசற்படியில் ஒருவன் நிற்பதைக் கண்டதும் கேள்வி கேட்கும் பாவனையில் அவள் நோக்கினாள்!

இராமகிருஷ்ணன் கிளாஸை நீட்டினான்.

“தாங்க்ஸ்!”

அவள் கிளாஸை வாங்கிக் கொண்டு உள்ளே போகத் திரும்பியபோது இராமகிருஷ்ணன் இன்னும் கொஞ்சம் தண்ணீர் வேண்டுமென்று கூறினான். அவள் ஒருமுறை அவனை முறைத்து நோக்கிவிட்டு உள்ளே போனபோது இராமகிருஷ்ணன் முற்றத்தில் கண்களைச் செலுத்தினான். குரியாக்கோஸும் ராமுவும் தங்கள் ரகசியப் பேச்சைத் தொடர்ந்து கொண்டிருந்தார்கள்...

“தண்ணீ...” அந்த பெண் வாயிற்படிக்கு அந்தப் பக்கத்தில் நின்றவாறே கிளாஸை நீட்டினாள்.

"தம்புராட்டியின் தங்கைதானே நீ?" என்று கிளாஸை கையில் வாங்கி கொண்டே இராமகிருஷ்ணன் கேட்டான்,

"ஏன்!" ஆச்சரியத்தோடும் கொஞ்சம் விட்டேற்றியாகவும் அவள் கூறினாள்.

என்ன இப்படி முட்டாள் தனமாகக் கேட்டுவிட்டோமே என்று அப்போதுதான் அவன் நினைவுக்கு வந்தது. தம்புராட்டியா?

"இல்ல, நான் நெனைச்சது... வெளியே போயிருக்கற பொண்ணு உங்க சிஸ்டரோ என்றுதான்...."

"தண்ணீய குடிச்சுட்டு கிளாஸை அந்த திண்ணையில வச்சா போதும்" என்று கண்டிப்பானக் குரலில் அவள் கூறினாள். தலையை வெடுக்கென்று ஒரு வெட்டு வெட்டி விட்டு மறையவும் செய்தாள்.

சிறியதொரு ஏமாற்றத்துடன் நாற்காலிக்குத் திரும்பினான். நல்லவேளை இதை யாரும் காணவில்லை. இராமுவின் ரகசியப் பேச்சு இன்னும் முடிந்தபாடில்லை. குரியாக்கோஸ் ராமுவின் பேச்சைக் கேட்பவனாக மட்டுமே இருந்தான். இராமகிருஷ்ணன் எழுந்து முற்றத்தில் இறங்கினான்.

"இதோ வந்துடுறோம்க" என்று ராமு உரக்கச் சொன்னான்.

"ஒரு நிமிஷம் சார்" என்றான் குரியாக்கோஸ்.

இனிமேல் அவர்களின் அருகே போவதில் அர்த்தமில்லை. வயலிலிருந்து வரும் மென்காற்றை அனுபவித்துக் கொண்டு முற்றத்தில் இருமுறை உலாத்தினான். வீட்டைச் சுற்றிலும் விசாலமான முற்றம்தான். அதற்கப்பால் வாழைகள், வேறுபல பழமரங்கள். ஆனால், அத்தனை கவனத்துடன் பாதுகாக்கப்படும் தோட்டமில்லை என்பதை அதைப் பார்த்தாலே புரிந்து கொள்ளலாம். வடக்குப் பக்கத்து முற்றத்தை நோக்கி சாய்ந்து நிற்கும் முந்திரிப் படர்ப்பிற்கிடையே ஆடையின் நீல நிறத்தைக் கண்டதும் உற்றுக் கவனித்தான் இராமகிருஷ்ணன். நீல நிறத்தில் மாக்ஸி அணிந்த இளம்பெண். தரையோடு சாய்ந்து கிடக்கும் ஒரு முந்திரியின் கிளையில் அமர்ந்து படித்துக் கொண்டிருந்தாள். இராமகிருஷ்ணன் ஒரு உறுதியான எண்ணத்துடன் அருகில் சென்றான். இதென்ன தொந்தரவாகப் போய்விட்டதே என்பதுபோல் அவள் எழுந்து கொண்டாள்.

"இங்க உட்கார்ந்துகிட்டா படிப்பது?" என்று தன் குரலில் மென்மையை வரவழைத்துக் கொண்டு கேட்டான் இராமகிருஷ்ணன். அவள் வெளிப்படையான வெறுப்புடன் அவனை நோக்கிவிட்டு, வீட்டை நோக்கி நடக்கத் தொடங்கினாள்.

"பிளீஸ், கொஞ்சம் நில்" என்று விண்ணப்பித்தான் இராமகிருஷ்ணன்.

"ஏன்?"

"ஒரு விஷயத்தைப் பற்றிக் கேட்கணும்?"

"என்னதான் வேணும்?"

"அது என்ன புத்தகம்?"

"இதைத்தானா அவ்வளவு முக்கியமா கேட்கணும்?" என்று தன் பொறுமை யின்மையை வெளிப்படுத்தியவாறு அவள் கேட்டாள்.

"இல்ல. தண்ணீ குடிச்ச தம்பளரை முன் ஹால்ல வச்சுட்டேன். அதைச் சொல்லணும்னுதான் நினைச்சேன். அப்புறம் யாருகிட்டே கோபம்னு உன்னைக் கேட்கணும்னும் கருதினேன். அவைகளுக்கு ஆரம்பக் கட்டமாகத்தான் புத்தகத்தப் பத்தி கேட்டேன்னு வச்சுக்கயேன்"...

"இங்க வர்றவங்ககிட்டே நான் பேசறதே இல்ல."

"சாரி. அதுதான் விஷயமா? இப்போதான் தோணுது வராமலேயே இருந்துருக்கலாமோன்னு"

பின்னே ஏன் வந்தீர்கள் என்னும் அர்த்தத்தில் அவள் அவனை நோக்கினாள்.

"ஒரு கோயிலுக்குப் போகப் போறோம்னு சொல்லி என்னோட நண்பன்தான் கூட்டிக்கிட்டு வந்தான்."

"கோயில் இங்கே இல்லியே. அந்த வயல் இறக்கத்துல அல்லவா இருக்குது."

"அம்மன் கோயில்தானே?"

"ஆமாம்..."

"ஆனால், நேரில் தோன்றாத அந்த அம்மனைப் பிரார்த்திக்கறதைவிட கண்முன்னே தெரியற இந்த தேவியை வணங்கறது நல்லதாச்சே..."

அவள் கன்னம் சிவப்பது துல்லியமாகத் தெரிந்தது.

"எல்லாத்துக்கும் ஒரு எல்லை உண்டு..." என்று முகத்தை வேகமாகத் திருப்பினாள்.

தன் நேசத்தை வெளிப்படுத்த இனிமேல் என்ன பேசுவது என்று ஆலோசிப்பதற்குள் அவள் முற்றத்தைத் தாண்டி வீட்டிற்குள் போய்விட்டாள்.

மீண்டும் ஏமாற்றம். வீட்டின் முகப்பை நோக்கி நடந்தான். அப்போது மதில் வாசற்படியிலுள்ள கற்படிகளில் ஆயாசத்துடன் ஏறிவரும் ஒரு கிழவரைப் பார்த்தான். அந்த கிழவரைக் கண்டதாலோ என்னவோ இராமுவும் சூரியாக்கோஸும் தங்கள் பேச்சை நிறுத்திவிட்டு கொஞ்சம் அச்சத்துடன் வீட்டு வாசற்படியில் ஏறினார்கள்,

"தாய்மாமன்தான்" என்று மெல்லிய குரலில் இராமு சொன்னான்.

"ஆளு எப்படி? ரப்ச்சர் ஒன்னும் உண்டாக்க மாட்டாருல்லே" என்று சூரியாக்கோஸ் கேட்டான்.

"இங்க நான் இருக்கேனில்லையா?" என்று இராமுதான் அதற்குப் பதில் சொன்னான். குழப்பம் எதுவும் ஏற்படாது என்பதைவிட, அப்படி ஏற்பட்டாலும் தன்னால் அதைச் சமாளிக்க முடியும் என்பதுபோன்று இருந்தது அந்த த்வனி.

"எதுக்காகப் பயப்படறீங்க? இங்கே நான் இல்லையா?" என்று இராமு மீண்டும் சொன்னான்.

அதற்குள் கிழவா அருகில் வந்துவிட்டிருந்தார். தொளதொளா பனியனும் நான்குமுழ வேட்டியும்தான் அவரின் வேடம். பழைய துண்டு ஒன்று தோளில் கிடந்தது. அவர், ஆயாசத்தோடு வராந்தாவில் ஏறினார். அதன்பின், வந்தவர்கள் இருவரையும் மாறிமாறி உற்று நோக்கினார். இராமு விருந்தினர்களை அறிமுகம் செய்யத் தயாரானான். ஆனால், பெரியவரோ இராமுவைச் சட்டைச் செய்ய முயலவில்லை. கைத்தடியை வராந்தாவிலுள்ள முளையில் மாட்டி தொங்கவிட்டுவிட்டு அவர் மீண்டும் இருவரையும் நோக்கினார். மிக்க ஆர்வமும் இழப்புணர்வும் மெல்லியதொரு மனப்பயமும் அவருடைய நிறம் கெட்ட விழிகளில் நிழலாடுவதுபோல் தோன்றியது. வயதானவர்களுக்கே அவை இயல்யான முறைதான் என்று இராமகிருஷ்ணன் நினைத்தான்.

பார்க்கிலுள்ள பெஞ்சில் வரிசையாக அமர்ந்து பேசிக் கொண்டிருக்கும் பென்ஷன் பெற்ற எழுபது வயதானவர்களின் உரையாடல். நீங்கள் அதற்குள் புகுந்து விட்டாலே போதும், திடீரென்று அது நின்றுவிடும். ஐந்தாறு ஜோடி கண்கள் ஒன்றாக உங்கள் முகத்தில் பதியும். அவை சிறியதொரு சந்தேகத்துடன் மூப்பின் தளர்ச்சி பரிசளித்த இயலாமையுடன் உங்களைப் புரிந்துகொள்ள முயலும்...

கிழவரின் கண்கள் கேள்விக் கேட்கும் தோரணையுடன் இராமுவை நோக்கின.

“இவரு ஒரு நம்பூதிரியாக்கும்”என்று குரியாக்கோஸைக் காட்டிய இராமு கிழவருக்கு அறிமுகப்படுத்தினான்.

“என்ன சொல்றே?...”

“நம்பூதிரி... நம்பூதிரி” இராமும் இன்னும் கொஞ்சம் உரத்த குரலில் சொன்னான்.

“கொஞ்சம் தெக்குப் பக்கமாக்கும்.”

“ஆஹாங்?” என்ற கிழவருக்குப் புரிந்து விட்டதுபோல் தோன்றியது.

“இவரு நம்ம ஊரு காரருதான் ...” என்று இராமகிருஷ்ணனைச் சுட்டிக் காட்டிய இராமு, “மாளியேக்கல் குடும்பத்தைப் பத்தி நீங்க கேள்விப்பட்டிருப்பீங்களே, மாமா” என்று கூறினான்..

“எந்த குடும்பம்?”

“மாளியேக்கல் – பொல்பாக்கரை மாளியேக்கல் ...!”

“ஓ! பொல்பாக்கரை மாளியேக்கலா? பேஷ், பேஷ்!” என்ற கிழவரின் முகத்தில் ஒரு தெளிவு ஏற்பட்டது: “மாளியேக்கலைப் பத்தி நானா கேள்விப் படலே? நல்ல கதையா இருக்கே! அப்போ, இஷ்ணூலி அம்மாவுக்கு நீங்க என்ன வேணும் தம்பி?”

“அவங்க என் பாட்டிதான்.”

“என்ன? என்ன?”

இராமகிருஷ்ணன் மீண்டும் சொல்ல வேண்டிய தாயிற்று.

“அப்படிச் சொல்லு. அந்த காலத்துல நான் உங்க வீட்டுக்கு வந்திருக்கேன். ஏச்சப்பன் மாமாதான் அன்னிக்குக் குடும்பத்

தலைவரு. அந்த காலத்தப் போலவா இப்போ... அப்போ, உம் பேரு என்ன?"

"இராமகிருஷ்ணன்."

"எங்கே வேலை?"

"ஊருலதான்."

இராமு குறுக்கே புகுந்தான்: "மாமா, சுங்கத்துல பெரிய பேங்கு ஒண்ணு இருக்கிறது தான் உங்களுக்குத் தெரியுமில்லே. அந்த பேங்குல இப்போ இருக்கற மானேஜரு இவருதான்."

"அப்படியா? நல்லதா போச்சி" என்றவர் நாற்காலியைச் சுட்டிக்காட்டி, "அதுல வந்து உக்காருங்க!" என்று அழைத்தார் பெரியவர்.

"வேணாம். நீங்களே உக்காருங்கோ மாமா."

அந்த உபசரிப்பு கிழவரை மகிழ்ச்சியில் ஆழ்த்தியது.

"நாமெல்லாம் சொந்தக்காரங்கதாம்பா" என்று நாற்காலியில் அமர்ந்து கொண்டே கூறியவர், "நான் சொல்றது உனக்குப் புரியறதா?" என்று கேள்வியும் கேட்டார்.

புரிந்தது என்றோ புரியவில்லை என்றோ தெளிவில்லாத வகையில் தலையாட்டினான் இராமகிருஷ்ணன். குரியாக்கோஸின் முகத்திலோ பொறுமையற்ற தோற்றம். முக்கியமாக, கிழவர் தன்னை அவமதிக்கத் தொடங்கி விட்டாரே!

"கொஞ்ச காலத்துக்கு முன்னால வரைக்கும் களரிப் படிக்கல் குடும்பத்துக்கிட்டே மாளியேக்கல்காரங்க உறவு வச்சிக்கிட்டு இருந்தாங்க," என்று கிழவர் மனப்பூர்வமாக கூறியவர், "இதற்கு முன்னால இங்க வந்ததுண்டா?" என்றும் கேட்டார்.

இராமகிருஷ்ணன் இல்லை என்று கூறினான்.

"அந்த காலத்துல ஒரு கதை உண்டு. அதோ தெரியுதே அந்த வயலெல்லாம் இந்தக் குடும்பத்துக்குத்தான் அப்போ சொந்தமாக இருந்தது. அப்போல்லாம் யாராவது தலைப் பாகைக் கட்டிக்கிட்டு இருந்தாலும் இந்த வூட்டு படியைத் தாண்டிப் போற வேலை இருந்துச்சின்னா அதை அவிழ்த்துட்டுதான் போவாங்க. இந்தக் குடும்பத்துத் தலைவரோட சமமதம் இல்லேன்னா ஒரு காக்காகூட. இந்த மைதானத்துல

தமிழில்: குறிஞ்சிவேலன் | 111

பறக்காது... கதை எப்படி... பரவாயில்லையா...” கழிந்த காலக் கதையின் நினைவுகளை அசைபோடுவதைப் போல் கிழவர் மௌனமானார். இழந்துவிட்ட புகழினுடையதும் செல்வத்தினுடையதுமான நாட்களுக்குள் மூழ்கிச் செல்கிறதோ அந்த கிழமனம்....

களரிப் படிக்கல் குருப்பன்கள் என்று கேள்விப்பட்டதுண்டு. அந்தக் குடும்பத்தின் அழிவுகள் எப்போதோ தொடங்கிவிட்டது என்றும் கேள்விப்பட்டதுண்டு. கேளுக் குரூப் என்றொரு நபர் இருந்தான். அவன், அந்தக் குடும்பச் சொத்துக்கும் மேலே தந்தை வழியில் கிடைத்த அளவற்ற சொத்திற்கும் வாரிசு. ஆனால், அவன் தான்தோன்றித் தனமாக வளர்ந்தவனாம்.

“கேளு குரூப்புன்னு கேள்விப்பட்டிருக்கியோ? அதான் கேளுக் குரூப்பூ? கேள்விப் படாம இருக்க வழியில்லையே!” என்று தன் துருப்புச் சீட்டை இறக்குவதுபோல் கிழவர் நாற்காலியில் நிமிர்ந்து அமர்ந்தார்.

“உண்டு” என்றான் இராமகிருஷ்ணன்.

“அவர் என் மாமனாக்கும்”என்று மகிழ்ச்சியோடு கூறிய கிழவர், “பெரியவரு யார் தெரியுமா? இந்த ஊருக்கே ராஜாவாக இருந்தவர், ஆமாம், கிரீடம் தரிக்காத ராஜா அவர். அவர் தந்தை கோலோத்தே தம்புரான் ... அதனால, ‘ஆளு கொஞ்சம் வித்தியாசமாத்தான் வளர்ந்தாரு. தந்தை இறக்கும்போது, ‘கேளு, நீ ஒரு நாளைக்கு பத்து பறை நெல்லையும் பத்து ரூபாயையும் செலவழிச்சிக்கோ. அதற்கான வழியையும் நான் உனக்குச் செஞ்சுருக்கேன். ஆனால், அதுக்குமேல செலவழிச்சா நீ பிச்சை எடுக்க வேண்டியதிருக்கும். தெரியுதா!’ என்று அப்போதைய பத்து ரூபாங்கறது இப்போதைய ஆயிரம் ரூபாயாக்கும்! ஆயிரம் ரூபாய்!” – கிழவர் வாஞ்சையோடு சிரித்தார். பின்பு குரலைத் தாழ்த்தி, “ஆளு கல்யாணமே பண்ணிக்கல. சாயங்காலம் வெளியேறி எந்த நாயரோட வீட்டுக்குள்ளேயாவது போனால் போதும்; அப்புறம் அங்கேயிருக்கற ஆம்பளைங்களுக்கு பாய் வெளியே வந்துடும்“ என்ற கிழவரின் சிரிப்பு இப்போது சிருங்காரமயமாக இருந்தது.

கொஞ்சம் ஒரு மாதிரியான சிரிப்போடு, “வெளி யிலேர்ந்து யாரு வந்தாலும் சரி, மாமா இப்படித்தான். பழங்கதைளையெல்லாம் இப்படி விலாவாரியாகச் சொல்லத் தொடங்கிடுவாரு,” என்று கூறினான் இராமு.

“ஸ்ஸு. அவருக்குக் கேக்க வேணாம்“ என்றான் குரியாக்கோஸ்,

“அட... அவருக்குக் காது கொஞ்சம் மந்தமாக்கும்” என்ற இராமு கள்ளச் சிரிப்போடு முணுமுணுத்தான்.

“இங்கேயே தங்கியிருக்கிறாரோ?”

“இல்லல்ல. மனைவி வீட்லதான் இருக்காரு. அவரு எப்பவோ பாகம் பிரிச்சிக்கிட்டு போயிட்டாரு. சமயத்துல இங்க வருவாரு. கொஞ்ச நேரம் இருந்துட்டுப் போவாரு. ஒண்ணும் தொந்தரவு கொடுக்க மாட்டாரு.”

“மனைவியும் பிள்ளைங்களும்.”

“அவரோட மனைவி இறந்து கொஞ்ச காலமாயிட்டுது. ஒரேயொரு பையன்தான் இருக்கான். அவன் ஒரு ஈழத்திய கட்டிக்கிட்டு ஊரைவிட்டே போயிட்டான். இப்போ அவன் எங்கே இருக்கறான்னே தெரியல.”

நாற்காலியில் நிமிர்ந்து அமர்ந்து கொண்ட மாமன் இன்னுமொரு கதைக்குத் தொடக்கமிட்டார்:

“அந்தக் காலத்துலதான் மாளியேக்கல் அப்பு மாமனோடு எங்க மாமா கொஞ்சம் மோதினாரு. அது ஒரு வேண்டாத வேலைதான்...”

அந்தக் கதையைப் பற்றித் தானும் கேள்விப்பட்டதுண்டு. ஒருநாள் சாயங்காலம் தன்னுடைய பரிவாரங்களுடன் கேளு குரூப்பு மாளியேக்கல் படியை மிதித்திருக்கிறான். அப்பு மாமன் படியில் அமர்ந்து காற்று வாங்கிக்கொண்டு இருந்திருக்கிறார். சிறிது நேர நலம் விசாரிப்புக்களுக்குப் பின் ‘நான், இப்போ குடிக்கணுமே’ என்று கேட்டிருக்கிறான் குரூப்பு.

அதற்கு அப்பு மாமன், “அந்த வேலையெல்லாம் இங்க நடக்காது” என்று கூறியிருக்கிறார்.

‘உங்களுக்கு இந்த குரூப்பைப் பத்தி சரியா தெரியலே போலிருக்கு அப்பு மாமோவ்” என்று கூறிய குரூப்பு திடீரென்று வேகமாக எழுந்து கொண்டானாம். அப்போது, அப்பு மாமன் குரூப்பின் கை மணிக்கட்டைத் தாவிப்பிடித்து, “அப்படியே உக்காருடா” என்று கூறியதும் குரூப்பு பிடியை விடுவிக்க முயன்றானாம். முடியவில்லை. இன்னுமொரு கையைத்

தூக்கவும் முடியவில்லை. படித்தவனான குரூப்பு வியர்த்து விட்டிருந்தான். பிடி இன்னும் இறுகத் தொடங்கியது. குரூப்பு வலியால் நெளியத் தொடங்கினான். கடைசியில் பணிந்து விட்டான்.

“என்னை விடுங்க மேனன். நான் உக்கார்ந்துடறேன்.”

அன்று படியிறங்கி போனபோது அப்பு மாமன் அவனிடம், ‘இந்த படியில ஏறணும்னா உன்னோட போக்கிரித்தனத்த மடியில கட்டி வச்சுக்கிட்டுதான் ஏறணும். தெரிஞ்சுதா?’ என்று உபதேசித்து அனுப்பினாராம்.

ஒருவேளை குடும்பத் தலைவர் சொன்னதுபோல் அவர்கள் நட்பாக பழகியிருக்கலாம். சொல்லும் ஆளின் மனவோட்டங்களை அநுசரித்து கதைப் போக்கிற்கும் மாற்றம் வருகிறது. அது வரலாறேயானாலும் அப்படித்தான் நேருகிறது! எது எப்படியோ, பல ஆண்டுகளுக்குப் பின் கிழவனாகவும் வறுமையாளனாகவும் மாறிவிட்ட மாளியேக்கல் அன்னதான அறையில் மதிய உணவுக்கு இலை எப்போது போடுவார்களோ என காத்துக் கொண்டு வராந்தாவில் உட்கார்ந்திருப்பதை பாட்டி கண்டிருப்பதாகச் சொன்னதை இராமகிருஷ்ணன் கேட்டது உண்டு. ஆமாம், ஒரு நாளைக்கு ஆயிரம் ரூபாய்க்குமேல் தான் செலவழித்திருக்கணும் --

இப்போதெல்லாம் பருவமழை தாமதமாகப் பெய்யத் தொடங்குகிறது என்றும் பெரியவர் சொல்லிக் கொண்டிருந்தார். கலிகாலமாயிற்றே? இதுவும் இதற்கு மேலும் பலவும் நடக்கும். பாகவதத்தில் என்ன சொல்லி உள்ளதுஞ்

குரியாக்கோஸ் தன் கைமூட்டுக்களை தொடையில் ஊன்றி தலை குனிந்து அமர்ந்திருந்தான். இங்கிருந்து விடுபட்டால் போதும் என்கிற முகத்தோற்றம். அந்தி மயங்கத் தொடங்கியதால் வீட்டு முகப்பில் வெளிச்சம் குறைந்திருந்தது.

“போகலாங்களா சார்?” என்று தன் தலையைத் தூக்காமலேயே குரியாக்கோஸ் கேட்டான்.

“போகலாம்”– இராமகிருஷ்ணன் அதைச் சொல்லி முடிப்பதற்குள் குரியாக்கோஸ் எழுந்து முற்றத்தில் இறங்கினான். அதே நிமிடத்தில் தான் வீட்டுக்குள்ளேயிருந்து “தீபம்... தீபம்” என்ற குரல் கேட்டது. சந்தியா தீபத்துடன் முன்பே தென்பட்ட யுவதி முகப்புக்கு வந்தாள்.

இப்போது மேக்ஸியில்லை. முண்டும் வேட்டியும் அணிந்திருந்தாள். குளித்திருக்க வேண்டும். வாரி முடிந்து நெற்றியில் பஸ்மக்குறி தொட்டிருந்தாள்.

பெரியவர் நாற்காலியிலிருந்து தட்டுத் தடுமாறி எழுந்தார். மேல் துண்டை கையில் போட்டுக் கொண்டு இரண்டு எட்டு முன்னால் வந்து தீபத்தைக் கைகூப்பி வணங்கினார், அவரைப் போல் இராமகிருஷ்ணனும் கூப்பினான். அதைக் கண்ட அவளின் விழிகள் தீபச்சுடரிலிருந்து உயர்ந்தன. ஒரேயொரு நொடி மட்டும் அலை இராமகிருஷ்ணனின் முகத்தில் தங்கி நின்றது. சட்டு விலகித் தாழவும் செய்தன, சந்தியா தீபத்துடன் பொன்னிற ஒளி வீசும் முகத்தையும் சேர்த்து ஒரு நிமிடம் வரையில் எல்லோரும் காண்பதற்கு இடமளித்துவிட்டு, அவள் குனிந்து படிக்கட்டுக்களுக்கு அருகே இரண்டு எரியும் திரிகளை இணைத்து – வைத்தாள். அதன் பின் நிமிர்ந்து விளக்கிலுள்ள தீபச்சுடர் காற்றில் அணைந்து விடாமலிருப்பதற்காக தன் உள்ளங்கையால் – மறைத்துக் கொண்டு உள்ளே போகவும் செய்தாள்.

பெரியவர் மீண்டும் நாற்காலியில் அமர்ந்ததும் இராமகிருஷ்ணன் கிழவரிடம் விடை பெற்றான்.

“சரி வரட்டுங்களா?”

ஆனால், பெரியவரிடமிருந்து ஒரு முனகலைத் தவிர காரியமான பிரதிபலிப்பு எதுவும் ஏற்படவில்லை . அவ்வளவு நேரம் வரையில் பேசிக் கொண்டிருந்த பின்பு – பிரமாதமாகக் குடும்ப உறவுகளைப் பற்றிச் சொன்ன பின்பு – இன்னும் கொஞ்சம் விரிவான முறையில் வழியனுப்புவதுதான் வழக்கமாகும். ‘சரி, நல்லது’ என்றொரு வார்த்தையோ, இல்லையென்றால் ‘அப்போ பார்க்கலாமில்லே”என்றொரு சமாதானமோ இருக்க வேண்டும். இதில் எதுவும் நடைபெறவில்லை. கடவுள் பெயரை முணு முணுத்துக் கொண்டு நாற்காலியில் சாய்ந்தார் கிழவர். எல்லா பாப கர்மங்களுக்கும் நிரந்தர பரிகாரமே இந்த அந்திவேளை நாம பஜனைதான் என்பது போலிருந்தது. அதேபோல், ஆட்களின் இந்த வருவதும் போவதும்கூட பொருளற்றதுதான் என்பது போலுமிருந்தது. அங்கு வித்தியாசமான ஒரு உண்மை, ‘நிலை’ கொண்டிருக்கிறது என்றும்,. அதுதான் முக்கியமானது என்றும் பாதி மூடப்பட்டிருந்த அந்த கிழக் கண்களில் தெளிவாகிறது போன்றும் இருந்தது! தங்களுடைய இந்த

வருகையிலுள்ள அயோக்கியத்தனமான உத்தேசத்தைக் கிழவர் புரிந்து கொண்டாரோ? என்றெல்லாம் இராமகிருஷ்ணன் நினைத்துப் பார்த்தான். கிழவர் தன்னை வெறுக்கத் தொடங்கி விட்டாரோ என்று இராமகிருஷ்ணனுக்குச் சந்தேகமாயிற்று. இனிமேல் இங்கே வருவதற்கான நுழைவு வாசல் கிழவரின் அலட்சியமான ஒரு முனகலால் அடித்துச் சாத்தப்பட்டு விட்டதாக இராமகிருஷ்ணனுக்குத் தோன்றியது.

அந்தப் பெண் இப்போது எங்கே?

இருட்டத் தொடங்கிவிட்ட வீட்டின் முகப்புக்கு ஒரு விளக்குடன் அவள் வெளிப்படுவாள் என கருதினான். இன்னுமொரு முறை – சும்மாவாவது காண்பதற்கு வரலாம். இல்லை, அவள் கண்களில் படும் தூரத்தில் எங்குமில்லை. முற்றத்தில் நிற்கும் குரியாக்கோஸின் கேள்வி நிறைந்த முகத் தோற்றத்தைக் கண்டதும், கிழவரை மேலும் ஒரு முறை நோக்கிவிட்டு இராமகிருஷ்ணன் வெளியேறினான்.

வயலில் இறங்குவதற்குள் டார்ச் லைட்டை எடுத்துக் கொண்டு பின்னால் வந்த ராமு, "பஸ்ஸுக்காகத்தான் காத்திருக்கணும். எவ்வளவு நேரமானாலும் அவங்க வராம இருக்கமாட்டாங்க" என்று கூறினான்.

குரியாக்கோஸ் என்னவோ முணுமுணுத்தான். ராமு இருப்பதினால் அவன் மௌனம் பூண்டான்.

பரந்த வயல்வெளி. இராமகிருஷ்ணன் தூரத்தில் கண்களைச் செலுத்தினான். அங்கங்கே தீவுகளைப் போல் காணப்படும் தரைகளிலுள்ள மண் குடிசைகளிலிருந்து நீல நிறப் புகை ஆகாயத்தை நோக்கி உயர்ந்தது. கீழ் அடிவானத்தில் ஒன்றிரண்டு நட்சத்திரங்கள் கண்சிமிட்டின. கிராமப்புறத்தின் அமைதியோடு சேர்ந்து வரும் மென் காற்று மெல்ல வீசிற்று.

வயலில் பாதி தூரம் கடந்ததும் இராமகிருஷ்ணன் திரும்பி நோக்கினான். களரிப்படிக்கல் வீட்டின் முகப்பில் ஒரு விளக்கு இப்போது எரிந்தது. அடர்ந்த இருளில் நம்பிக்கை வெளிச்சத்தைப் பரப்பியவாறு மங்கலாக எரியும் ஒரு தீபம்.

திரும்பி நோக்கிய நேரத்தில் குரியாக்கோஸின் முகம் தெரிந்தது. ஏமாற்றத்தினால் இருண்ட முகம். இராமகிருஷ்ணனுக்கு அதைக் கண்டதும் தமாஷ்தான் தோன்றியது. சுபத்ரா என்னும் உடல்வாகு ஒரு கற்பனையாக மட்டுமே மிஞ்சியிருக்கிறது.

ஆனால், இப்போது உள்ளுக்குள் ஒரு மெல்லிய மகிழ்ச்சி. ஒரு சந்தியா தீபத்தின் பொன்னிற ஒளி மனம் முழுவதும் வெளிச்சம் பரப்பியிருக்கிறது. விரிந்த விழிகள் சிவந்து தாழும் ஒரு இனிய முகம் உள்ளம் முழுவதும் குளிரடையச் செய்திருக்கிறது. அவள் தன்னை ஒரேயொரு நொடி மட்டும்தான் நோக்கினாள் என்றாலும், அந்த கடைக்கண்களில் ஒரு புன்னகையின் மின்னொளி இருந்ததல்லவா? அந்த புன்முறுவலை இனிமேலும் பார்க்க வேண்டும். இன்னும் ஒருமுறையாவது பார்க்கவேண்டும். ஒரு பெண்ணின் புன்னகையானது ஒரு ஆணுக்குள் என்னவெல்லாம் வேறுபாடுகளை உண்டாக்க முடிகிறது...?

இராமகிருஷ்ணன் இன்னும் ஒருமுறை திரும்பி நோக்கினான். மரக்கூட்டங் களுக்கு நடுவில் தீபச்சுடர் மறைந்து விட்டிருந்தது. ஆனால், தன் உள்ளத்தில் ஒரு சுடரொளி இருந்தது. பொன்னொளி வீசும் ஒரு சிறிய மணித்வீபம்.

✸

7

கேபினிலுள்ள மேஜையின்மேல் இன்னும் உடை படாமல் கிளிப் செய்து வைத்திருக்கும் கவர்கள் மேனேஜரின் பிரத்யேகமான கவனம் தேவைப்படுபவைகள். ஒன்று, கவரின் மேல் ‘கான்பிடன்ஷியல்’என்று மார்க் செய்யப்பட்டிருக்கும். இல்லையெனில், முகவரி காலத்தில் மேனேஜர் என்பதற்குப் பதில் அவருடைய பெயரே எழுதப்பட்டிருக்கும். ஃபயல் பேடில் வைக்கப்பட்டுள்ள ‘ரொட்டீன்’தபால்களைப் பிரித்துப் பார்த்து இனிஷியல் போட்ட பின் இராமகிருஷ்ணன் கிளிப்பிலுள்ள முதல் கவரையெடுத்து உடைத்தான். மண்டல அலுவலகத்திலிருந்து வந்த இரு மாறுதல் உத்தரவுகள். கேஷியர் குரியாக்கோஸை அவனுடைய ஊரிலுள்ள கிளைக்கு மாறுதல் செய்யப்பட்டிருந்தது. அதைப் பார்த்ததும் ஆச்சரியம் தோன்றாமல் இருக்கவில்லை, ஆச்சரியம் இந்த டிரான்ஸ்பர் ஆனதினால் தோன்றவில்லை; இந்த விஷயம் இவ்வளவு சீக்கிரமாக நடந்ததில்தான்... குரியாக்கோஸின் விண்ணப்பத்தைத் தனக்கு மேலுள்ள மேலதிகாரி தலைமை அலுவலகத்துக்கு அனுப்பியது சமீபத்தில்தான். ஆனால், குரியாக்கோஸ் இருந்த இடத்தில், ஒரு ட்ரெயினி கிளார்க்கைத்தான் போஸ்ட் செய்திருக்கிறார்கள். பெயர் நித்யானந்த பை. கேஷ்யர் சீட்டில் ஒரு டிரெயினி கிளார்க்கை அக்காமடேட் செய்ய வேண்டுமென்னும் உத்தரவில், மண்டல மேலாளருக்காக பி. ஏ., எம்.எஸ். வாரியர்தான் கையொப்பம் இட்டிருந்தார். வாரியரோடு பேசவேண்டுமென்று தோன்றியது. மண்டல அலுவலகத்துக்கு ஒரு கால் புக் செய்த இராமகிருஷ்ணன்

கௌண்டரில் கண்களைச் செலுத்தினான். பிஸினஸ் நேரமாக இருந்ததால் குரியாக்கோஸ் மிகவும் வேலைப் பளுவில் மூழ்கி யிருந்தான். இந்தச் செய்தியை அவன் அறிந்தால் மிகவும் மகிழ்ச்சியடைவான். இருக்கட்டும்: முதலில் வாரியருடன் பேசுவோம். உத்தரவில், குரியாக்கோஸ் வில் மூவ் ஃபர்ஸ்ட் என்றிருந்தது. என்றாலும்.....

கவர்களைப் பிரித்துப் பார்ப்பதற்குள் ஃபோன் மணி ஒலித்தது. சங்கர வாரியர் லைனில் வந்தார். தன்னை அறிமுகம் செய்து கொண்டு இராமகிருஷ்ணன் பேசினான். அப்போது வாரியர், 'இது ஹெட் ஆபீஸ்லேர்ந்து வந்த கட்டளையாக்கும். உடனே டிரான்ஸ்பர் ஆர்டரை செயல் படுத்தியாகணும். அவரை ரிலீவ் செஞ்சுடுங்க'என்று கூறினார்.

ஆனால், 'ஒரு ரா ஹேண்டை கேஷ்யர் சீட்டில் எப்படி போஸ்ட் செய்வது' என்று கேட்டதற்கு, 'யூ டிரெய்ன் ஹிம் அப்'என்பதுதான் சங்கரவாரியரின் பதிலாக வந்தது.

எம்.எஸ். வாரியர், 'உங்க கேஷியர், சேர்மனை அப்ரோச் செஞ்சிருக்கார்.... த்ரூ சம்ப்படி. எனி ஹவ் ஹி ஹாஸ்டூ பி ரிலீவ்ட்' என்று முடிவாகவும் கூறினார்.

"பட் ஹவ் கேன் ஐ? வித் அவுட் ஏ ப்ராப்பர் சப்ஸ்டிடியூட்?"

"சப்ஸ்டிடியூட்தான் இருக்கிறதே. நீங்கதான் அவரை 'ப்ராப்பர்' ஆக்கணும்."

இதென்ன பாலிஸி என்று கேட்டதும் வாரியர் கையை விரித்து விட்டார். அந்தக் கிளையிலிருந்து மலபார் வருவதற்கு மிஸ்டர் பை மட்டும்தான் விருப்பம் கொடுத்திருந்தானாம். அவனுடைய பெற்றோர் திரூரில் செட்டிலாகி இருக்கிறார்களாம். அதனால், அங்கிருந்தே தினந்தோறும் வந்து போக முடியுமாம்....

'மிஸ்டர் குரியாக்கோஸின் விஷயத்திலும்....'

'யெஸ், யெஸ்.பாலிஸியைப் பற்றியெல்லாம் கேட்டால்... டெல் மி! நான் இதற்கு என்ன செய்யணும் என்று நீங்க சொல்றீங்க மிஸ்டர் இராமகிருஷ்ணன்...?'

இராமகிருஷ்ணன் நன்றி கூறி போனை வைத்தான்.

பிஸினஸ் நேரம் முடிந்ததும் குரியாக்கோஸைக் கேபினுக்குள் அழைத்தான்.

“ஏ குட் நியூஸ் ஃபார் யூ, மிஸ்டர் குரியாக்கோஸ்.”

குரியாக்கோஸின் முகத்தில் ஆர்வம் அதிகரித்தது.

“உட்காரும்.”

மாற்றல் உத்தரவை எடுத்துக் குரியாக்கோஸிடம் கொடுத்தான். உத்தரவிலுள்ள வரிகளில் விழிகள் நகர நகர அவனுடைய முகத்தில் புன்னகை மலர்வது நன்றாகத் தெரிந்தது.

“இதை நான் எதிர்பார்க்கத் தொடங்கியே ஒரு வாரமாகிவிட்டது சார்” என்று கூறினான் குரியாக்கோஸ்.

“யாரைப் புடிச்சீங்க? ட்டூ அச்சீவ் இட் இன் ஸச் ஷார்ட் டைம்?”

“உண்மைய சொல்லணும்னா, எனக்குச் சுத்தமா தெரியாது, சார். அண்ணன்கிட்டே. ஒண்ணு ரெண்டு தடவை இதுக்கு முன்னால நான் கோடிகாட்டியிருக்கேன். அவரும் மேலிடத்துல பாக்கறேன்னார். போனமுறை இங்க வந்தபோது என்கிட்டேயே, உன் டிரான்ஸ்பர் விஷயம் என்னடா ஆச்சுன்னு கேட்டாரு. என்கிட்டேயா கேக்கறீங்கன்னு நான் திருப்பிக் கேட்டேன்...”

“எனிஹெள, கங்க்ராஜுலேஷன்ஸ்! எப்போ ரிலீவ் ஆகணும்?”

“இன்னிக்கே ரிலீவ் பண்ணணீங்கன்னாலும் ஒரு ப்ரீப் கேஸை மட்டும் எடுத்துக்கிட்டு சாயங்கால பாஸ்ட் பாசஞ் சருக்கே நான் போய்டுவேன். ஜாய்ன் பண்ணின பிறகு சௌகரியம் போல வந்து என்னோட மற்ற பொருட்களையும் பேக் செய்துக் கொள்வேன்...”

“உங்களுக்கு நிர்ப்பந்தம்னா நான் இன்னிக்கே ரிலீவ் செஞ்சுடுவேன். ஆனா, அப்படி வேணாம். திடீர்னு நட்பை உதறிட்டு போக வேணாம். நாம எல்லாருமா சேர்ந்து இன்னும் ஒருமுறை கூட வேணாமா? வெயிட், மிஸ்டர் பை என்னிக்கு வறார்னு கொஞ்சம் கேட்டுப் பாக்கறேன்...”

இராமகிருஷ்ணன் டெலிஃபோனை எடுத்தான்.

தன் மாறுதலுக்காக ‘சென்ட் ஆஃப் பார்ட்டி’ எதுவும் வேண்டாம் என்று குரியாக்கோஸ்தான் பிடிவாதம் பிடித்தான். எதற்கு இந்த ஃபார்மாலிட்டிக்ஸ்? கடைசியில் இராமகிருஷ்ணன்தான், ‘நான் தனியாவே ஒரு பார்ட்டி

கொடுத்துடேறேன். அதுவும் பேங்குலேயே. இதுல பார்மாலிட்டிக்ஸ்லாம் ஒண்ணுமில்ல' என்று வலியுறுத்தினான்.

ரிலீவிங் ஆர்டரைக் கொடுத்த நாளன்று, வேலைகளெல்லாம் முடிந்தவுடன் ஸ்வீட்ஸ், வெஜிட்டபிள் கட்லெட், பிஸ்கட்டுகள் நிரம்பிய பிளேட்டுகள் ஒவ்வொருவரின் சீட்டுக்கும் வந்து சேர்ந்தன. மாலை அணிவித்தல் இல்லை. சொற்பொழிவு இல்லை. காப்பிக் குடித்து முடிந்ததும் ஒவ்வொருவரும் குரியாக்கோஸுக்குக் கை கொடுத்தார்கள். அப்போது ஒரே சிரிப்பும் வாழ்த்துக் கூறல்களும் மட்டுமே இருந்தன.

குரியாக்கோஸ் அறிவித்தான்.

"இந்த பிராஞ்சையும் இதிலுள்ளவர்களையும் நான் ஒருபோதும் மறக்க மாட்டேன். நான் மறுபடியும் வருவேன். காரணம் தெரியுமா... நண்பர்களே, நான் என்னோட பொருள்களையெல்லாம் பேக் செய்யத்தான்..."

யாரெல்லாமோ சிரித்தார்கள்.

குரியாக்கோஸ் தொடர்ந்து, "நண்பர்களே, என்னை மன்னியுங்கள். ஃபார்மாலிட்டிக் ஸில் நம்பிக்கையில்லாததால்தான் நான் இப்படி மனம் தெறந்து சொல்றேன். இந்த இடம் நேஷனல் ஹைவே 17ல இடம் பெற்று இருக்கறதுனால வடக்கே எங்கேயாச்சும் இந்த ரோடு வழியா போக வேண்டியது இருந்தா, பேங்கின் புதிய பில்டிங்கை ஒருமுறை நான் நோக்குவேன்–" என்று கூறினான்.

அறையில் சிரிப்புக் கொப்பளித்தது.

குரியாக்கோஸைப் பஸ்ஸில் ஏற்றி அனுப்பிவிட்டுப் பிரியும்போது மோகன், "எப்படி போகப்போறே? நான் டிராப் செய்யட்டுமா?" என்று கேட்டான்.

"வேணாம் மோகன், நான் ஆட்டோ ஒண்ணை புடிச்சிக்கறேன்."

"நீங்க ஏன் சார் இன்னும் வண்டி எதுவும் வாங்காம இருக்கீங்க" என்று யாரோ ஒருவன் இராமகிருஷ்ணனைக் கேட்டான்.

"ஒருவேளை சாரு ஃபோர் வீலா வாங்கற எண்ணத்துல இருக்கலாம்– இது இன்னொருவனின் கமென்ட்,

"அதுவும் சரிதான். சாருக்கு தான் பேங்க்லோந்து கார் லோன் கிடைக்குமே!"

"எதுக்கு லோன் எடுக்கனும்? ரிஸோர்ஸஸ் தனியாவே வந்து சேருமே– அலாங்க் வித் த ப்ரைட்..."

"தாட்ஸ் ட்ரூ– எப்போ சார் கல்யாணம்?"

பேங்குக்கு வெளியே வந்து விட்டால் வெறும் உபசாரங்கள் தேவையில்லை. எல்லோரும் நண்பர்களே!

மோகன் பைக்கை ஸ்டார்ட் செய்தான்.

"வாங்க!"

வீட்டை அடைந்ததும் எங்கும் எதிலும் ஒரே சூன்யத் தன்மையைத்தான் உணர முடிந்தது. மிகவும் நெருக்கமானவர்கள் என்று சொல்வதற்கு யாருமில்லாத சொந்த ஊரில், குரியாக்கோஸ் ஒருவன்தான் நண்பனாக இருந்தால், அவனும் இப்போது போய் விட்டான்.

மறுநாள் மாலை. முற்றத்தில் தனியாக அங்குமிங்குமாக நடந்து கொண்டிருந்ததைக் கண்ட ராகவன் நம்பியார், 'ஒரு புது கேசட் வந்திருக்கு. சினிமா பார்க்க வரலாமா?' என்று உரத்தக் குரலில் கேட்டார்.

வருவதாகக் கூறினான்.

டி.வி. திரையில் ஒரு காதல் காட்சி. ஒரு பெண்ணின் பின்னால் ஓடும் தடிமனான இளைஞன். இருவரும் பிடிவாதமாக பாட்டுப் பாடுகிறார்கள். அதே நேரத்தில் ஒரு பாறைக்குப் பின்னால் கைத்துப்பாக்கியுடன் மறைந்து பார்த்துக் கொண்டிருக்கும் வில்லன், நடைமுறை வாழ்க்கையில் ஒருபோதும் காணமுடியாத ஒரு காட்சி. சினிமா வாழ்க்கையைப் பார்த்து ஏளனம் செய்யக் கூடாது என்று யார் சொன்னது......

நம்பியாரும் அவர் மனைவியும் சினிமாவில் லயித்து அமர்ந்து கொண்டிருக்கிறார்கள். இசைக் கருவிகளின் சப்த பிரளயம் திடீரென நிற்கிறது. சின்னத்திரையில் காட்சி மாறியிருக்கிறது. இப்போது அந்த இளம்பெண் தன்னுடைய ஜீன்ஸையும் டாப்பையும் மாற்றிவிட்டு முண்டும் வேட்டியும் அணிந்திருக்கிறாள். அம்பலத்தின் சூழல். கோயிலுக்கு முன் பக்திப் பரவசத்துடன் கைகூப்பி நிற்கும் இளம்பெண்...

திடீரென நினைவுகள் சிதறுகின்றன. பஸ்மக்குறி இட்டு தீபத்துடன் தன் முன்னால் தோன்றிய அந்த இளம் பெண்ணின் நினைவு இராமகிருஷ்ணனின் நினைவுக்கு வந்தது. அவளின் கடைக்கண்ணில் மலர்ந்ததைப் போல் தோன்றிய அந்த புன்முறுவல்– புறாக்கள் பறந்து வந்து கூட்டமாக இறங்கிய அந்த வயலும், புது நெல்லின் மணத்துடன் தன்னை சேரும் காற்றும்– அவையெல்லாம் இன்னொரு உலகத்தில் நேர்ந்ததைப் போல்தான் தோன்றுகிறது. பஸ்ஸில் ஏறினால் அரைமணி நேரமே பயணிக்கக் கூடிய தூரம்தான், நம்பியாரும் அவர் மனைவியும் சிரிக்கிறார்கள், சினிமாவில் நகைச்சுவைக் காட்சியோ?

நினைக்க நினைக்க ஆர்வம் தீவிரமாகிக் கொண்டு வந்தது. இன்னும் ஒரு முறை அந்த இடத்திற்குப் போக வேண்டும். ஆனால் குரியாக்கோஸுடன் முதலில் புறப்பட்டு போன அந்த உத்தேசத்தில் போகக் கூடாது. அந்த இளம் பெண்ணை மட்டும் இன்னும் ஒரு முறையாவது பார்க்க வேண்டும்... நம்பியாரும் அவர் மனைவியும் தன்னுடைய எண்ணத்தை உணரவில்லை என்பதில் இராமகிருஷ்ணனுக்கு மன நிறைவாக இருந்தது. ஆனால், இதயத் துடிப்பு பலமாக இருந்தது.

இராமகிருஷ்ணன் 'செட்டி'யிலிருந்து எழுந்தபோது, "என்ன?" என்று கேட்டார் நம்பியார்.

"நீங்கள் சினிமா பாருங்க. எனக்குக் கொஞ்சம் தலை வலியாக இருக்குது. நான் கொஞ்சம் ரெஸ்ட் எடுத்துக்கட்டுங்களா?"

"டைஹர் பாம் வேணுமா?" என்று கேட்டார் மிஸ்ஸிஸ் நம்பியார்.

"வேணாம்! கொஞ்ச நேரம் அமைதியா படுத்திருந்தாலே போதும். தலைவலி போய்டும்."

இராமகிருஷ்ணனை வழியனுப்ப இருவரும் எழுந்ததும், "நீங்கள் சினிமா பாருங்கள். நாளைக்கு எனக்குக் கதை சொல்லுங்கள் போதும்" என்று கூறினான்.

தூக்கமில்லாத இரவில் இன்னும் ஓர் இரவு சேர்ந்தது. நடுநிசி கழிந்த பின்தான் தூக்கம் வந்தது.

மறுநாள் பேங்க் நேரம் முடிந்தபின், அதுவரைக்கும் இருந்த சிந்தனைகளின் நிறைவேற்றம்போல் வீட்டுக்குப்

போவதற்குப் பதில் எதிர்த்திசையில் சென்று பஸ்ஸுக்காகக் காத்து நின்றபோதுதான் முதல்நாளில் ஏற்பட்டதைப் போன்ற இதயத்துடிப்பை உணர முடிந்தது.

...இதில் மனச் சஞ்சலம் அடையவேண்டிய விஷயமொன்றும் இல்லை. பழைய உறவினர் வீட்டுக்குத்தான் போகிறோம். அங்கேயுள்ள பெரியவருடன் சேர்ந்து உலக நடப்புகளைத்தான் பேசப் போகிறோம். திரும்ப போகிறோம்.... இதுதானே நடைபெறப் போகிறது? இது இல்லாமல், வீரதீரப் பராக்கிரமமுடைய ஒரு ராஜகுமாரனைப்போல், ஆம்பல் பூவைப் போன்றிருக்கும் அந்த தேவகன்னியை தேரில் ஏற்றிக் கொண்டு வரப் போவது ஒன்றுமில்லையே...

பஸ் வந்து நின்றதும், அறிமுகமானவர்கள் யாரும் பஸ்ஸில் இருக்கக் கூடாதே என்னும் வேண்டுதலோடு பஸ்ஸில் ஏறினான். ஃபுட்போர்டில் நிற்கும் பையன் டிக்கெட் போடுவதற்காக, எங்கே போகிறீர்கள் என்று கேட்டபோது, "சந்தை?" என்று கூறினான் இராமகிருஷ்ணன்.

"எந்த சந்தை?"

எந்த சந்தையென்று கூறுவது. ஒன்றுக்கு மேற்பட்ட சந்தைகள் உண்டோ? சொந்த ஊரைச் சுற்றிலும் உள்ள இடங்களின் பெயர்களைக் கூடத் தெரியவில்லை. குரியாக் கோஸ் அன்று எத்தனை சுலபத்தில் இடத்தை அடைந்து விட்டான்? பெரும் தலைப்பாகையணிந்த சக பயணி ஒருவர் ஒத்தாசைக்கு வந்தார்.

"மூரிச்சாலுக்கு வடக்கேயுள்ள சந்தையாதான் இருக்கும். பஸ்லேர்ந்து எறங்கினதும் வயலுதானே அங்கே இருக்குது?"

"ஆமாம், ஆமாம். பஸ் எறங்கனதும் வயல்தான்!"

"இங்கியே ஒக்காருங்க!" என்று கிழவன் தன் இருக்கை யிலேயே இடம் ஒதுக்கி இராமகிருஷ்ணனை அழைத்தார். "மில்லுக்குப் பக்கத்து ஸ்டாப்புக்கு டிக்கெட்டை கிழிச்சிக் கொடு" என்று கட்டளையும் பிறப்பித்தார்.

பின்பு அந்த பெரியவர் இராமகிருஷ்ணனிடம் விளக்கினார்: இங்கிருந்து அந்த இடத்திற்குப் போக ஒரேயொரு பஸ் மட்டுமே உள்ளது. இந்த பஸ்ஸில் போனால் கொஞ்சம் முன்னாலேயே இறங்கிக்கொள்ள வேண்டும். ஹைவேயிலிருந்து பத்தடி

அளவிற்கு நடக்கக்கூடிய தூரம்தான் இருக்கும். இவ்வளவும் சொன்னபின் தானும் அங்கேதான் இறங்க வேண்டும் என்று தெரிவித்தபோதுதான், 'எல்லாமும் தர்மசங்கடமாகி விட்டதோ' என்று நினைத்தான்.

"சந்தையில எறங்கினதும் எங்க போவணும்?" என்று கிழவர் கேட்டதும், தான் பயந்தது போலவே நடந்து விட்டதை எண்ணினான் இராமகிருஷ்ணன்.

"அங்கேதான்... பக்கத்துலவுள்ள ஒரு சொந்தக்காரங்க வீட்டுக்குத்தான் ..."

"அப்படின்னா, உங்க வீடு எங்கேருக்கு?"

"இங்கேதான்."

"வெளியில எங்கேயாவது வேலையோ?"

"ஆங்..."

"இல்ல. இங்கே எங்கேயும் உங்களப் பார்த்ததில்லையேங் கறதுனாலதான் கேட்டேன். எனக்குப் பாக்கு யாபாரமாக்கும். இந்த ஊருல எனக்குத் தெரியாத மூலை முடுக்கே இல்லை யாக்கும்..."

இதற்குப் பதில் சொல்ல வேண்டிய அவசியமில்லை. பஸ் வேகம் பிடிக்கத் தொடங்கியதும் கிழவரும் தன் கழுத்தை முன்னோக்கி மடக்கிக்கொண்டு தூங்கத் தொடங்கினார். ஆனால், அந்த அதிர்ஷ்டம் அதிக நேரம் நீடிக்கவில்லை. அடுத்த நிறுத்தத்திலேயே துணிப்பையும் துணிக் குடையுமாக வெள்ளாடையும் அணிந்து, ஆடையின் நிறத்திலேயே தலைமுடியுமுள்ள ஒருவர் பஸ்ஸில் ஏறினார். பல ஆண்டுகளாகி விட்டாலும் ஆளைச் சட்டென அடையாளம் அறிந்து கொள்ள முடிந்தது. ஹைஸ்கூலில் மலையாளம் கற்றுக் கொடுத்த வாரியர் மாஸ்டர்தான் அவர். தலைமுடி மட்டும் கொஞ்சம் அதிகமாக நரைத்து விட்டதைத் தவிர மாஸ்டரின் பழைய உருவம் முன்பு போலவேதான் இருந்தது. மாஸ்டர் பஸ் முழுவதும் ஒருமுறை கண்களைச் செலுத்திய பின், அமருவதற்கு இடம் இல்லை என்பதை அறிந்துகொண்டு ஏமாற்றத்துடன் நின்றார். ஜனங்கள் மீண்டும் ஏறினார்கள். கண்டக்டர், சனங்களை இன்னும் கொஞ்சம் நகர்ந்து நிற்கும்படி உத்தரவிடுகிறான்: இன்னும்

கொஞ்சம் சேர்ந்து நிற்கலாமே, அதோ பாருங்கள் முன்னால் புட்பால் விளையாடக்கூடிய இடமேயிருக்கே... மாஸ்டர் நகர்ந்து நகர்ந்து தன்னருகில் வந்துசேர்ந்ததும் இராமகிருஷ்ணன் எழுந்து நின்று வணங்கிவிட்டு அவரை அமர்வதற்கு அழைத்தான்.

"யார் நீங்க எனக்கு அடையாளம் புரியலியே?"

"நான் உங்க பழைய மாணவன். உயர் நிலைப் பள்ளியில படிக்கறப்போ நீங்கதான் எனக்கு மலையாளம் மொழிப் பாடம் நடத்தினீங்க சார்."

"அப்படியா? பேரு என்ன?"

"இராமகிருஷ்ணன்."

மாஸ்டருக்கு நினைவு வந்ததாகத் தோன்றவில்லை. எத்தனையோ இராம கிருஷ்ணன்கள், எத்தனையெத்தனையோ முகங்கள் அந்த கண்களின் முன்னே வந்து போயிருக்கும்! நினைவு கூறத்தக்க விதத்தில் தான் ஒன்றும் வகுப்பில் கவனம் கொள்ளும்படியானவனாக இருக்க வில்லையே என்ற நினைவும் இராமகிருஷ்ணனுக்கு வந்தது.

"இராமகிருஷ்ணன், எங்கே இறங்கப் போறீங்க?"

"நான் அந்த மில்லுக்கு முன்னாலே இறங்கிப்பேங்க."மிகவும் பழக்கப்பட்ட ஒரு இடம் என்பதுபோல் இராமகிருஷ்ணன் கூறினான்.

"அப்படின்னா, நீங்க எறங்கினப் பின்னால நான் உக்காந்துக்கறேன் இராமகிருஷ்ணன்."

"வேணாம். நீங்க உக்காருங்க சார்."

மாஸ்டர் நிம்மதியாக அமர்ந்தார். தலைப்பாகைக்காரர் இன்னும் உறங்கி கொண்டுதான் இருந்தார்.

"இப்படித்தான் சில சமயங்கள்ல உதவறதுக்கு யாராச்சும் கிடைப்பாங்க. சரி, இராமகிருஷ்ணன், இப்போ உங்களுக்கு எங்கே வேலை?" என்று கேட்டார் மாஸ்டர்.

"இப்போ ஊர்லேயேதான் வேலை பார்க்கறேன்."

"அப்படியா? ஊர்லேன்னா...?"

"சுங்கத்துலவுள்ள பேங்குல."

“ஆஹாங். பேங்கு உத்தியோகத்துக்குப் போயி எவ்வளவு காலமாச்சு?”

“சமீபத்துலதான் டிரான்ஸ்பர்ல இங்க வந்தேன்.”

“ஆஹாங், பேங்கு மேனேஜர் சிவராமன் நாயரு ரிட்டயர்டு ஆவப் போறார்னு கேள்விப் பட்டேன். அப்படின்னா, அந்த போஸ்ட்லதான் நீங்க இருக்கீங்களா...?” என்ற மாஸ்டர் சந்தேகம் கலந்த மகிழ்ச்சியோடு கேட்டார்.

“ஆமாம்...”என்று இராமகிருஷ்ணன் கொஞ்சம் கூச்சத்துடன் கூறினான். பஸ்ஸில் கம்பியைப் பிடித்து நின்று கொண்டிருந்த ஒன்றிரண்டு பேர்கள் இவர்களின் உரையாடலைக் கவனித்துக் கொண்டிருந்தார்கள்.

“நல்லதாப் போச்சி. புது மானேஜரு என்னோட மாணவரா இருப்பார்ன்னு நான் நினைச்சிக்கூடப் பார்க்கல” என்றார் மாஸ்டர்.

பஸ் ஒரு நிறுத்தத்தில் நின்றது. சிலர் அங்கே இறங்கினார்கள். கொஞ்சம் பேர் ஏறினார்கள். மீண்டும் பஸ் ஓடத் தொடங்கியதும் மாஸ்டர் முகம் நிமிர்ந்தார்.

“நான் ரிட்டயர்டாகி இந்த ஜூனோடு அஞ்சு வருஷமாயிட்டுது.”

இதற்கு என்ன கூறுவது என்று தெரியாமல் தலையைக் குலுக்கினான் இராமகிருஷ்ணன்.

“உங்களுக்கு இப்போ எவ்வளவு சம்பளம் கிடைக்கும் இராமகிருஷ்ணன்?” என்று கேட்டார் மாஸ்டர். “இல்ல ஆம்பளைங்களோட சம்பளத்தையும் பொம்பளைங்களோட வயசையும் கேட்கக் கூடாதுன்னு சொல்லுவாங்க. இருந்தாலும், என் மாணவர் எந்த அளவுக்கு உசந்து இருக்கறார்ன்னு தெரிஞ் சிக்கலாமேன்னுதான்–”

இராமகிருஷ்ணனால் மறைத்துச் சொல்ல தோன்றவில்லை. குனிந்து மாஸ்டர் காதோரம் தன் சம்பளத்தின் ஒரு உத்தேசக் கணக்கை கூறினான். மாஸ்டரின் கண்கள் ஆச்சரியத்தால் மலர்ந்தன.

‘அப்போ, இருபது இருபத்தைஞ்சி வருஷம் சர்வீஸ் பண்ணின ஒரு செகண்டரி கிரேடு வாத்தியாரோட சம்பளம் போல, மூணு மடங்குக்கும் அதிகமாவே இருக்கும் போலிருக்கே!”

என்று தனக்குத்தானே பேசிக் கொண்டதில் கொஞ்சம் சப்தம் கூடிவிட்டிருக்குமோ என்ற சந்தேகத்தினால் மாஸ்டர் மேலும், "பேங்குலேல்லாம்தான் நல்ல சம்பளமாச்சே? நான் இதை பொறாமையினால சொல்லலே, தெரியுமோ! என்னோட மாணவர்கள் ஒரு உயர்ந்த நெலையில – போய்ச் சேர்ந்திருக்கிறது என்பது எனக்கு எவ்வளவு சந்தோஷமா இருக்கிறது தெரியுமோ...?" என்று கூறினார்,

இராமகிருஷ்ணன் குற்றவுணர்வோடு நின்றான். கண்டக்டர் புதியதாக பஸ்ஸில் ஏறியவர்களிடமிருந்து சில்லரைகளை வாங்கிக் கொண்டு நெரிசலுக்கிடையே நீந்தி சென்றான். அப்படிச் செல்லும்போதே, ஏறியவர்களை முன்னோக்கி நகரும்படி உத்தரவும் போட்டான். கண்டக்டருக்கு மனதுக்குள் நன்றி கூறினான். மாஸ்டரிடமிருந்து தப்பித்து விடலாமல்லவா

தலைப்பாகைக்கார கிழவர் வந்து தொட்டபோதுதான் இறங்குகிற இடம் வந்துவிட்டதென்று புரிந்தது. இந்த கிழவர் சரியான நேரத்தில் எப்படி விழித்தார்?

பஸ்ஸிலிருந்து இறங்கிய இடம் முற்றிலும் தெரிந்த மாதிரியே தோன்றவில்லை. பெரியவரோடு சேர்ந்து நடந்தான். கிழவர் பீடிக் கட்டை எடுத்து நீட்டி, 'பிடிக்கிறாயா' என்று இராமகிருஷ்ணனிடம் கேட்டார். வேண்டாம் என்று சொன்னதும் தான் பீடியை எடுத்து பற்ற வைத்தார். இராமகிருஷ்ணன் தூரத்தில் கண்களைச் செலுத்தினான்; தூரத்தில் தார் ரோடு வளைந்து சென்றது. இந்த இடத்தைத்தான் வளைவில் திரும்ப வேண்டும் என்று சொன்னாளோ! பஸ்ஸில் வந்ததே தவறாகி விட்டது. டாக்சி பிடித்திருந்தால் நன்றாக இருந்திருக்கும்.

சாலை திரும்பும் இடத்தில் கிழவர் நின்றார். தன் விரலைக் காட்டி, "தோ தெரியுதே ஒரு கடை, அதுக்குப் பக்கத்துலதான் சந்தை" என்று கூறினார்.

இப்போது இடம் புரிந்து விட்டது. தலையாட்டினான்.

"அப்படின்னா நடங்க, நான் இந்தப் பக்கமா போகணும்."

"சரி."

"சொந்தக்காரங்க வீடுன்னா..." என்று அரைகுறையாக நிறுத்தினார் கிழவர். இவருக்கு இன்னும் என்ன தெரிய வேண்டும்?

"இல்ல, இன்னிக்குப் போற இடத்துலேயெ தங்கிடுவீங்களா?"

"இல்ல. திரும்பிடுவேன்."

"அதான் கேட்டேன். சாயாங்காலத்துக்கு முன்னால திரும்பினாதான் வூட்டுக்குப் போக முடியும். அதுக்குப் பின்னால பஸ் கிடைக்கறது சிரமமாக்கும்."

"அதுசரி."

வயலில் இறங்கும்போது அந்திக் கதிரவன் பெருத்திருக்கிறது. குனிந்து தீனிப் பொறுக்கும் புறாக்களைக் காண முடியவில்லை. காற்று இல்லாததால் தான் நடக்கும்போது வியர்க்கத் தொடங்கியது போலும். வந்திருக்கக் கூடாது என்னும் சிந்தனை தான் திடீரென்று ஏற்பட்டது. திரும்பி விடலாமா என்று நினைத்துக் கொண்டிருக்கும் போதே கால்கள் மட்டும் முன்னோக்கி நடந்து கொண்டிருந்தன. தான் இப்போது ஒரு சக்தியால் இயக்கப் படுபவனாக மட்டுமே இருக்கிறோம் என நினைத்தான் இராம கிருஷ்ணன். தன்னை இயக்குவது யார்? ஏன் இந்த பயணம் என்று உள்ளுணர்வு கேட்கின்றது.

ஒரு குத்து விளக்கிலுள்ள திரியின் ஒளிவட்டம். அந்த வட்டத்திற்குள்ளே தெளிந்து தெரியும் நிலா முகம். கடைக்கண்ணில் மின்னி மறையும் மெல்லிய புன்முறுவல் --

நேற்று -

பக்கத்திலிருக்கும் ஒரு நர்சிங்ஹோமின் டாக்டரும் ஒரு வழக்கறிஞரும் பேங்குக்கு வந்தார்கள். தங்களை அறிமுகப் படுத்திக்கொண்டு, ஏதோவொரு கிளப்பில் தன்னை உறுப்பினராக்கிவிட்டு விரைவிலேயே ஒரு கெட் டூ கெதர் உண்டென்றும் கூறினார்கள். அவ்வாறு, தான் சமூகத்தின் நாகரீக மண்டலங்களில் அறியப்படப் போகும் ஒரு பெரிய மனிதன். அந்தப் பெரிய மனிதன்தான் ஒரு குற்றவாளியின் மன நிலையுடன், எப்போதோ ஒரு மோசமான சாகச்சரியங்களில் இருக்கும்போது பார்த்துவிட்ட ஒரு பெண்ணின் முகத்தை மனதில் சுமந்து கொண்டு திரிகிறான்! 'பள்ளிக்கூட வாத்தியாரின் மூன்று மடங்கு சம்பளம்' என்று மாஸ்டர் பஸ்ஸில் கூறிய வார்த்தைகள் இப்போது நினைவுக்கு வந்தன. அது மட்டுமில்லை. அந்த அளவிற்கு சம்பளம் வாங்கும் அதிகாரிகளின் ஒரு குழுவையே இயக்கிச் செல்லும் நபரல்லவா தான்!

சென்னையில் நடந்த ஒரு கான்பரன்ஸில் சேர்மன் சொன்ன வார்த்தைகள் –

‘ஆஸ் மேனேஜர்ஸ், வி ஆர் லீடேர்ஸ் ஆஃப் மென் அண்ட் வி ஷுட் டெமான்ஸ்ட்ரேட்டட் தட் வீ ஆர் ட்ரூலி டிவோட்டட் அண்ட்.....’

பொறுப்புணர்வுள்ள ஒரு அலுவலரால் இப்படி செண்டிமென்டல் ஆவதற்கு முடியாததுதான்––

அவ்வளவையும் நினைத்துக் கொண்டிருக்கும்போது, திரிச் சுடரின் அமைதியான வெளிச்சத்தில் நிர்மலமான அந்த முகம் தெளிந்து வந்தது. அப்போது உயர்வான சம்பளமும், சமூகத்திலுள்ள ஸ்டேட்டஸும் தன்னை ஒரு பொறுப்புடையவனாக மாற்றியது. சுமைகளிலிருந்து விடுதலைத் தேட தன் மனம் குமையத் தொடங்கியது. பல அடுக்கு மாளிகையின் உச்சியிலுள்ள ஒரு இடுங்கிய அறை யிலிருந்து தப்பித்து வந்து நிலவொளி வீசும் ஒரு நதிக்கரையில் நடப்பதற்கான ஆவலைப் போன்றதாக அது இருந்தது.

இராமகிருஷ்ணன் ஒரு பெருமூச்சுடன் திரும்பி நோக்கினான். அறுவடைச் செய்யும் பெண்கள் இல்லை. கண்களில் படும் தூரத்தில் யாருமே இல்லை.

வயலிலிருந்து படிகளில் ஏறும்போதே கவனித்தான். வீட்டின் முன்வாசல் கதவு சாத்தப்பட்டிருந்தது. சிலசமயம் உள்ளேயிருந்து கொண்டே சாத்தியிருந்தால்? நடந்துசென்று வராந்தாவை அடைந்தான். இல்லை. கதவில் பெருத்த பூட்டு. வெளியிலிருந்துதான் பூட்டப்பட்டிருந்தது.

சிற்ப வேலைப்பாடுள்ள நாற்காலி அதே இடத்திலேயே இருந்தது. வயல் வழியாக நடந்து வந்தபோது காற்றே இல்லாமலிருந்தது. இப்போது இந்த வராந்தாவில் மெல்லிய காற்று வீசுகிறது. வீட்டு முகப்பில் எப்போதும் நல்ல காற்று வரும் என்று இராமு சொன்னது நிஜம்தான். அவனைக் கூட காண முடியவில்லையே.

சரி, திரும்பலாம் என நினைத்து இறங்கியபோது வயலிலிருந்து கற்படிக்கட்டுக் களில் ஏறிவரும் பெண்மணியைக் கண்டான். இன்னும் ஒருமுறை நோக்கியபோது, வருவது அன்று பார்த்த பெண்ணேதான் என்று புரிந்தது. சேலை அணிந்திருந்ததாலோ என்னவோ சட்டென்று அடையாளம்

புரியவில்லை. இராமகிருஷ்ணன் படிக்கட்டில் இறங்காமல் நின்றான். ஒரு செட் புத்தகங்களை மார்போடு அணைத்து கொண்டு அவள் அருகில் வந்தாள். வராந்தாவிற்கு அருகில் வந்தபோதுதான் அவள் முகம் நிமிர்ந்தாள் என்று தோன்றுகிறது. இராமகிருஷ்ணனைக் கண்டுவிட்டு முகத்தில் ஒரு பயப்பிராந்தி தோன்றினாலும், கண்களில் ஒரு அறிமுகப் பாவனை நிழலாடியதை இராமகிருஷ்ணன் பார்த்தான். ஆனால், அவளிடமிருந்து எழும்பிய கேள்வியில் அந்த பாவனை வெளிப்படவில்லை.

"என்ன வேணும்?"

என்ன வேண்டும்? உண்மையில் எதற்காக இப்படி ஒளிந்தும் முயற்சித்தும் பூமியின் மேலுள்ள இந்த மூலைக்கு வந்து சேர்ந்தோம்?

முகத்தில் தோன்றியதன் குழப்பத் தோற்றத்தைக் கண்டுவிட்டுதான், "வந்து கொஞ்சம் நேரமாச்சோ?" என்று அவள் கேட்டிருக்க வேண்டும்.

"ஆமாம்."

உண்மையில் அவள் கேட்டதின் அர்த்தம் புரியவே இல்லை. இப்போதுதான் அவளைப் பகல் வெளிச்சத்தில் முதன் முதலாக காண முடிகிறது. அவள் இப்போது நடைபாதையிலிருக்கும் மெல்லிய இருளில் நிற்கவில்லை. ஒரு தங்கத் தாமரை மலர்ந்ததுபோல் மிக அருகில்தான் இருக்கிறாள்.

"ஏன் இப்படி இங்கே பேசாமல்... இந்த சத்தியாக்கிரகத்தைத் தொடங்கி எவ்வளவு நேரமாயிற்று?" என்றவள் சுற்றிலும் நோக்கினாள்.

"ஐயாம் சாரி... நான் ..."

அவள் ஒன்றும் புரியாமல் நொடிநேரம் இராமகிருஷ்ணன் முகத்தையே நோக்கிக் கொண்டு நின்றாள். பின், புத்தகங்களுக்கு நடுவிலிருந்து ஒரு நீண்ட சாவியை தேடியெடுத்து கதவை நோக்கி நடக்கும்போது, "உக்காருங்கள்" என்று கூறினாள்.

அவள் பூட்டைத் திறப்பதையும், தாழ்ப்பாளை நீக்கி ஒரு சப்தத்துடன் கதவைத் தள்ளுவதையும் எல்லாம் கொஞ்சம் ஆச்சரியத்துடன் நோக்கி நின்றான். புத்தகங்களை உள்ளே எங்கேயோ வைத்துவிட்டு வேகமாக அவள் வெளியே வந்தாள்.

"ஏன் உட்காரலையா?"

"உக்காரலாம். ஆனால்..."

"என்ன ஆனால்?"

"இல்ல. பழக்கமில்லாத ஒரு ஆளுக்கான அழைப்பைக் கண்டதும்.... அதற்கு அருகதையுள்ளவன்தானான்னு தோணிச்சு."

"பழக்கப்படாதவர் இங்கே ஏன் வந்தீங்க?"

"சொல்றேன். ஆனால், ஆச்சரியம்தான் மாறவில்லை இங்கே வர்றவங்ககிட்டே பேச முடியாதுன்னு அன்னிக்கும் சொன்னீங்களே!'

"உண்மைதான். ஆனால், வீட்டுக்கு ஒருத்தர் நல்லவராக வேஷம் போட்டு வந்தா திருடன்னு கூச்சல் போட முடியாதே. அப்படியே இனிமேல் உரக்கக் கூவினாலும் யாரும் கேட்கப் போவதுமில்லையே."

"பயப்பட வேணாம். நான் திருடனுமில்ல, கொள்ளைக்காரனுமில்ல."

"தெரியும். எதுக்குதான் வந்தீங்க?"

"என் பேரு இராமகிருஷ்ணன்."

"அதுவும் தெரியும். உங்க கூட்டாளி இன்னிக்கு வரலையா?"

"கூட்டாளியா?"

"உம்... கோயிலுக்குப் போறோம்னு சொல்லி உங்கள கூப்பிட்டுக்கிட்டு வந்தவன் தான் ..."

"குரியாக்கோஸா... அவன் தன்னோட ஊருக்கு டிரான்ஸ்ஃபர் வாங்கிக்கிட்டுப் போய் விட்டான்"

"குரியாக்கோஸா? ஒரு நம்பூதிரின்னு சொல்லிக் கிட்டுல்லே..."

"ஆமாமாம்! ஆரியன் நம்பூதிரின்னு இருக்கவில்லையா? அதேபோல குரியன் நம்பூதிரி."

அவள் எதுவும் பேசவில்லை . இராமகிருஷ்ணன் நாற்காலியில் அமர்ந்தான்.

கைகளைப் பின்னால் வைத்துக் கொண்டு சுவரில் சாய்ந்துதான் அவள் நின்றிருந்தாள். காலையில் போட்டிருந்த

மேக்கப் அவள் முகத்தில் கலைந்திருந்தது. இப்போது முகத்தின் உண்மையான சிகப்பு நிறம் தெரிந்தது. இந்த நிறத்தின்மேல் கிரீமும் பவுடரும் தடவி வெளிறிய நிறத்தை வரவழைப்பது ஏன்? நெற்றியிலும் கன்னத்திலும் காணப்படும் ஒன்றிரண்டு முகப் பருக்கள் இளமையின் இன் முகத்தைக் கூக்குரலிட்டு வெளிப்படுத்துகிறது. நெற்றியில் உள்ள சாந்துப்பொட்டு மறையாமல் இருக்கிறது.

புத்தகங்களுடன் வந்தாளே? படிப்பவளாக இருக்குமோ?

மீண்டும் விழிகள் சந்தித்தபோது அவளின் பார்வை பின் வாங்கவில்லை. கடைக் கண்ணில் இப்போது ஒரு புன்னகையின் மெல்லிய வெளிச்சம். சிறியதொரு ஆச்சரியத் துடன் அவள் நிற்கிறாள் –

“இன்னும்... சொந்த பேரைச் சொல்லவில்லையே?” என்று கேட்டான் இராமகிருஷ்ணன்.

“என் பேரா?”

“ஏன், கேட்கக் கூடாதா?”

“அதில்ல...”

“அதில்லையா... அப்படியொரு பேரை இப்போதான் நான் முதன் முதலா கேள்விப்படறேன்.”

சிரிப்பின் சிதறல் இப்போது வெளிப்படையாக அவள் முகத்தில் தெரிந்தன. அந்த ஈரமான ஒளிக்கீற்றில் தங்களுக்கிடையேயுள்ள பழக்கமற்றதின் இருள் அழிந்து இல்லாமல் ஆவது போன்று இருந்தது.

கேள்விகளுக்கெல்லாம் பதில் கிடைத்தது –

அருகிலுள்ள ஒரு கல்லூரியில்தான் படிக்கிறாள். பெயர் ஸ்ரீதேவி. தேவி என்றுதான் அழைக்கப்படுகிறாள். இந்த வீட்டில் இப்போது ஸ்ரீ இல்லைதான்! தந்தையும் தாயும் இல்லை. அக்காவோ தன் கணவனிடம் போகப் போகிறாள்– ஆம், அவர் உடல் நலமில்லாமல் படுத்திருக்கிறார் –

இராமகிருஷ்ணன் தன்னைப் பற்றியும் கூறினான். தாயும் சகோதரியும் அண்ணனும் உண்டு. ஆனால், இப்போது வீட்டில் யாருமில்லை... சிலவற்றையெல்லாம் அவள் புரிந்து கொண்டும் இருக்கிறாள். ஆம் பெரியவருக்கும் இராமுவுக்கும் இடையே

நடந்த உரையாடலிலிருந்துதான் தெரிந்திருக்கிறது. இந்த ராமு யார்? இந்த குடும்பத்தைச் சேர்ந்த நபர்தான். வீட்டில் ஆண்கள் யாரும் இல்லாததால் இங்கே தங்கியுள்ளான்–

மாலை மயங்கியிருந்தது. மறந்துபோன ஒரு விஷயத்தை நினைத்துக் கொண்டதைப் போல் ஸ்ரீதேவி உள்ளே சென்று சந்தியாதீபத்தை ஏற்றிக் கொண்டு வந்தாள். இராமகிருஷ்ணன் எழுந்து தொழுதான்.

"இன்னும் ஒரு விண்ணப்பம்" என்றாள் ஸ்ரீதேவி.

"நான் உடனே போகணுமா?"

"இல்ல, உங்களுக்கு ஒரு சகோதரி இருக்காங்கன்னு சொன்னீங்களே, அவங்க பேரு என்ன?"

"கிருஷ்ணவேணி."

"உங்களுக்குச் சின்னவர்தானே?"

"ஆமாம்."

"அப்போ அவங்க உங்கள அண்ணன்னுதானே கூப்பிடுவாங்க?"

"வீட்டுலவுள்ள எல்லாரும் என்னை சின்னவனேன்னுதான் கூப்பிடுவாங்க. கிருஷ்ணவேணி என்னை அண்ணேன்னுதான் கூப்பிடுவா. ஏன் கேக்கறே?"

ஸ்ரீதேவி முகம் கவிழ்ந்தாள். பின் சிறிது நேரம் சென்றதும் மனச் சஞ்சலமடைந்த குரலில், "கிருஷ்ணவேணி கூப்பிடற மாதிரி நானும் உங்கள சின்னண்ணேன்னு கூப்பிடட்டுமா?" என்று ஒரு வேண்டுகோளைப் போல் கேட்டாள்.

மனம் வாயாடியாகவும், நாக்கு மௌனம் பூணவும் கூடிய சில நிமிடங்களும் உண்டு. இப்போது மனம் வாயாடியாகிறது. ஸ்ரீதேவி என்னை எப்படி வேண்டுமானாலும் அழைக்கலாம்....

"அப்படி கூப்பிடலாம்னு சம்மதம் கொடுத்தா இன்னொரு விண்ணப்பமும் உண்டு" என்றாள் ஸ்ரீதேவி.

இராமகிருஷ்ணன் கேள்வி கேட்கும் தோரணையில் நோக்கினான்.

"சம்மதம் தரமாட்டீங்களா?"

"நீ எப்படி வேணும்னாலும் உன் விருப்பப்படி கூப்பிட்டுக்க ஸ்ரீதேவி. எப்படி கூப்பிடுறே என்பது முக்கியமல்ல, நீ கூப்பிடறதுக்குப் பின்னாலவுள்ள மனோவோட்டம் தான் முக்கியம்..."

"மனோவோட்டத்தை நான் சொல்றேன்"என்ற ஸ்ரீதேவி சிறிதுநேரம் நிறுத்தினாள். பின், அவனுடைய கருணையை யாசிப்பது போன்று விழிகளை உயர்த்தினாள்.

"என்னையும் கிருஷ்ணவேணியைப் போலவேதான் நீங்க கருதணும் சின்னண்ணே."

முதன் முதலாக திடுக்கிட்டான் –

"கருதறேன்னு சொன்னா மட்டும் போதாது. என்கிட்டே கொஞ்சமாவது உங்களுக்கு பாசம் தோணுதுன்னா இனிமே நீங்க இங்கே வரக்கூடாதுங்க சின்னண்ணேஞ்"

அவள் வீட்டுக்குள் போகத் திரும்பினாள்.

"ஸ்ரீதேவி, ஒரு நிமிஷம் நில்லு–"

இனிமேல் தான் எதுவும் கூறுவதற்கு இல்லை என்னும் அர்த்தத்தில் அவள் உள்ளே போனாள். இராமகிருஷ்ணன் திகைத்துப் போய் நின்றான். அப்போதுதான் படிக்கட்டி லிருந்து இருவரின் பேச்சுக்குரல் கேட்டது. திரும்பிப் பார்த்தபோது இராமுவும் இன்னொரு ஆளும் இருந்தார்கள். வெளியே நோஞ் சானாக இருந்த ஒரு நடுத்தர வயதானவன். அவன் அப்போது வீட்டுக்கு வந்தது ஒரு நட்பு பூர்வமாகத்தான் என்றாலும், ராமு அவனைத் தடுக்கத்தான் முயன்று கொண்டிருக்கிறான். அவனைக் கவனித்தபோதுதான் புரிந்தது, வரவேற்கக் கூடிய தன்மையில்லாதவனான அந்த விருந்தினன் நன்றாகக் குடித்திருக் கிறான் என்று.

"சத்தியமாதான் சொல்றேன், ஆளு இங்கே இல்லேங்கறேன்ல"இராமு ஆணையிட்டுக் கூறினான்.

"பின்னே அவ எங்கேதான் போனாடா?"

"நான் தான் சொன்னேனே, கோழிக்கோட்டுக்குப் போ யிருக்காங்கன்னு."

“கோழிக்கோட்டுக்கா! அவளால அந்தக் கழுதைப் பயலை இன்னும் மறக்க முடியலியாமா?”

“இப்போ நீங்க ஊட்டுக்குப் போங்க. உங்க வூட்டுல உள்ளவங்க உங்களுக்காகக் காத்துக்கிட்டு இருப்பாங்க” என்றான் இராமு.

“எனக்காக எந்தவொரு நாயும் காத்திருக்காது” தண்ணீ குடிச்சிட்டு நான் வூட்டுக்கு வரமுடியாதா தூத்தேரி! இந்த மூப்பில் நாயருக்கு தண்ணீ குடிக்கவும் வம்பிழுக்கவும் சொத்து ஒண்ணும் தேவையில்லைடா!

இன்னும் என்னவெல்லாமோ புலம்பியவாறு அவன் முற்றத்தின் ஓரத்துக்குச் சென்று சேர்ந்தான். அப்போதுதான் வராந்தாவில் நிற்கும் இராமகிருஷ்ணனை அவன் கண்டான்.

“அவன் யாரு?” என்று இராமுவிடம் கேட்டுவிட்டு சிறிது நேரம் நிறுத்தியவன், “டேய், அவன் யாருன்னுதானே கேட்கறேன்?” என்று மீண்டும் வலியுறுத்தினான்.

“உங்களுக்கு அவரைத் தெரியாது. எங்க சொந்தக்காரருதான்–”

“சொந்தக்காரனா? எனக்குத் தெரியாத ஒரு சொந்தக்காரன் உண்டாடா? அவனை இங்க கொஞ்சம் கூப்பிடு. நானும் அந்த சொந்தக்காரனைக் கொஞ்சம் நல்லாதான் பாக்கறேனே” என்று ஆரவாரித்தான்.

இந்த கலவரத்தைக் கேட்டுவிட்டு ஸ்ரீதேவியே கதவோரம் தோன்றினாள். புதிய நபரைக் கண்டதும் அவள் முகம் வெளிறியது.

“சீக்கிரம் போய்டுங்க” என்று கெஞ்சும் குரலில் இராமகிருஷ்ணனிடம் கூறியவள், “நான் கதவைச் சாத்தணும்” என்றாள்.

“யாரு அவரு?”

“பக்கத்துலவுள்ள ஒருத்தருதான். சரியான குடிகாரன். மூப்பில் நாயர்னு சொல்லுவாங்க. நீங்க போய்டுங்க சின்னண்ணே, ப்ளீஸ்!”

இராமகிருஷ்ணன் திரும்பிப் பார்த்தான். இராமு மூப்பில் நாயரின் காதில் ஏதோ ரகசியம் சொல்கிறான்.

“அவருகிட்டே நீங்க ஒண்ணும் பேசவேணாம். தெரியுதுங்களா. அவரு கள்ளுக் குடிச்சிட்டு இருக்காரு. நீங்க சொல்றதையே திருப்பிச் சொல்லிக்கிட்டு திரிவாரு.”

“சரி. நீ இப்போ கதவைச் சாத்திக்க ஸ்ரீதேவி, ஆனா, நான் மறுபடியும் இங்க வருவேன்.”

“இந்த எடத்துலவுள்ள சூழ்நிலைங்க இப்போ புரியுதில்லே?”

“இல்ல. இன்னும் கொஞ்சம் புரிஞ்சிக்கணும்.”

“இனிமே என்ன? இங்குள்ளவங்களோட தலையெழுத்துதான் இப்படியாயிட்டுது. புதுசா இங்க வர்றவங்களும் சேர்ந்து....”

“அழியக் கூடாது, இல்லியா?”

ஸ்ரீதேவி நிமிர்ந்தாள்.

“நான் இங்க வர்றதே இங்கேர்ந்து ஒருத்தரைக் காப்பாத்ததான்னு சொன்னா?” என்று கேட்டான் இராமகிருஷ்ணன்.

ஸ்ரீதேவி வருத்தத்துடன் புன்னகைத்தாள்.

“என்னைக் காப்பாற்ற தெய்வத்தால மட்டும்தான் முடியும்.”

“அப்படின்னா, நான் அடுத்த தடவை வர்றபோது கடவுள் வேஷத்துல வறேன். உன்னைக் காப்பாற்ற அனுமதிச்சா மட்டும் போதும் ஸ்ரீதேவி.”

அவள் முகத்தில் நம்பிக்கை எதிர்பார்ப்பின் ரேகை உண்டா யிற்று. ஆனால், அந்த எதிர்ப்பார்ப்புகளை உதறித் தள்ளுவது போன்று மறுக்கும் வகையில்தான் தலையை ஆட்டினாள்.

“இல்லை... யாரு வந்தாலும் ... வேணாம்...”

முற்றத்திலிருந்து, ‘தூத்தேரி’என்னும் சப்தம் கேட்டு இராமகிருஷ்ணன் திரும்பிப் பார்த்தான். மூப்பில் நாயர் வராந்தாவிற்கு அருகில் வந்துவிட்டிருந்தான். இராமுவும் அவருடன் தன் இயலாமையுடன் நின்று கொண்டிருந்தான்.

“பெரிய பேங்கு மேனேஜரா இவரு?” என்று நடுத்தர வயதானவன் புலம்பினான்: “சரி, இந்த மேனேஜருக்கு இங்க என்னடா வேலை?”

இராமு அவனைப் பிடித்துக் கொண்டு, "அண்ணே, நான் சொல்றதைக் கேளுங்க–" என்று கூறினான்.

அவன் கையை உதறிக் கொண்டு, "யாரு சொல்றதையும் நான் கேக்கப் போறது இல்லடா. புரிஞ்சுதா? எவன் ஒருத்தன் சொல்றதையும் இந்த மூப்பில் நாயரு கேக்க மாட்டாண்டா..." என்று கூறினான்.

இராமகிருஷ்ணன் முற்றத்தில் இறங்கினான். ஸ்ரீதேவியும் சட்டென கதவைச் சாத்தினாள்.

"கதவைச் சாத்தினது யாருடா?" என்று அவன் இராமுவிடம் கேட்டான்.

"தேவி. தேவி மட்டும்தான் இங்கு இருக்கு."

"ஓ! அப்போ, அவளும் தொடங்கிட்டாளாடா? அது எனக்குத் தெரியாதே. பாவம் சின்னப் பொண்ணு..."

இராமகிருஷ்ணன் கொஞ்சம் உறுதியான நடை நடந்து அவனுக்கு முன்னே போய் நின்றான். அவனைத் துச்சமாக நோக்கினான். தன் முன்னால் நிற்கும் பலமிக்க இளைஞனிடம் ஒரு எதிரியைக் கண்டதுபோல் நடுத்தர வயதானவனின் புருவங்கள் நெரிந்தன. ஆனால், அவனுடன் மோதுவது அசாத்தியமானது என்பதைப் புரிந்து கொண்டதைப் போல், அடுத்த நொடியிலேயே தன் தளர்ந்த கையை நெற்றி வரையில் உயர்த்தி வணங்கவும் செய்தான்.

"வணக்கம்..."

"நீங்க யாரு?" என்று இராமகிருஷ்ணன் தன் குரலில் கடினத் தன்மையை ஏற்றிக் கொண்டு கேட்டான்.

"நானா? என்னை இங்க இருக்கறவங்களுக்கெல்லாம் நல்லாவே தெரியுமே" என்று அவன் கேலியாக சிரித்தான்.

"எனக்குத் தெரியலியே. அதனால்தான் கேட்டேன்."

"நான்... நான் யாருன்னு இதோ இவன்.... இந்த இராமு சொல்லுவான்."

பேச்சில் ஈடுபட வந்த இராமுவைத் தடுத்துவிட்டு, "அப்படி வேணாம். நீயே சொன்னா போதும். உன் பேரு என்ன?" என்று கேட்டான் இராமகிருஷ்ணன்.

"என்னது? என் பேரா?"

"சொல்லுடா" என்று உரத்தக் குரலிலேயே கேட்டான் இராமகிருஷ்ணன்.

"எம் பேரு ராமனுண்ணி நாயர், ரிக்கார்டுலயெல்லாம் குஞ்ஞுண்ணி நாயர் ராமனுண்ணி நாயர்ன்னு இருக்கும். நாங்கதான் இந்த இடத்துக்கு ஊர்தன நாயருங்களாக்கும். அந்தக் காலத்துல சாமூதிரி ராஜா..."

"போதும்"என்ற இராமகிருஷ்ணன் அவன் வாயை அடைத்தான்.

"ராமனுண்ணி நாயரே, இப்ப நீர் ஒரு காரியம் செய்யணும். இன்னிக்குக் கொஞ்சம் அதிகமா நீர் சாரயம் குடிச்சிருக்கீர், இல்லியா...?"

"உம்... இது ஒண்ணும் எனக்கு அதிகமில்லே" ...

"சொல்றதைக் கேளு. சீக்கிரமா வூட்டுக்குப் போ. போயி ஒரு மூலையில படுத்துக்கணும். இல்லேன்னா அடிபட வேண்டியதிருக்கும்..."

"என்னது? போன்னா போறேன். வேறென்ன செய்யப்போறேன்?" – ஆகக்கூடி இராமகிருஷ்ணனிடம் தோல்வியடைந்த மூப்பில் நாயர் தணிந்து கூறினான்.

"ராமு, இவன் வூடு எங்கே இருக்கு?"

"இங்க பக்கத்துலதான்."

"இவனை வூட்டுக்குக் கொண்டு போய் விடு."

"சரி. வாங்கண்ணே "–

இராமு அவன் கையைப் பிடித்து படிக்கட்டை நோக்கி நடந்தான். ஓர் அடக்கமான பிள்ளையைப் போல் மூப்பில் நாயர் அவனுடன் நடந்தான். ஒருமுறை மட்டும் திரும்பி நோக்கினான். தான் மோதக் கூடியவனைவிட பலமிக்கவன்தான் இந்த எதிராளி என்ற எண்ணம் உண்டானதைப் போல் – வேகமாக தலையைத் திருப்பிக் கொண்டான். சிலநொடி யிலேயே இராமகிருஷ்ணனும் வயலில் இறங்கினான்.

தமிழில்: குறிஞ்சிவேலன் | 139

அந்தி இருளத் தொடங்கியிருந்தது. சாலையில் ஏறியதும் இராமகிருஷ்ணன் திரும்பி நோக்கினான். இராமுவும் மூப்பில் நாயரும் வயலின் மறுபக்கத்தில் இருளில் மறைகிறார்கள்.

கூடடையத் தொடங்கிய பறவைகள் கிறீச்சிட்டுக் கொண்டிருந்தன. சாலைக்கு இரு பக்கங்களிலும் உள்ள மரக்கிளைகளில் இருள் மூடுவதைக் கண்டவாறு குழப்பமான சிந்தனைகளுடன் இராமகிருஷ்ணன் பஸ்ஸுக்காகக் காத்து நின்றான்.

✸

8

மின்னும் பொன்னின் கிரீடம்.

கைவளை கடகம் –

காஞ்சி பூஞ்சேலை மாலை

தன்யஸ்ரீ...

சங்கொலியும் கிண்கிணி நாதமும் கேட்டு கோயில் விழித்தெழுகிறது. விடியலுக்கு சாத்விகத் தோற்றத்தை அளிக்கும் தேவி ஸ்தவம். இன்னுமொரு நாள் விடிகிறது.

கோயிலிலிருந்து எழும்பும் கீர்த்தனை ஆலாபணத்தைக் கேட்டு இப்போது – பொறுமையின்மை தோன்றவில்லை. இதற்குக் காரணம் சொந்த மன நிலையாகவும் இருக்கலாம். ஒரு மாபெரும் அற்புதம் நிகழ்ந்த நாள்தான் இப்போது கடந்து போயிருக்கிறது. ஆம்பல் பூவைப் போன்று மனதுக்குகந்த இளவரசியுடன் சேர்ந்து ஆகாய நீல நிறத்தின் வழியாக பறந்து சென்ற இளவரசனின் கதையிலுள்ள நாயகனாகத்தான் தான் இப்போது மாறியிருக்கிறோம்!

இராமகிருஷ்ணன் எல்லாவற்றையும் இன்னும் ஒருமுறை நினைத்துப் பார்க்க முயற்சித்தான். ஒவ்வொரு நிமிடமும், ஒவ்வொரு வார்த்தையும்..... எங்கேயாவது தவறு நேர்ந்திருக்குமோ? இல்லை. மிகவும் கவனமாகத்தான் ஒவ்வோர் அடியும் முன்னோக்கி வைக்கப்பட்டது.

மதியம் வங்கியிலிருந்து வெளியேறும்போது – தான் நினைக்கும் விஷயம் கைக்கூடுமோ என்பதை அறிந்து கொள்ள இலை போட்டு ஜோதிடம் பார்க்கும் ஒரு பதினான்கு வயதுகாரனின் மனக்குழப்பத்தில்தான் இருந்தான் இராமகிருஷ்ணன்.

டாக்சியில் டியூட்டோரியல் கல்லூரி கேட்டில் வந்து இறங்கினான். இது பழக்கமற்ற இடம் என்னும் தோற்றம் வெளிப்படாமல் இருப்பதற்காகக் கவனமாகக் கட்டிடத்திற்குள் ஏறிச்சென்றான். அந்தக் கல்லூரி பிரின்ஸிபால் பென்ஷன் பெற்ற ஒரு பேராசிரியராகவோ, இல்லை அதே போன்ற வயதான ஒருவராகவோ இருக்கலாம் என்றுதான் அவன் கருதியிருந்தான். ஆனால், ‘பிரின்ஸிபால்’ என்னும் பெயர்ப் பலகை வைத்துள்ள மேஜைக்குப் பின்னால் மிலிட்டரி ஆபீஸரைப் போன்று தோன்றிய ஒரு நடுத்தர வயதானவர்தான் அமர்ந்திருந்தார். அறைக்குள் நுழைந்து தானே அறிமுகம் செய்து கொண்டதும் அவர் மரியாதையுடன் அமரச் சொன்னார். ஒரு வங்கியின் நிர்வாகிக்கு, தான் மதிப்பதைவிட கிராமத்தில் நன்றாகவே ஆதரவு கிடைக்கிறது. ‘நான் உங்களுக்கு என்ன உதவி செய்ய வேண்டும்’ என்ற பிரின்ஸிபாலின் அந்த பெண்மை குரலிலுள்ள கேள்வி காதில் விழுந்ததும் ராணுவ அதிகாரி என்னும் இம்ப்ரஷன் போயே போய்விட்டது. தன் உடல்வாகுக்குப் பொருத்தமில்லாத அந்த சப்தம் ஒரு ராணுவ வீரனுடையதாக இருப்பதற்கு வழியில்லை–

டி.சி. இறுதியாண்டில் படிக்கும் ஸ்ரீதேவியைப் பார்க்க வேண்டும் என்று இராமகிஷ்ணன் கூறியதும், அவன் அந்த பெண்ணுக்கு என்ன உறவு என்று பிரின்ஸிபால் கேட்டார். எல்லாரையும் போன்று அர்த்தமற்ற அந்த வார்த்தையைத்தான் அவனும் பயனபடுத்த வேண்டியதாயிற்று – ‘கசின்.’ அதன்பின், ‘அந்தப் பெண்ணின் பெயரில் கட்ட வேண்டிய பீஸ் அரியர்ஸையெல்லாம் இப்ப நான் அடைக்கலாமா?’ என்று கேட்டதும், பிரின்சிபால், ‘தாராளமாக’என்று கூறிவிட்டு, பெல் அடித்து பியூனை வரவழைத்தார். மூன்று நான்கு டேர்ம்ஸில் இருந்த பீஸ் அரியர்ஸை இராமகிருஷ்ணன் ஒரே நேரத்தில் அடைத்தான். சிறிய எஜுகேஷனல் இன்ஸ்டிடியூஷன்களுக்கு ஃபைனான்ஸ் செய்வதற்கு பேங்கில் உள்ள திட்டங்களைப் பற்றி பிரின்ஸிபால் கேட்டுத் தெரிந்து கொண்டார். ‘பல திட்டங்கள்

உண்டு. அவற்றைப் பற்றி விவாதிக்க ஒருநாள் வங்கிக்கு வாருங்கள்' என்று பிரின்ஸிபாலை அழைத்தான்...

ஸ்ரீதேவி வந்ததும் அவள் முகத்தில் குழப்பமாக இருந்தது. நம்பிக்கை வராதது போன்று இராமகிருஷ்ணனை அவள் நோக்கினாள். இருந்தும் முகத்தில் அறிமுகமானதைப் போல் ஒரு மின்னல் உண்டாயிற்று. அந்த பிரதிபலிப்பு அவனுக்குத் தன்னம்பிக்கையை ஏற்படுத்திற்று.

இராமகிருஷ்ணன் பிரின்ஸிபாலிடம், "ப்ளீஸ் பர்மிட் ஹர் டூ அவெய்ல் ஹாஃப் டே லீவ்" என்று கேட்டுக் கொண்டான்.

அதன்பின் ஸ்ரீதேவியிடம் அவசரப்படுத்துவதுபோல், "ஸ்ரீதேவி, புத்தகங்களை யெல்லாம் எடுத்துக்கிட்டு வா" என்று கூறினான்.

ஸ்ரீதேவியின் முகத்தில் இன்னும் கொஞ்சம் குழப்பம் அதிகரித்தது. ஆனால், அதை வெளிப்படுத்தாமல் இருப்பதற்காக பிரின்ஸிபாலிடமிருந்து முகத்தைத் திருப்பிக் கொண்டு வகுப்புக்குப் போனாள்.

போன ஸ்ரீதேவி புத்தகங்களுடன் திரும்பி வரும்போது உற்சாகமில்லை. அவள் முகத்தில் அப்போதும் கேள்விகள் இருந்தன. கல்லூரி வராந்தாவிலிருந்து இறங்கியபோது தான் அந்த கேள்வித் தோற்றம் வார்த்தைகளாக மாறின.

"என்னது இது? எங்கே போறோம்?"

"வா ஸ்ரீதேவி, சொல்றேன்."

அரைச் சுவர் வைத்து அதன் மேல் மூங்கில் படல் அடித்து ஓலைக்கூரை வேய்ந்த மூன்று நான்கு ஷெட்டுக்களில்தான் அந்தக் கல்லூரியின் வகுப்புக்கள் நடக்கின்றன. படல்களின் வழியாக மாணவர்கள் அமர்ந்திருப்பதைப் பார்க்கலாம். அதேபோல், ஆசிரியர்கள் பாடம் நடத்தும் சப்தமும் வெளியில் கேட்டது.

அவள் முற்றத்தின் வழியாகக் கேட்டை நோக்கி நடந்தாள். கேட்டிற்கு வெளியே டாக்சி நிற்பதையும், இவர்களைக் கண்ட டிரைவர் காரிலிருந்து இறங்கி பின் சீட்டின் கதவைத் திறப்பதையும் பார்த்தபோது ஸ்ரீதேவியின் முகம் வெளிறியது.

ஸ்ரீதேவி குழப்பத்துடன், "கார்லேயா? கார்ல எங்கே போறது?" என்று கேட்டாள்.

“பக்கத்துலவுள்ள ஒரு இடம் வரைக்கும்தான்.”

“நான் வரமாட்டேன்” என்று ஸ்ரீதேவி கேட்டிலேயே நின்று விட்டாள்.

“என் கூட அவசியம் வரணும். நான் கொஞ்சம் உன்கிட்டே பேசவேண்டியதிருக்கு” என்று டிரைவர் காதுகளுக்குக் கேட்காத வகையில் அடக்கியக் குரலில் இராமகிருஷ்ணன் கூறினான். ஸ்ரீதேவி அந்தக் கண்களுக்குள் உற்று நோக்கினாள் – அவற்றிலுள்ள பாவனையை ஆராய்வது போல்.

“பயப்பட வேணாம். உன்னோட சின்னண்ணன்தான் கூப்பிடறேன் ஸ்ரீதேவி.”

கார் அருகில் சென்று கதவைத் திறந்ததும் ஸ்ரீதேவி சிறிது தயங்கினாள் என்றாலும், காருக்குள் நுழைந்தாள்.

கதவை அடைத்துவிட்டு காரைச் சுற்றி வந்து மறுபக்கக் கதவைத் திறந்தான் இராமகிருஷ்ணன். கார் ஓடத் தொடங்கியதும் சொன்னான்.

“காலையில் பேங்குக்கு வந்தப்போதான் ஒரு எண்ணம் தோணிச்சு– ஏதாச்சும் நல்லதொரு ஓட்டலுக்குப் போயி மத்தியான சாப்பாடு சாப்பிடலாம்னு. பேங்குக்குப் பக்கத்துல சாதாரணமா சாப்பிடக்கூடிய ஓட்டல்லவுள்ள சைவ சாப்பாடு வெறுத்துட்டுது. கொஞ்சம் நல்ல ஓட்டலுக்குப் போகணும்னா டவுனுக்குத்தான் போகணும். அதுக்கு இருபது கிலோமீட்டராவது போவணும். மத்தியானத்துக்கு அப்புறம் பேங்குக்கும் ஓய்வுதான். அப்போதுதான், யாராவது கூட வந்தால் நல்லா இருக்குமேங்கற எண்ணம். உண்டாச்சு. உன் நெனைப்பும் அப்போதான் வந்தது. ஒருவேளை உன்னை அழைச்சிக்கிட்டுப் போய் இன்னிக்கு சாப்பிடணும்கற எண்ணமும் எனக்கு ஏற்பட்டிருக்கலாம்.”

“ஞ்எனக்கு இங்க நண்பருங்க யாரும் இல்லேங்கறது உனக்குத் தெரியுமா ஸ்ரீதேவி? வீட்லேயும் ஆபீஸ்லேயும் நான் தனியாத்தான் இருக்கேன்... நீ இப்போ என் கூட வருவேன்னு நான் உறுதியா நினைக்கல. ஒரு பரீட்சை செஞ்சு பார்க்கலாமேன்னு நினைச்சேன். அப்படியே அதுல தோற்கறோம்னாலும் உன்னிடம்தானே ஸ்ரீதேவி? அதெல்லாம் போவட்டும். இப்போதான் வந்துட்டியே... ஐ மஸ்ட் பி லாங்க்ஃ புல்...”

“சோதனைக்கு அப்ஜக்ட் ஆகிவிட்டதற்கா தாங்க்ஸ்?” என்று நெருப்பான பார்வையோடு ஸ்ரீதேவி கேட்டாள்.

“சாரி. நான் நெனைச்சது அப்படியல்ல.”

திடீரென ஸ்ரீதேவி, “எனக்குத் தெரியும். என்னை நீங்க இப்படியெல்லாம் நெனைக்கறதுக்குக் காரணம், நான் அப்படிப்பட்ட ஒரு வீட்டுல இருக்கிறதுனாலதான். இல்லியா?” என்றவளின் குரல் இடறிற்று.

“இல்ல, ஸ்ரீதேவி. அவ்வளவு மோசமான ஒரு மன நிலைல நான் இங்க வரலை. நான் வந்தது ...”

இவளிடம் விவரமாகப் பேசவேண்டியதிருக்கிறது. அதற்கு இந்த டாக்சி ஏற்ற இடமில்லை. இன்னும் நேரம் இருக்கிறதல்லவா...

ஸ்ரீதேவி காற்றில் பறக்கும் தன் கூந்தலை அடிக்கடி ஒதுக்கியவாறு தூரத்தில் எங்கேயோ கண்களைச் செலுத்திக் கொண்டிருந்தாள். கார் எண்பது கிலோ மீட்டர் வேகத்தில் ஓடிக்கொண்டிருந்தது. காரின் வேகத்தை அநுசரித்து வேகமாகச் சுழன்றோடும் வெகுதூரக் காட்சிகளின் மேல் அவளின் விழிகள் பதிந்திருந்தன. ஒரே ரிப்பனால் கட்டப் பட்ட கூந்தலிலிருந்து முடியிழைகள் பறந்தோடி சில சமயம் இராமகிருஷ்ணனின் தோளைத் தழுவின. அவள் இப்போது எதைப்பற்றிச் சிந்தித்துக் கொண்டிருக்கிறாள்...?

கதவைத் திறந்து பிடித்ததும் அவள் ஒரு முறை பார்த்தாள்... சட்டென காரினுள்ளே அவள் குனிந்து நுழைந்ததை ஆச்சரியத்துடன் பார்க்கத்தான் முடிந்தது. –

“ஸ்ரீதேவி” என்றழைத்தான் இராமகிருஷ்ணன்.

அவள் திரும்பிப் பார்த்தாள். கண்கள் கலங்கியிருக்கின்றன. அழுததினாலா காற்று பட்டதினாலா என்பது தெரியவில்லை. ஆனால், பார்த்துக் கொண்டிருக்கும்போதே அவளின் கண்கள் நிறைந்தன. விம்மல் வெடிக்காமலிருக்க அவள் தன் அதரங்களை அழுத்தி மூடினாள்.

“ஸ்ரீதேவி, என்ன இது. இங்கே பார், டிரைவர் இருக்கான்” என்று மெல்ல முணு முணுத்தான்.

ஸ்ரீதேவியின் பார்வை வெளியிலேயே இருந்தது. மடி யிலுள்ள புத்தகங்களுக்கு மேலே அழகான விரல்கள். அந்த

விரல்களில் ஒன்றைத் தொடுவதற்கு அளவற்ற மோகம். இருந்தும் தனக்குத்தானே கட்டுப்படுத்திக் கொண்டான். கூடாது, இப்போது கூடாது.....

டிரைவர் திறமையானவன். டிரைவ் செய்வதில் மட்டும்தான் கவனம். அவன் அப்படித்தான் இருக்க வேண்டும். ஆந்திராவில் இருக்கும்போது பிஸினஸ்மேன் ஹமீதுஷா சொன்னது நினைவுக்கு வந்தது. 'டிரைவர் காரின் ஒரு பாகம். அவன் ஒரு மூவபிள் பார்ட். பின்னால் அமர்ந்திருப்பவர்களின் உரையாடல் அவன் காதுகளில் விழவே கூடாது...' தன் சொந்த ஊர்க்கார டிரைவரை விலக்கிவிட்டதற்கான காரணத்தையும் சொன்னான் அந்த நண்பன். கார் ஓட்டும் போதே பின் சீட்டில் பிஸினஸ் விஷயங்களை விவாதிப்பதை அவன் கவனித்தானாம்...

கார் இப்போது நகர எல்லைக்குள் நுழைந்தது. வாகனங்களுடையதும் பாதசாரிகளினுடையதுமான இரைச்சல். லஞ்ச் டைம் என்பதால் எல்லோரும் அவசரத்திலேயே .....

கண்ணாடி கதவுகள் பதிக்கப்பட்டிருந்த சைனீஸ் ரெஸ்டாரண்டின் முன்னால் காரை நிறுத்தச்சொன்னான்.

தள்ளுக் கதவைத் தள்ளித் திறந்து கொண்டு டைனிங் ஹாலிலுள்ள குளிர்ச்சிக்குள் ஸ்ரீதேவியுடன் நுழைந்தான். கோபுரம் போல் சுருட்டி வைத்த பேப்பர் நாப்கின்களும் பூஞ் சாடிகளும் அலங்கரித்திருந்த மேஜைகளில் பலவும் காலியாக இருந்தன. தெருவிலுள்ள கூட்டம் ஹாலிலில்லை. ஹாலின் ஒரு மூலையிலுள்ள இடத்தைத்தான் இராமகிருஷ்ணன் தேர்ந்தெடுத்தான். அமரச் சொன்னபோதும்கூட ஸ்ரீதேவி தன் சம்மதமின்மையை வெளிப்படுத்தவில்லை. காலருக்குக் கீழே 'போ'கட்டிய வெயிட்டர் பாரீஸ் ஆர்ட்டுள்ள ஒரு பெரிய மெனுகார்டை பவ்வியமாக இராமகிருஷ்ணனிடம் ஒப்படைத்தான். ஸ்ரீதேவியின் முகத்தில், ஒரு புதிய உலகத்தில் அகப்பட்டுக் கொண்ட பிரமிப்பாக இருந்தது. மெனு கார்டில் ஒருமுறை கண்களைச் செலுத்திய இராமகிருஷ்ணன் கார்டை ஸ்ரீதேவியிடம் நீட்டிக் கூறினான்:

"ஸ்ரீதேவி, என்னென்ன ஆர்டர் செய்யலாம்னு நீயே சொல்லு."

"எனக்கொண்ணும் தெரியாது."

“சரி, கார்டு இருக்கட்டும். என்ன சாப்பிடலாம்னாவது சொல்லு.”

ஸ்ரீதேவி பேசவில்லை.

“இதோ பார். நாம இப்போ சாப்பிடறதுக்கு மட்டும்தான் வந்தோம். அது முடிஞ்சதும் திரும்பி போயிடப் போறோம்...”

ஸ்ரீதேவி மெல்லியதொரு சமாதானத்துடன் தலையாட்டினாள்.

“பின்னே சொல்லு. வாட் அபவுட் மட்டன் ஆர் சிக்கன்?”

“அதொண்ணும் வேணாம்.”

“வேணுமா வேணாமாங்கறதுல்லாம் வேற விஷயம். நீ கறி மீனெல்லாம் சாப்பிடுவேல்லே ஸ்ரீதேவி?”

வெயிட்டர் ஆர்டர் எடுக்க வந்தபோது ப்ரைட் ரைசும் நூடில்ஸும் சில்லி சிக்கனுக்கும் ஆர்டர் கொடுத்தான் இராமகிருஷ்ணன். அப்போதுதான், “டுடே ஸ்பெஷல் ஹாட் ப்ராண்ஸ்” என்று எழுதிய போர்டு கண்களில் பட்டது. அப்போது அந்த ஆர்டருடன் வறுத்த இறாவையும் கொண்டு வரச்சொன்னான்.

கூட்டம் இல்லையென்றாலும் ஐட்டங்கள் வருவதற்கு நேரமாகும். அதுதான் இப்படிப்பட்ட ஓட்டல்களின் முறை: ‘இப்போது அவசரம் எதுவும் இல்லையே. அதனால் இந்த வெயிட்டர் மிகவும் சாவகாசமாகக் கொண்டு வந்தால் போதும். அதற்குள் ஸ்ரீதேவியுடன் பேச வேண்டும்’ என்றெல்லாம் மனதுக்குள் சொல்லிக் கொண்டான்.

மேஜையின் மினுமினுப்பில் நகத்தினால் கோடு கிழித்தவாறு ஸ்ரீதேவி முகம் குனிந்து அமர்ந்திருக்கிறாள். ஒருமுறை முகம் நிமிர்ந்த போது, பயந்த பெண்மானின் இரு விழிகள் தெரிந்தன. அவனுடைய இதயம் அநுதாபத்தால் நிறைந்தது.

“உனக்கு இன்னும் என்மேல் நம்பிக்கை வரவில்லைன்னு தோணுது ஸ்ரீதேவி” என்று கூறினான் இராமகிருஷ்ணன். அவள் ஒருமுறை அவனை நோக்கி விட்டு மீண்டும் விழிகளைத் தாழ்த்திக் கொண்டாள்.

“நீ நினைக்கற மாதிரி எல்லா ஆண்களும் டேஞ்சரஸ் இல்ல ஸ்ரீதேவி.”

பதிலில்லை.

“சொல்லு. என்மேல் – நம்பிக்கை இருக்கிறதா! அதைச் சொல்லு”

“எதுக்கு?... நம்பிக்கையில்லேன்னா உங்க கூட வந்திருப்பேனா?”

பின்னே ... பின்னே என்னதான் சொல்வது?

ஊர்ந்து நகரும் நிமிடங்கள். ஹாலின் ஏதோ ஒரு பக்கத் திலிருந்து சைனீஸ் இசை காற்றில் மிதந்து வந்தது. மிகச் சிலர் மட்டும் அங்கு மிங்கும் அமர்ந்திருந்தார்கள். எங்கும் நிசப்தம். எல்லோரும் ஏதாவது சாப்பிட்டுக் கொண்டிருந்தார்கள். பக்கத்து டேபிளில் புதியதாக வந்தமர்ந்த ஒருவன், ‘இங்கே டிரிங்ஸ் இல்லையா’ என்று கேட்டான். ‘நோ சார்’ என்றான் வெயிட்டர். ‘அதான் மேஜைகளெல்லாம் காலியாகக் கிடக்கிறது’ என்று கூறினான் அவன். ‘கொஞ்சம் பேசாமல் இருங்கள்’ என்று முணுமுணுத்தாள் அவனுடன் வந்த பெண்...

“உண்மைய சொல்லணும்னா, மனம்விட்டு பேசணும்கறதுக்காகவும்தான் இங்க வந்ததே. ஆனா இந்த மௌனத்தப் பார்க்கும்போது நான் கூப்பிட்டதும் நீ வராமலேயே இருந்திருக்கலாமோன்னும் இப்போ தோணுது”என்று கூறினான் இராமகிருஷ்ணன்.

“அப்படி யார் ஒருத்தரையும் நான் அவமானம் செய்யமாட்டேன்.”

“அப்படின்னா?”

“கசின் வந்திருக்காங்க. பீஸெல்லாம் கூட கட்டியிருக்காங்க. இப்போ உங்கள கூப்பிடறாங்கன்னு அட்டெண்டர் வந்து சொன்னான். அப்படி ஒரு கசினே எனக்கு இல்ல. யாராக இருக்கலாம்னு கிளாசுல இருக்கும்போதே யூகிச்சிட்டேன். அப்புறம் பிரின்ஸிபாலுக்கு முன்னால நான் மறுத்திருந்தால்...?”

“அப்படின்னா, நான் உன்னை ஒரு ‘ட்ராப்’பில் உட்படுத்திட்டேன்னு நினைக்கிறியா ஸ்ரீதேவி?”

“நான் அப்படியும் சொல்லலியே.”

“ஐயாம் சாரி. இனிமே நான் ஒன்னும் கேட்க மாட்டேன். நாம இப்போ சாப்பிடப்போறோம். திரும்பப் போகப்

போறோம். சந்தை பஸ் ஸ்டாப்பில் உன்னை இறக்கிவிடப் போறேன். கஷ்டம் கொடுத்ததுக்கு மன்னிப்புக் கேட்டுக்கிட்டு நான் என் வீட்டுக்குப் போகப் போறேன். வேணும்னா கையைக் கட்டிக்கிட்டு செவியைப் பிடிச்சிக்கிட்டு பத்து தோப்புக்கரணம்னாலும் போட்டுடறேன்."

அவளுடைய உதட்டில் ஒரு மெல்லிய சிரிப்பு மலர்ந்ததுபோல் தோன்றியது. அது உடனே மறையவும் செய்தது.

ஒரு நிமிடத்திற்குப் பின், "பீஸ் ட்யூ இருக்குன்னு உங்களுக்கு எப்படித் தெரிஞ்சது?" என்று அவள் கேட்டாள்.

"நான் ஒரு பேங்குகாரனாச்சே? பைனான்ஸ் ஷார்ட்டேஜ், எக்ஸெஸ் இவைகளெல்லாம் பத்தி ஆளுங்களைப் பார்த்தாலே எங்களுக்குப் புரிஞ்சுடும். பணம் கையிலவுள்ளவங்கன்னா எங்க பேங்குல டிப்பாசிட் செய்யுங்கன்னு தூண்டிவிடுவோம். அதேபோல பணம் இல்லாதவங்களுக்கு கடன் கொடுப்போம்."

"எதுவா இருந்தாலும் நீங்க எனக்கு பீஸு கட்டியிருக்க வேணாம். இதை அக்கா தெரிஞ்சிக்கிட்டாங்கன்னா ... இன்னிக்கு இல்லேன்னாலும் நாளைக்கு கொடுக்கலாம்னு இருந்திருப்பாங்க."

"அப்படி நான் செஞ்சதுக்குக் காரணமே பிரின்ஸிபாலுக்கு ஒரு இம்ப்ரஷன் உண்டாக்குவதற்காகத்தானே? அதை நான் திரும்ப வாங்கிப்பேன். அதோடகூட டாக்சி வாடகைல பாதியும், ஓட்டல் பில்லுல பாதியும்கூட..."

"போதும், போதும்"என்று ஸ்ரீதேவி புன்னகையோடு குனிந்தாள்.

"அது இருக்கட்டும். அக்கான்னு சொன்னேல்லே..."

"தெரியும்தானே, பின்னென்ன?"

"யாரு சொன்னாங்க, தெரியும்னு. நான் அவங்கள பார்த்ததேயில்ல."

நீங்க அக்காவைப் பாக்கத்தான் மொதல்ல வந்தீங்கன்னு எனக்குத் தெரியும்.

"மொதல்ல அப்படித்தான். ஆனா அப்புறம் அப்படி யில்ல. இனிமே நான் உங்க வூட்டுக்கு வர்றேன்னாலும் உங்க அக்காவைப் பாக்கறதுக்கு இல்ல. நான் வர்றேன்னா அவுங்க

தங்கச்சியான உன்னைப் பாக்கத்தான். அதுக்குக் காரணம், நான் மொதல் முறை வந்து திரும்பும் போதே ஒரு சலவைக் கல்லுல செதுக்கி வைச்ச மாதிரி ஒரு உருவம் என் மனசுல இடம் புடிச்சிட்டுது.''

“போதும் உங்க வர்ணனை. சலவைக் கல்லுல செதுக்கி வச்சமாதிரி ...''

“உண்மைதான் ஸ்ரீதேவி...''

விழிகள் ஒரு நொடி சந்தித்துக் கொண்டன. அவள் முகத்தில் தவழும் ஆனந்தத்தின் ஒரு குறும்பு கலந்த தோற்றம் தெளிவதை நோக்கிக்கொண்டு இராமகிருஷ்ணன் அமர்ந்திருந்தான்.

“அது இருக்கட்டும். உன்னோட கார்டியன் சுபத்ரா அக்காதான்னு புரியுது. அவங்க இப்போ எங்கே?''

“அக்கா அவங்க புருஷன்கிட்டே போயிருக்காங்க.''

“புருஷன் வூடு எங்கேருக்கு?''

“பக்கத்துலதான். ஆனா இப்போ அவரு வீட்ல இல்ல. அவர் இப்போ ஆஸ்பத்திரில இருக்காரு. அதனால அக்காவும் ஏறக்குறைய எல்லா நாட்கள்லேயும் அங்கேயேதான் இருக்காங்க. சிலசமயம் வீட்டுக்கு வருவாங்க. ராத்திரில படுத்துத் தூங்குவாங்க. காலைல மாற்று துணிமணிங்கள எடுத்துக்கிட்டு திரும்பிப் போய்டுவாங்க.''

“அவருக்கு என்ன காயலா? எந்த ஆஸ்பத்ரியில இருக்காரு?''

“எந்த ஆஸ்பத்ரின்னு எனக்குத் தெரியாது. நான் அங்க போனதுமில்ல. நீ வரவேணாம்னு அக்கா என்கிட்டே சொல்லிடுவாங்க..... அதோட அங்க மாமா உடம்பு சொகமில்லாமதானே இருக்கறாங்க...''

“சொல்லு''.

“பைத்தியம்!''

மெல்ல கொஞ்சம் திடுக்கிட்டான். ஏதாவது சொல்லத் தொடங்குவதற்குள் இரண்டு வெயிட்டர்கள் பெரிய பிளேட்டுக்களைக் கொண்டுவந்து மேஜைமேல் பரப்பத் தொடங்கினார்கள்.

ஸ்ரீதேவி சொன்ன விஷயங்கள், சொல்ல முடியாமல் விட்ட விஷயங்கள், வார்த்தைகளுக்கிடையிலுள்ள மௌனம் – இப்படி எல்லாவற்றையும் இப்போது சிக்கல் எடுத்து பிரித்துப் பார்க்க முடிகிறது....

பெருஞ்செல்வமும் பெரும்புகழும் பாழ் நினைவுகளாகவும் மட்டுமே ஆகிவிட்ட நாயர் குடும்பத்தில் மிஞ்சியிருக்கும் இரண்டு விழுதுகள். இரண்டு பெண் உறுப்பினர்கள். அந்த காலத்திலேயே தந்தையுடன் நெருக்கம் தோன்றியதில்லை. சொல்லப்போனால் அவரைப் பார்ப்பதே அபூர்வம். அப்பா இந்த குடும்பத்தின் ஒரு கணவர் மட்டுமே. மனைவிக்கும் மக்களுக்கும் ஆடையணிகலன்களை அளிப்பதற்கு மட்டுமே உரிமையுடையவன். ஆண்டுக்கு ஒரு குத்துமல்லும் ஜேகந்நாதன் முண்டும், (குத்துமல்லு – கேரளத்தில் அந்தக் காலத்தில் மனைவிக்குக் கணவர் கொடுக்கும் பண்டிகைக் கால 12 மீட்டர் மெல்லிய மில் துணி. ஜேகந்நாதன் முண்டு – அதேபோல் பெண்கள் உள்ளாடை களாக அணிவதற்குக் கொடுக்கப்படும் துண்டு) ஓணம், வருடப்பிறப்பு, ஆண்டு முடிவுகளுக்கு ஐம்பத்தோரு ரூபாய்கள் வீதம் மனைவி வீட்டுக்குப் போனால் செலவாகும் சுமைகள் மட்டும்தான் அவருடையது.

குடும்பத்தில் பாகம் பிரிக்கப்பட்டது. பசுமைமிக்க நிலங்களையும் தென்னந் தோப்புகளையும் தங்கள் பெயருக்கு எழுதிக் கொண்டு மாமன்கள் பிரிந்துபோய் விடுகிறார்கள். சகோதரிக்கும் பெண் பிள்ளைகளுக்கும் குடும்பம். இந்த பெரும் குடும்பத்தில் பாகம் பிரித்த பின் தான் தெரிந்தது, ஒரு பழைய வீடும், சில தரிசு நிலங்களும் மட்டும்தான் தங்களுக்கு மிஞ்சியுள்ளன என்று. இந்த நேரத்தில் தந்தையும் திடீரென இறந்துவிடுகிறார். அதன்பின் அப்பாவின் பேரிலுள்ள சொத்துக்களில் ஒரு பாகமாவது கிடைப்பதற்கான வழக்கும் பஞ் சாயத்தும் நடக்கின்றன. இருந்த விவசாய நிலங்களும் கொஞ்சம் கொஞ்சமாக விற்கப்படுகின்றன. கடைசியில் குடியிருப்பு மனையும் விற்க வேண்டிய நிலை. மனையின் ஒரு பகுதியைப் பிரித்து விற்க எண்ணியபோது, 'கேஸ் நடத்தினது போதும்' என்று கூறுகிறாள் அம்மா. அதைக் கேட்டதும், 'நீயுமாச்சு உன் பாடுமாச்சு'என்று கூறிவிட்டு தாய்மாமன்களும் போய் விடுகிறார்கள். அநாதைகளாகி விட்ட 'தாயும், பறக்கத் தெரியாத இரண்டு பெண் குழந்தைகளும்' திசைதெரியாத காட்டில். ஆண்டுகள் கட்டை வண்டியைப்போல் தட்டு தடதடவென்று

ஊர்ந்து நகரும்போது அம்மாவுக்கு உடல் நலம் குன்றிவிடுகிறது. நிறைய பணச்செலவு மிக்க சிகிச்சை. அந்த நேரத்தில் கனிந்து அருளும் கற்பக விருட்சமான தென்னைகள்தான் வருமானத்திற்கான ஒரே வழி. ஆனால் தேவையான அளவிற்கு பராமரிக்கப்படாததால் அந்த தென்னைகளும் காய்க்க மறுக்கத் தொடங்கின. சாப்பாட்டிற்கும் தினசரி செலவுக்குமே பிரச்சினையாக இருக்கும்போது சிகிச்சைக்கு என்ன செய்வது? அதனால், திருமண வயதையடைந்து பால பருவத்தை மட்டுமே பின் தள்ளிய இரண்டு பெண் பிள்ளைகளையும் அநாதைகளாக்கிவிட்டு ஜீவனில்லா உலகத்திற்கு ஒருநாள் பயணித்து விட்டாள் அம்மா.

திடீரென்று எதிர்கொண்ட சூனியத்தில் திகைத்து நின்ற மூத்தவள். குடும்பத்தின் சுமை முழுவதும் அவளின் இளம் தோள்களில்தான் வந்து விழுந்தது. அவளும் அதை ஒரு சவாலாக ஏற்றுக் கொண்டாள். உயர்நிலைப் பள்ளிப் படிப்பை உதறினாள். தையல் பயிற்சிப் பெற்றாள். பெண்கள் சங்கத்தில் தையல் வேலை பார்த்து கிடைக்கும் வருமானத்தை ஒரு புதையலைப் போல் ஏற்றாள். தங்கையைப் படிக்க வைத்தாள். எல்லா கஷ்டங்களையும் தங்கையின் முன் அக்கா ஒரு புன்னகையாலேயே ஒதுக்கினாள். கஷ்டங்களை தங்கை அறியக் கூடாதாம். பெண்கள் சங்கத்தின் உத்தரவாதத்தின் மேல் வங்கி யிலிருந்து தையல் மிஷின் வாங்குவதற்கு கடன் கிடைக்கிறது. வீட்டிலேயே தையல் வேலை. அந்தக் காலத்தில் குத்தகை நெல் அளந்து கொடுக்கவும், ஓணத்திற்குக் காணிக்கைக் குலை கொடுப்பதற்கும் வீட்டிற்கு வரும் விவசாயிகளின் மனைவிகள் இப்போது பிளவுஸ் தைப்பதற்காக துணியுடன் வீட்டிற்கு வரத் தொடங்கினார்கள். வங்கி கடனைத் தவணைத்தவறாமல் திருப்பி அடைத்ததும் கறவைப்பசுக்கள் வாங்குவதற்காக மற்றொரு கடன் கிடைக்கிறது. பசுக்களை வளர்த்து பால் விற்றும் தையல் வேலையிலிருந்தும் பரம்பிலிருந்து கிடைக்கும் சில்லரை வருமானங்களைக் கொண்டும் அக்கா வாழ்க்கையை முன்னோக்கிக் கொண்டு போகிறாள். பத்தாம் வகுப்பில் தேறிய தன் தங்கையின் படிப்பைத் தொடர்ந்து நடத்திச் செல்ல அக்கா தீர்மானிக்கிறாள். அப்போது தங்கை தயங்குகிறாள். தானும் தையல் கற்க வேண்டுமென்கிறாள். ஆனால், அக்காவோ வேண்டாம் என்கிறாள். அக்காவின் கதி தங்கைக்கு வரக்கூடாது. படித்து உத்தியோகம் பெற்று சொந்த காலிலேயே

நிற்கத் தெரிய வேண்டும். அதன்பின் அக்காவுக்கு உதவினால் போதும் என்பது அக்காவின் தீர்மானம்.

சுருதிபேதமுள்ள ஒரு பாடலைப் போன்றுதான் என்றாலும் வாழ்க்கை என்னவோ முன்னோக்கிச் சென்று கொண்டுதான் இருந்தது. அதற்கிடையில்தான் அக்காவுக்கு திருமணம் எனும் ஒரு திடீர் விபத்து நேர்ந்தது!

தந்தையின் குடும்பத்தைச் சேர்ந்த ஒருவர்தான் மாப்பிள்ளை. அவர் பெண் பார்க்கக் கூட வரவில்லை. முன்பே அக்காவைப் பார்த்தவர்தானே? அவர் சிலகாலம் வளைகுடா நாட்டில் வேலை செய்தவர். நல்ல சம்பளம். மேலும் வெளிநாட்டில் வேலை செய்யாமல் சொந்த ஊருக்கே வந்து ஏதாவது பிஸினஸ் தொடங்க வேண்டும் என்பது உத்தேசம். அக்காவுக்கு இந்தத் திருமணத்தில் மகிழ்ச்சியோ வருத்தமோ தோன்றவில்லை. அவளிடம்தான் எதிர்பார்ப்புகள் என்பவை எவையும் இல்லையே. ஒரு விதத்தில் இதில் நிம்மதியும் தோன்றியது. மாப்பிள்ளை இதே ஊர் என்பதால் தங்கையை விட்டு எங்கும் போக வேண்டியதுமில்லையே.

ஆனால், இந்தத் திருமணம் இன்னுமொரு கடமையுணர்வுக்குத் தன்னைக் கொண்டுபோய் விட்டது என்பது முதல் இரவிலேயே அவளுக்குத் தெரியவருகிறது. மாப்பிள்ளை வீட்டார்கள் எல்லாவற்றையும் தெரிந்துகொண்டேதான் இத்திருமணத்தைச் செய்திருக்கிறார்கள் என்று பின்புதான் புரிந்தது. திருமணத்தால்தான் மாப்பிள்ளையின் உடல் நிலை சுகம் காணும் என்று யாரோ உபதேசித்துள்ளார்கள் போலிருக்கிறது. ஆனால், அந்தப் பரீட்சைக்கு ஒரு பலியாடாக ஆனது ஒரு பாவப்பட்ட பெண் என்பதுதான் உண்மை.

தொடக்கக் காலங்களில் பெரும் குழப்பம் ஒன்றும் இல்லாமல்தான் இருந்தது. கொஞ்சம் முணுமுணுப்பார். பின்பு காரணக் காரிய சம்பந்தமில்லாமல் பேசத் தொடங்கினார். அப்போது அவையெல்லாம் தமாஷ்தான் என்று கூறி மிகவும் பாசத்தை வெளிப்படுத்துவார். படிப்படியாக காரணம் எதுவும் இல்லாமல் கெட்ட வார்த்தைகளைப் பேசவும் அடிக்கவும் தொடங்கினார். அதன்பின்தான் ஊரார்களிடம் பல்வேறு முறைகளில் ஏச்சுப் பேச்சுக்கள் வாங்க வேண்டிய நிலை வந்தது. அதனால், அவரை பலவந்தமாக ஆஸ்பத்திரியில்

சேர்த்தது. டாக்டர் பரிசோதித்து விட்டு தூரத்திலுள்ள ஒரு ஆஸ்பத்திரிக்குக் கொண்டு போகுமாறு அறிவுறுத்தினார்...

அந்த மனைவி தன் கணவனின் நோய் தீரும் என்று இன்னும் நம்பிக் கொண்டிருக்கிறாள். சிகிச்சையளித்தால் குணமாகும் என்று ஒரு பெரிய டாக்டர் கூறினாராம். ஆனால், சிகிச்சைக்குப் பணம் வேண்டும்... இப்போ அங்கே நடப்பது சிகிச்சையல்ல. அது தண்டனை முறைகளாகும். கிரிமினல் புள்ளிகள் மேல் எடுக்கப்படும் நடவடிக்கைகளைப் போல் இப்படிப்பட்ட நோயாளிகளின் மேலும் நடந்துகொள்கிறார்கள். ஆனால், ஜெயில் அறைகள் இதிலிருந்து வித்தியாசமானது. என்றாவது ஒருநாள் அங்கிருந்து விடுதலையை எதிர்பார்க்கலாமே... ஆனால், இங்குள்ளவர்கள் இந்தப பிறவி முழுவதும் அந்த மதிலுக்குள்ளேயே புதையுண்டு போவதற்குத் தீர்ப்பளிக்கப்பட்டவர்கள். அவர்களுக்கு விடுதலை என்பதே மரணம்தான்...

அந்த இரும்பு கம்பிகளுக்குள்ளேயிருந்து எப்படியாவது கணவனை மீட்பது மனைவியின் கடமையென்று அந்த பெண் நம்புகிறாள். அதுவொன்றும், அப்படி சுலபமான விஷயமல்ல. டாக்டர்களுக்கும் மற்றும் யாருக்கெல்லாமோ பெரும் தொகையை கொடுக்க வேண்டும் போலிருக்கிறது. பிரைவேட் சிகிச்சைக்கு வேறு பணம் தேவை. வளைகுடா நாட்டிற்குப் போய் ஏராளமாகச் சம்பாதித்து வந்த நபரின் வங்கி இருப்போ காலி. அவரைச் சேர்ந்த வீட்டார்கள் எல்லாவற்றையும் பிழிந்து விட்டுத்தான் திருமணப் பந்தலுக்கே அனுப்பினார்கள். அவர்கள் தங்களுக்கிருந்த ‘இடைஞ்சலை’ காலியாக்கத் தொடங்கிவிட்டார்கள்...

சுயநினைவு வரும்போது, தன் மனைவியை நோக்கும் அந்த கணவனின் இயலாமை நிறைந்த சிரிப்பு, அந்த பேதையின் இதயத்தை சுக்கல் சுக்கலாக நொறுக்குகிறது. சூனியத்தை நோக்கும் அந்த நிலையைக் காணும்போது அவளின் கண்கள் நிறைகின்றன. தன் கணவன் அதைக் காணாமல் இருப்பதற்காக முகத்தைத் திருப்பி துடைத்துக் கொள்கிறாள். பின்பு புன்னகைக்க முயன்றவாறு சமாதானப் படுத்துகிறாள்: ‘இன்னும் கொஞ்சம் நாள்லேயே இங்கிருந்து சீக்கிரமா போய்விடலாம்க.’

ஆனால், அந்தக் கொஞ்சம் நாட்கள் முடிவதாக இல்லை. அந்த நரகத்திலிருந்து வெளியேறும் வழி காணாத அந்த

மனைவி, புலப்படாத கனவுகளில் முட்டிக் கொள்கிறாள்; நடந்து நடந்து தளர்வடைகிறாள்; தூக்க மாத்திரைகளை வாரி விழுங்கி மயங்குகிறாள்...

பிளேட்டுகளிலுள்ள பொருள்கள் ஆறிப்போய் விட்டிருந்தன.

"ஸ்ரீதேவி, நீ ஒன்னும் சாப்பிடலியே" என்று இராமகிருஷ்ணன் நினைவுப் படுத்தினான்.

"அதைச் சொல்ற நீங்க?"

"சொல்ற ஆளுக்கு பேரு ஒண்ணு இருக்கு."

ஸ்ரீதேவி புன்னகைத்தாள். அப்போதே முகம் இருளவும் செய்தது.

"ஸ்ரீதேவி––"

"உம்–"

"என்ன நினைச்சே?"

"அக்காவைப் போல இவ்வளவு துன்பங்களைப் பொறுத்துக் கொண்ட ஒரு பெண் இந்த உலகத்திலேயே இருக்க முடியாது. என்றாலும், அந்த அக்காவுக்குத் தெரியாம நான்..."

"எக்ஸ்க்யூஸ் மி ஸ்ரீதேவி. என்கிட்டேதான் தப்பு."

"அப்படியில்ல. எது சரி எது தப்புன்னு புரிஞ்சுக்கத்தான் என்னால முடியல–"

"இனிமே புரிஞ்சுக்க முடியும். இனி உன்னை சரியான வழியில இட்டுச் செல்ல ஒருத்தன் கூடவே இருப்பான்."

ஸ்ரீதேவி ஆச்சரியத்தோடு முகம் நிமிர்ந்தாள்.

"ஏதாவது சாப்பிடு" என்றான் இராமகிருஷ்ணன்.

பச்சைக் கறிகாய்களின் வண்ணப் பொட்டுக்கள் சிதறிக் கிடக்கும் ப்ரைட் ரைஸை ஸ்ரீதேவி ஸ்பூனினால் எடுப்பதும் வாயில் போடுவதற்கு உயர்த்துவதையுமெல்லாம் ஒரு ஆச்சரியத்துடன் பார்த்துக் கொண்டிருந்தான். துன்பங்களின் தீ நாளங்களுக்கிடையிலும் வாடாமல் நிற்கும் இந்த பூவின் ரகசியமென்ன? சூறாவளியிலும் அணையாமல் நிற்கும் தீபச் சுடரின் ரகசியம்தான் என்ன?

ஸ்ரீதேவி முகம் நிமிர்ந்தபோது, தன்னை ஒரு ஆச்சரியப் பொருளைப் போல் பார்த்துக் கொண்டு அசையாமல் அமர்ந்திருக்கும் மனிதன் –

“ரொம்ப நல்லாயிருக்கே! என் கிட்டே சாப்பிடச் சொல்லிவிட்டு ஒருத்தர் சும்மா பார்த்துக் கொண்டு உக்கார்ந்திருக்கிறது ரொம்பவே நல்லாயிருக்கே!” என்று கூறினாள் ஸ்ரீதேவி,

“ஐயாம் சாரி,” என்று வாய்விட்டு கூறினானே தவிர, ‘நீ முன்னால இருக்கும் போது பசியும் தாகமும் மறந்தே போய் விடுகிறது’என்று வேறொன்றைத்தான் சொல்ல எண்ணினான்.

“இனிமே நான் ஒண்ணு கேக்கட்டுமா? அதுக்கு நீங்க மறைக்காம உண்மையைச் சொல்வீங்களா?” என்று இராமகிருஷ்ணன் சாப்பிடத் தொடங்கியதும் ஸ்ரீதேவி கேட்டாள்.

“சத்தியம் செய்யணுமா?”

“வேணாம். இந்த வரலாறையெல்லாம் கேட்ட பின்பும் என் மேலுள்ள மனோபாவம் மாறலையா?” என்று ஸ்ரீதேவி முகத்தைக் குனிந்து கொண்டு சிறியதொரு குழப்பத்துடன் கூறினாள்.

இல்லை. எவ்வித மாற்றமும் உண்டாகவில்லை. தீர்மானத்திலும் மாற்றமில்லை. உண்மையில் ஏறக்குறைய தான் எதிர்பார்த்ததும் இதைத்தானே? இந்தச் சின்ன குடும்பத்துக்கு உதவ வேண்டும். இவர்களை வாழ்க்கையின் பாசப் பிணைப்புக்குள் திரும்பவும் கொண்டுவர வேண்டும். ஸ்ரீதேவி கேள்வி ததும்பும் விழிகளுடன் நோக்கினாள்.

“இல்ல ஸ்ரீதேவி. என் எண்ணத்துல எந்த மாற்றமுமில்ல”என்று இராமகிருஷ்ணன் ஓர் உறுதியான குரலில் கூறினான்.

காரில் திரும்பும்போது, “ரெண்டு நாள் கழிச்சி நான் அக்காவைப் பார்க்க வீட்டுக்கு வறேன்”என்று கூறினான் இராமகிருஷ்ணன்.

“அக்காவைப் பார்க்கவா?”

“ஆமாம். கார்டியன்கிட்டே பேசவேண்டிய சில விஷயங்கள் இருக்கே.”

ஸ்ரீதேவி மௌனம் பூண்டிருந்தாள்.

"நீதான் முடிவு செய்யணும் ஸ்ரீதேவி. அத்தானை பைத்தியக்கார ஆஸ்பத்திரியிலேர்ந்து மாத்தறதுக்கான ஏற்பாட்டை நான் செய்யறேன். பிரைவேட் நர்சிங் ஹோம்ல சிகிச்சையளிக்கவும் ஏற்பாடு செய்யறேன். பைத்தியம் மாறின பின்னால சடங்கை வைச்சுக்கலாமா இல்லே அதுக்கு முன்னாலேயே வச்சுக்கலாமாங்கறத நீதான் நிச்சயிக்கணும், ஸ்ரீதேவி"என்று கூறினான் இராம கிருஷ்ணன்.

"என்ன சடங்கு?"

"நம்ம கல்யாணம்தான்."

"கடவுளே ..."

"கடவுளல்ல, சின்ன அத்தான்னு சொல்லு! யோசிச்சு சொன்னா போதும்!"

சந்தை பஸ் ஸ்டாப்பை அடைந்ததும் காரை நிறுத்தச் சொன்னான் இராமகிருஷ்ணன். ஸ்ரீதேவி இறங்கினாள். அடுத்தப் பக்கத்துக் கதவைத் திறந்து கொண்டு இராமகிருஷ்ணனும் இறங்கினான். விடைபெறத் தொடங்கியபோது, "வீடு வரைக்கும் வந்துட்டு போங்க" என்று கேட்டுக் கொண்டாள் ஸ்ரீதேவி.

"எதுக்கு?"

எதற்கு என்று அறியாததைப்போல் ஒரு நிமிடம் மௌனம் பூண்ட பின், "சும்மாதான்" என்றாள் அவள்.

"இல்ல. உன்னை முறைப்படி பார்ப்பதற்கான அருகதையுடன்தான் நான் இனிமே இன்னொரு முறை வீட்டுக்கு வருவேன்."

"வீட்டுப் படிக்கட்டு வரைக்குமாவது வரக்கூடாதா?"

"ஏன், பகல்ல தனியா நடக்கறதுக்குப் பயமா?"

"அதுசரி. அப்போ நீங்களும் பயத்தாலதான் என்னைக் கூப்பிட்டீங்களா?"

"சரி, வா."

டிரைவரிடம் காத்திருக்கும்படி கூறிவிட்டு இராமகிருஷ்ணன் ஸ்ரீதேவியோடு வயலில் இறங்கினான்.

சூரியன் மேற்கே சாயத் தொடங்கியிருந்தான்.

மீண்டும் சாந்தி மந்திரத்தை அடையும் காற்று...

எதிர்பார்ப்போடு கூடிய காற்றை அனுபவித்து, சூரிய கிரணங்களின் தணுப்பைப் பெற்று ஸ்ரீதேவியுடன் சேர்ந்து, இந்த தூரம் முடியக் கூடாதே என்னும் ஆர்வத்துடன் நடந்தான்.

வீட்டுப் படிக்கட்டை அடைந்து விடைபெறும்போது ஒரு வாக்குறுதி அளிப்பதுபோல் அந்த கைவிரல் நுனிகளில் ஒருமுறைத் தொட வேண்டும் என்று மீண்டும் தோன்றியது.

வேண்டாம். இந்த உறவின் பவித்திரத் தன்மையை ஒரு தொடுதலின் மூலம் அலங்கோலப் படுத்த வேண்டாம். இதுவொரு தெய்வீக உறவாக இருக்க வேண்டும். எல்லா புனிதத்தோடும் அவள் வாழ்க்கையினுள் அடியெடுத்து வைத்து நுழைய வேண்டும்.

இராமகிருஷ்ணன் போர்வையை தலைமுழுக்க இழுத்து மூடிக்கொண்டு கண்களை மூடினான். ஸ்ரீதேவியின் உருவம் இப்போதும் அவன் கண்முன்னே நிழலாடியது. திரும்பிப் போகும்போது இடையில் ஒருமுறை திரும்பிப் பார்த்ததும் தன்னையே நோக்கிக் கொண்டு கற்படிக்கட்டுக்களில் நின்றிருந்தது ஸ்ரீதேவியின் உருவம்.....

ஸ்ரீதேவி இன்னும் ஒருமுறை தன் கனவில் வரவேண்டும் என பிரார்த்தித்துக் கொண்டு, மீண்டும் ஓர் ஆழ்ந்த உறக்கத்திற்குள் மூழ்கி இறங்கிக் கொண்டிருந்தான் இராமகிருஷ்ணன்.

✸

9

"ஆபீஸர்ஸ் கான்ஃப்ரன்ஸ் ஆன் நியூ பேங்கிங் ஸ்ட்ராட்டஜிஸ் இன் ரூரல் ஏரியா" என்பதுதான் அந்த கான்ஃப்ரன்ஸின் முழுப் பெயர். பெங்களூரிலுள்ள ஒரு நட்சத்திர ஓட்டலில் மூன்று நாளைய ப்ரோக்ராம். டெல்லியிலுள்ள ஒரு மேனேஜ்மென்ட் இன்ஸ்டிடியூட்தான் கூட்டத்திற்கான ஏற்பாடுகளைச் செய்கிறது. அந்த உத்தரவை வாசித்தபோது, தன் பெயர் அதில் முக்கியமாகக் குறிப்பிடப்பட்டிருப்பதற்கான ஓர் அறிவிப்பும் வந்திருந்ததை இராமகிருஷ்ணன் நினைத்துப் பார்த்தான். உத்தரவில் உள்ள தேதி ஒரு வாரத்திற்கு முன்புள்ளதாகும். காரணம் போஸ்டல் தாமதம்தான், கான்ப்ரன்ஸில் பங்குகொள்ள வேண்டுமானால் நாளைக்கே புறப்பட வேண்டும். அந்த கான்ஃப்ரன்ஸைப் பற்றி நினைத்தபோது தமாஷ்தான் தோன்றியது. கிராமப்புறங் களிலுள்ள வங்கிகளின் மேம்பாடுகளைப் பற்றி நகரத்திலுள்ள ஐந்து நட்சத்திர ஓட்டலில் கூட்டம் நடைபெறப் போகிறது!

சரி, புறப்படலாம் என்று பயணத்தை நிச்சயித்த போதுதான் இன்னொரு எண்ணமும் உதித்தது. பெங்களூர் நகரத்தில் இந்த முறை ஷாப்பிங்குக்குச் செல்ல வேண்டும் என்றும், திருமணத்திற்குத் தேவையானப் பொருள்கள் எல்லாவற்றையும் வாங்க வேண்டும் என்றும், அதாவது திருமணத்திற்குப் பின்பு உபயோகப்படுபவைகளை வாங்க வேண்டும் – என்றும்தான்.... திருமணம் ஒருபோதும் ஆர்ப்பாட்டபூர்வமாகக் கூடாது. அப்போது ஸ்ரீதேவியின் முகம் நினைவுக்கு வந்தது. அவள்

கையில் ஒரேயொரு மெல்லிய வளையல் மாத்திரம் கண்டது தன் நினைவுக்கு வந்தது.

கழுத்தில் ஏராளமான ஆபரணங்களையும் கையில் நிறைய தங்க வளையல்களையும் அணிந்து புன்னகைத்தவாறு நிற்கும் ஸ்ரீதேவியின் உருவத்தைக் கற்பனைச் செய்து பார்த்தான். அப்போதுதான் அவளின் பீதி நிழலாடும் விழிகள் மனதில் தெளிந்து வந்தன. ஒரு மாடப்புறாவைச் சுற்றி கழுகுகள் வட்டமிட்டுப் பறந்து கொண்டு இருக்கின்றன...

– ரயிலில் அமர்ந்து கொண்டிருக்கும்போதும், 'ஏன் இன்னும் தாமதப் படுத்தணும்? முடிஞ்சவரைக்கும் அவளை அந்தத் தீவிலிருந்து சீக்கிரம் விடுவிக்கணும்' என்றெல்லாம் அவன் மனசாட்சி முணுமுணுத்துக் கொண்டிருந்தது.

மீட்டிங் ஹாலில் நிபுணர்களின் சொற்பொழிவுகளைக் கேட்டுக் கொண்டிருக்கும் போதும் மனதின் ஒரு மூலையில் ஸ்ரீதேவியும் அந்தச் சொற்பொழிவுகளைக் கேட்டுக் கொண்டு இருப்பதாகத் தோன்றியது.

கிராமப்புறங்களிலுள்ள பேங்கிங் – –

காலத்திற்குப் பொருத்தமான வைப்பு நிதித் திட்டங்கள் –

விவசாயிகளுக்கும் சிறு வியாபாரிகளுக்குமான கடன் திட்டங்கள் –

இப்படி –

மாலையில் ஹாலிலிருந்து வெளியே வந்து நகர வீதியில் நடக்கும்போதும் மீண்டும் ஸ்ரீதேவி... பெங்களூரில் அந்தியாகிவிட்டால் குளிர் தொடங்கிவிடும் காலம் அது. அந்தக் குளிரில் பார்க்குகளிலும் ஷாப்பிங் காம்பளஸ்களிலும் ஸ்ரீதேவியுடன் கைகோர்த்துக் கொண்டு நடப்பதைப்போல் கற்பனை செய்து பார்த்தான். அதேபோல், தான் தங்கியிருக்கும் ஓட்டலின் மேல் தளத்திற்கு லிப்டில் ஏறுவது போலவும் அறைக்குள் நுழைந்தவுடன் கதவை அடைத்துவிட்டு, பனியைப்போல் குளிர்ச்சியான அவளின் அதரங்களில்... ஓகோ, இதுக்குத்தான் இவ்வளவு சீக்கிரமாக அழைத்துக் கொண்டு வந்தீர்களா என்றோ வேறெதையாவதோ அவள் பொய்ச் சிரிப்போடு கேட்பதும்...

அவன் தன் வாழ்க்கையிலேயே ஒரு துணிக்கடையில் புகுந்து சேலைகள் தேர்வு செய்யத் தயாரானது அதுதான் முதல் தடவை. கிருஷ்ணவேணி தன் திருமணத்திற்குக் கொஞ்சம் முன்னால் வரைக்கும் இறக்கமான பாவாடையும் ப்ளவுஸும்தான் அணிந்திருந்தாள். அவனுக்கு வேலை கிடைப்பதற்கு முன்பே அவன் தாயும் முண்டுக்கும் வேட்டிக்குமாக தன் ஆடையை மாற்றி விட்டிருந்தாள். அதனால், சேலைகள் வாங்க வேண்டிய சந்தர்ப்பம் அவனுக்கு ஏற்படவே இல்லை.

அவன் முன்னே ஒன்றின் மேல் ஒன்றாக வந்து விழும் வண்ண வண்ணச் சேலைகள். இவைகளிலிருந்து எப்படித் தேர்வு செய்வது? சேலைகளின் பெயரும் தரமும் எதுவும் தெரியாது. அவன் முகத்தில் இருந்த குழப்பத்தைக் கண்டு விட்டோ என்னவோ, இதுவரையில் சேலைகளை எடுத்துப் போட்டுக் கொண்டிருந்த நபரிடமிருந்து பணியேற்றுக் கொண்டு ஒரு மலையாளி சேல்ஸ் கேர்ள் இராமகிருஷ்ணனின் உதவிக்கு வந்தாள். என்ன விலை ரேஞ்சிலுள்ள சேலைகள் தேவை? என்னென்ன வகைகள்? என்னென்ன சந்தர்ப்பங்கள்?...

திருமண விஷயத்தைக் குறிப்பிட்டதும் அவள் சிரமம் எதுவும் இல்லாமல் சேலைகளை எடுத்துக் கொடுத்தாள். இது தினசரி பயன்படுத்தக் கூடியவை. இதை கல்லூரிக்கோ ஆபீஸுக்கோ போகும்போது கட்டலாம். இது குடும்ப விழாக்களிலும், பார்ட்டிகளிலும் அணிவது. அத்துடன் இரண்டு பட்டுப் புடவைகளையும் அவள் தேர்ந்தெடுத்து வைத்தாள். பட்டுச் சேலைகள் எதற்கென்று கேட்டபோது எல்லாமும் தெரிந்தவள்போல், ‘கல்யாணப் புடவைய பொண்ணு வீட்டுக்காரங்கதான் வாங்குவாங் கன்னு எனக்குத் தெரியும் சார். ஆனால், தாலி கட்டி முடிஞ்சதும் மாப்பிள்ளை, பொண்ணுக்குப் புதுப்பொடவை கொடுக்க வேணாங்களா சார்?’ என்று அவள் கூறினாள்.

ஒன்றும் சொல்லவில்லை. திருமண விவகாரங்கள் இன்னும் சரியான முறையில் இல்லைதான். தங்களுக்குள் உள்ள சூழ்நிலைகளைப் பற்றி இவளிடம் ஏன் சொல்ல வேண்டும்?

ப்ளவுஸ் செக்ஷன் வேறு இடத்திலிருந்தாலும் அவளே அங்கே சென்று மேட்சிங் பீஸுகள் எடுத்துக் கொண்டு வந்தாள். பில் போடச் சொன்னபோது ரெடிமேடு வகைகள் மேலே இருக்கிறது

என்பதை ஞாபகப்படுத்தினாள். சட்டை பேண்டெல்லாம் வேண்டாமா? அப்புறம் அண்டர் கார்மென்ட்ஸ் வேறு... சரி, சரி. இராமகிருஷ்ணன் மேலே போனான்.

தங்க ஆபரணக் கடையில் தயங்கி நிற்க வேண்டிய நிலை வரவில்லை. ஒரு லாங்க் செயினையும் தாலியையும் வாங்கிய பின் கையில் இருந்த பட்ஜெட்டை அநுசரித்து வளையல்களின் எண்ணிக்கையைக் கட்டுப்படுத்திக் கொண்டான்.

மூன்றாம் நாளைய கான்ஃபரன்ஸும் டெலிகேட்டுகளுக்கான டின்னரும் முடிந்து அறைக்குத் திரும்பியபோது இரவு வெகுநேரமாகிவிட்டது. அன்றைய விவாதத்தின் பாயிண்டுகளை டைரியில் குறித்து வைத்தான். இந்த கான்ப்ரன்ஸில் பங்கு கொண்டதால் பேங்குக்கு என்ன லாபம் கிடைத்தது என்பதை தலைமை அலுவலகத்துக்கு எழுதித் தெரிவிக்க வேண்டும்! அன்று இரவு வண்டிக்கே பறப்படுவதற்காக இராமகிருஷ்ணன் பேக் செய்யத் தொடங்கினான்.

வண்டி அன்றைக்கு நூற்றுமுப்பது நிமிஷமோ என்னமோ தாமதமாக வந்தது. காலை எட்டு மணிக்கே இந்த வண்டி ஊர் போய்ச் சேரவேண்டும்; அப்படிச் சேர்ந்ததும் மத்தியானத்துக்கு முன் பேங்குக்குப் போய் ஜாயினிங் ரிப்போர்ட் கொடுத்து விடலாமென்று எண்ணியிருந்தான். ஆனால், அந்த எண்ணம் ஈடேறவில்லை...

பிளாட்பாரத்திலிருந்து வெளியே வந்து ஓட்டலுக்குச் சென்று சாப்பிட்டான். வெளியே வந்தபோது மீண்டும் கொளுத்தும் வெயில், பிரீப்கேஸுடன் இப்போது ஸூட்கேஸும் இருந்தது. அதனால், பஸ்ஸுக்குக் காத்திருக்க முடியாது. கைதட்டி டாக்சியை அழைத்தான்.

வீட்டுப் படிக்கட்டுக்கு அருகில் டாக்சி நின்றதும் சுற்றிலும் நோக்கினான். யாராவது கவனிக்கிறார்களோ? ராகவன் நம்பியாரின் வீட்டிலிருந்து யாராவது கவனிக்கிறார்களோ? இல்லை. பெரிய பெட்டியையும் மற்றவற்றையும் அவர்கள் பார்த்தால் வீணான விசாரணைகள் எழும்பும்!

டாக்ஸிக்குப் பணம் கொடுத்து அனுப்பிய பின் பெட்டிகளை எடுத்துக் கொண்டு வீட்டுக்குள் நுழையும் போது நம்பியாரின் குரல் அசரீரிபோல் ஒலித்தது!

"கான்ப்ரன்ஸ் நீண்டு விட்டதோ?"

"ஆமாம்"என்று கூறிவிட்டு சுற்றுமுற்றும் நோக்கினான். நம்பியார் வீட்டினுள் தான் இருந்தார். ஜன்னல் கதவில் முகம் தெரிந்தது.

"ராத்ரியே வந்துடறதாகத்தானே பிளான்?..."

"கான்ப்ரன்ஸ் முடிஞ்சு டெலிகேட்டுக்களுக்கு ராத்ரி ஒரு டின்னர் இருந்தது. அதுக்காகத்தான் தங்க வேண்டியதாயிட்டுது."

இனி அடுத்தக் கேள்வி, 'என்ன, பெரிய பெட்டி?' என்றிருக்கலாம் என்று நினைத்தான். அதற்கான பதிலைச் சொல்ல வார்த்தைகளையும் தேடத் தொடங்கினான். இதில் மறைத்து வைக்க வேண்டிய ரகசியம் எதுவும் இல்லை. எப்படி எங்கிருந்து தொடங்க வேண்டும் என்பதுதான் பிரச்சினை. என் வீட்டுக்குப் புதிய நபர் ஒருவர் வரப்போகிறார் என்று தொடங்கினால் என்ன? அவரின் திருமதியை வெளியே காணவில்லை. இருவரும் இருக்கிறார்கள் என்றால் கொஞ்சம் நாடகத் தன்மையைக் கலந்து விவரிக்க வேண்டும்–மாளியேக்கல் வீட்டில் விளக்கேற்றி ஒளி பரப்புவதற்காக ஒரு அப்ஸரஸ் அவதரிக்கப் போகிறாள். அந்த தேவகன்னிக்கான பொருள்கள்தான் பெட்டியில் –

ஆனால், நம்பியார் இன்னொரு விஷயத்தைச் சொன்னார்:

"கோபாலன் நாயர் வந்தார். வீட்டுப் பொறுப்பை எடுத்துக் கொண்டார்."

"ஓ, வந்தாரா?"

"நேத்துக் காலைல வந்தார். இங்கே ஒரு சாவி இருந்ததில்லையா– அதை வாங்கிக்கிட்டுப் போய் வீட்டுக்குள்ளேயும் வெளியேயும் சுத்தப்படுத்தினார்."

முற்றத்துப் புற்களெல்லாம் செதுக்கிச் சுத்தப்படுத்தியிருப்பதை அப்போதுதான் கவனித்தான்.

'அப்புறம், டிரான்ஸ்பராகிப் போன உன்னோட கொலீக் மிஸ்டர் குரியாக்கோஸும் வந்திருந்தார்' என்றார் நம்பியார்.

"என்ன சொன்னார்?"

"தன்னோட சாமான்களை பேக் செய்ய வந்தாராம். ரெண்டு மூணு தடவை தேடிக்கிட்டு வந்தார். அவரோட

தமிழில்: குறிஞ்சிவேலன் | 163

மேரேஜெல்லாம் கூட திடீர்ன்னு செட்டிலாயிட்டுதுன்னும் சொன்னார். பொண்ணு ஸ்டேட்ஸில் இருக்காளாம். நர்ஸாவோ பார்மசிஸ்டாவோதான் இருக்காளாம். கிரீன் கார்டு ஹோல்டராம். அதனால, மேரேஜ் முடிஞ்சதும் ஸ்டேட்சில் நுழைஞ்சிடனும்கறது தன் பிளான்னும் சொன்னார்."

"அதுசரி. ஆளு போயிட்டானா?"

"ஆமாம். காலைல புறப்பட்டுப் போகும்போதும் வந்திருந்தார்."

"பார்க்க முடியாதா?"

"உனக்காக ஒன் 'ஃபுல் டே' காத்துண்டிருந்தார். இனிமே தங்க முடியாதுன்னும் சொன்னார். அதோட, 'மறுபடியும் வறேன்னு' ஃபார்மாலிட்டிக்காகச் சொல்றதுல என்ன புண்ணியம்னும் சொன்னார். மனுஷன் ரொம்பவும் பிராக்டிக்கலானவன்னு தோணுது."

"ஆமாம், ஆமாம். மனுஷன் பிராக்டிகலானவன்தான்."

"ஒரு கடிதம் கொடுத்திருக்கார். ஒருவேளை காலையிலேயும் பார்க்க முடியலேன்னா என்ன செய்யறதுன்னு நினைச்சி ராத்ரியே எழுதி வச்சிட்டாராம்."

"அது சரி."

"சரி, டிரெஸ் மாத்திக்கிட்டு ரெஸ்ட் எடு. லெட்டரக் கொடுத்தனுப்பறேன்."

"சரி.'

சிறிது நேரம் சென்றதும் கோபாலன் நாயர் வந்தார். இரண்டு பைகள் நிறைய பொருள்கள் இருந்தன. பச்சைக் கறிகாய்களும் பல சமையல் பொருட்களும்தான் அவை. ஆளை நேரில் கண்டதும் இளைப்பாக உள்ளாரோ என்று நினைத்தான். வாய் நிறைய வெற்றிலைக் குதப்பல் உள்ளதினால் முகத்தை மேலே தூக்கிக் கொண்டு ஒரு சிரிப்போடு, "என்னாச்சு?" என்று கேட்டார்.

இந்த 'என்னாச்சு' என்பது கோபாலன் நாயரின் வழக்கமான சொற்பிரயோகமாகும். 'குட்மார்னிங்' 'வணக்கம்,' என்ற வார்த்தைகளுக்குப் பதிலாகக்ச் சொல்வது. எவ்வளவு களைப்பு தோன்றியிருந்தாலும் ஆட்கள் நன்றாக ஒருமுறை

வெற்றிலைப்போட்டு குதப்பும்போது முகத்தில் ஒருவகை ஒளி வெளிப்படுவதை கண்டதுண்டு. வெற்றிலைக்கு அப்படி ஏதாவது பிரத்யேகத் தன்மைகள் உண்டோ? எப்படியோ, வெற்றிலைப் போட்ட அந்த ஒளியுடன் கோபாலன் நாயர் பார்த்துக்கொண்டு நின்றார் – ஒரு குறும்புக்காரக் குழந்தையை ஆர்வத்துடன் நோக்கும் பாதுகாவலனைப்போல்.

"கடிதம் கெடைச்சப்பவே பொறப்படணும்னு நினைச்சேன். வைத்தியர்தான் இப்ப வேணாம்னார். அப்போ கஷாயம் சாப்பிட்டுக்கிட்டு பத்தியத்துல இருந்தேன். அதனால, பத்தியம் மாறிடக் கூடாதேன்னுதான் இருந்துட்டேன்."

"சரி, இப்போ எப்படி இருக்கு?"

"பெரிசா எந்தவொரு மாற்றத்தையும் நான் காணலே, குழந்தே" என்று கூறிய கோபாலன் நாயர், முற்றத்திற்குச் சென்று துப்பிவிட்டு வந்து தொடந்தார்: "பெரிய ஆஸ்பத்திரி யில காட்ட வேண்டியதாயிட்டுது. ஒரு ஆபரேஷன் செஞ் சா நல்லாருக்கும்னு அங்குள்ள பெரிய டாக்டரோட அபிப்பிராயம். அப்படிச் செய்யறப்போ கொடல்ல கொஞ்சம் வெட்டித் தள்ளினா வேதனையாவது கொஞ்சம் மாறட்டுமேன்னு சொல்லிப் பார்த்தாலும் அதுக்கு இன்னும் சரியான டைமில்லேங்கறாங்க! அப்படின்னா இனிமே என்ன செய்யறதுன்னு கேட்டேன். ஜில்லுன்னு எதையும் சாப்பிடக் கூடாதாம்... எண்ணெய், மொளகு, புளியெல்லாத்தையும் முடிஞ்ச மட்டும் ஒதுக்கிடணுமாம்..."

"அதுல என்ன சங்கடம்?" என்று கேட்ட இராமகிருஷ்ணன், "எண்ணெய், புளி, மொளகெல்லாத்தையும் கொஞ்சம் கொறைச்சிக் குழம்பு வச்சா போதுமே" என்று கூறினான்.

"ஆமாம், அது என்ன கொழம்பு? ஆங்?"

"நீங்க மொதல்ல சூடாவே சாப்பிடுங்க. ஆனா, எனக்கு அதுமாதிரி இல்ல. கொஞ்சம். ஆறினாலும் சாப்பிடுவேன்."

"அதெல்லாம் முடியுமா கொழந்தே?" என்று கூறிய கோபாலன் நாயர் அன்பு கலந்த கண்டிப்போடு, "ஆமாம், இங்க என்ன இப்படிச் செஞ்சி வச்சிருந்தே? ஒரு சாக்கு நிறைய அரிசி இருக்கு மூணு நாலு பூஞ்ச பூத்த ரொட்டி இருந்தது. அத எடுத்து தூக்கிப் போட்டுட்டேன்" என்று கூறினார்.

“நான் மூணு நாள் பெங்களூருக்குப் போயிருந்துட்டேன்லே? அப்படி அங்கே போவலேன்னாலும் இங்க நான் தெனந்தோறும் எதுவும் சமைக்கறது இல்லியே. ஒரு துண்டு ரொட்டி, ஒரு முட்டை, சில சமயம் மட்டும் – சோறு சமைப்பேன். கடை யிலேர்ந்து ஊறுகாய் வாங்கி வந்து, சோத்துல மோரை ஊத்திக்கிட்டு சாப்பிட்டுப்பேன். தெனசரி வாழ்க்கையே இப்போ கொழப்பத்துலதான் போவுதுங்க கோபாலன் நாயரே!”

“இல்ல. நீங்க இப்படியே இருந்துட்டா போதுமா?”

“போதாதுதான். அதனாலதானே உங்களுக்கு மொதல்லேயே நான் கடிதம் எழுதினேன் கோபாலன் நாயரே. இனிமேல் பிரச்சினை தீர்ந்துடுமில்லே...”

“இப்போ, இந்த சமையல் வேலையையெல்லாம் நான் கவனிச்சிக்கலாம்தான். நான் அதுக்குச் சொல்ல வரலயே. இப்ப நீ இன்னும் சின்னப்பையன் இல்லியே! கல்யாணம் பண்ற வயசெல்லாம் கூட முடிஞ்சிட்டுதே” என்று கூறி விட்டு இன்னும் ஒருமுறை துப்புவதற்காக முற்றத்துக்குப் போனார் கோபாலன் நாயர்.

கோபாலன் நாயர் அப்படிப்பட்டவர்தான், அவரிடம் எப்போதும் பொய்மை இருக்காது, பிரச்சினைகளுக்கு யதார்த்தமான ஒரு நெருக்கம் இருக்கும். தான் ஒரு சமையல்காரன் என்ற நிலையிலிருந்து கொஞ்சம் மேலே போய் ஒரு குடும்பத் தலைவரைப் போன்றும் ஒரு பாதுகாவலனைப் போன்றும் எல்லா பொறுப்பையும் கோபாலன் நாயர் தனக்குத்தானே ஏற்றுக் கொள்கிறார்.

இரவில் சாப்பிடும்போது மீண்டும் பிரச்சினையைக் கிளப்பினார் கோபாலன் நாயர். ‘இப்படியே இன்னும் எவ்வளவு காலம் வாழலாம் என்று நினைக்கிறாய்’ என்பது கேள்வி. கோபுக்கு இந்த வயது ஆவதற்கு முன்பே திருமணம் ஆகிவிட்டது என்னும் உண்மையும், இனிமேல் இராமகிருஷ்ணன் இதில் தாமதிக்கக் கூடாது என்னும் வலியுறுத்தலும் அப்பேச்சின் முக்கியத்துவமாக இருந்தது. அத்துடன் மட்டுமல்ல, இதற்கெல்லாம் ஒவ்வொரு நேரத்திலும் ஒவ்வொரு சந்தர்ப்பம் உண்டு என்ற தத்துவமும் அவரிடமிருந்து வந்தது.

“இப்போ உனக்கு எவ்வளவு வயசு ஆகியிருக்குமுன்னு நினைக்கறே?” என்று கேட்டார் கோபாலன் நாயர்.

“என் நெனைப்பு இருக்கட்டும், கோபாலன் நாயரே! அதுதான், உங்களுக்கே தெரியுமே!”

“பின்னே, எனக்கா தெரியாது? அந்த நாள் கூட எனக்கு நல்லாவே நினைப்பிருக்கே. உங்க அம்மாவுக்கு வலி ஆரம்பிக்கறப்போ நான் தூங்கிக்கிட்டுதான் இருந்தேன். மாஸ்டர் வந்து என்னைக் கூப்பிடும்போது, நடு நிசி. அடை மழை. அரிக்கேன் விளக்கையும் துணிக்குடையையும் எடுத்துக்கிட்டு நான் புறப்பட்டேன். வெளக்கத்ர நாணியம்மாவக் கூப்பிட்டுக்கிட்டு படியேறினப்போதான் வீட்டுக்குள்ளேயிருந்து அழுகைக் கேட்டுது, குழந்தே.”

“அதாவது என்னோட அழுகை...”

“அன்னிக்குப் பாட்டி இருந்தாங்க. வயசானாலும் அவங்க பக்கத்துல இருந்துட்டா எல்லாத்துக்குமே போதும்.”

இராமகிருஷ்ணன் நினைத்துப் பார்த்தான்:

ஜென்ம ஜென்மாந்தரங்களின் வழியாக வரும் பிரயாணத்தின் ஒரு கட்டமாகத்தான் அது இருந்தது. ஒரு சத்திரம். அந்தச் சத்திரத்திலுள்ள மற்றொரு மூலையில் சில வருடங்களுக்குப் பின் இன்னுமொரு ஆள் வந்து சேருகிறான். அந்த இரண்டு உயிர்களும் பரஸ்பரம் ஒன்றுக்குள் ஒன்று சேருவதற்குத் தீர்ப்பளிக்கப் பட்டவைகளாக உள்ளன.

அந்த முகூர்த்த நேரம் இன்னும் எவ்வளவு தூரத்திலோ?

அன்று களரிப்படிக்கல் குடும்பத்தினுள்ளே உள்ள ஏதோ ஒரு அறையில் நிலாப் பிறையைப்போல ஒரு பெண்குழந்தை பிறந்து விழுந்தபோது கும்மிருட்டும் இடைவிடாத மழையும் இருந்திருக்குமோ? அவள் இந்த உலகத்திடம் தன் முழு எதிர்ப்பையும் வெளிப்படுத்தி உரக்க அழுதிருப்பாளோ?

இன்னொரு முறை ஸ்ரீதேவியைப் பார்க்கும்போது, “நீ பிறந்து கீழே விழுந்த அறையை எனக்குக் கொஞ்சம் காட்டு ஸ்ரீதேவி” என்று கேட்கவேண்டும். அவள் அதற்கு “இதென்ன பைத்தியக்காரத்தனம்” என்று கூறிவிட்டுச் சிரிக்கலாம். திடீரென சிந்தனைகள் சிதறத் தொடங்கின. குரியாக்கோஸ் அந்த வீட்டிற்குள் போயிருக்கிறான். அவன் அந்த அறையில்தான் அன்றைக்கு... கூடாது. அந்த விஷயத்தையே நினைக்கக்கூடாது. உண்மையில் குரியாக்கோஸிடம் தாம் நன்றியுள்ளவனாகத்தான்

இருக்க வேண்டும். அவனால்தானே, தன் முடிவைக் காண அவசரப்பட்டுக் கொண்டிருந்த பெண்ணை நம்மால் சந்திக்க முடிந்தது. ஆனால், குரியாக்கோஸிடம் தோன்றிய எண்ணம் நட்பென்று சொல்ல முடியாது. புனிதமான ஓர் உறவின்மேல் அவனுடைய மாபெரும் கருநிழல் விழுந்துள்ளதைப் போன்ற ஒரு தோன்றல் –

கோபாலன் நாயர் இன்னும் கொஞ்சம் சோறுபோட்டுக் கொண்டே, "இல்ல, நான் தமாஷ் சொல்லல, ஏதாச்சும் எண்ணம் உண்டா?" என்று கேட்டார்.

"என்ன எண்ணம்?"

"கல்யாண எண்ணம்தான்!"

"உண்டு. அந்த எண்ணம் வர்றதுக்கு முன்னாலேயே பொண்ணையும் பார்த்துட்டேன். இப்படியும் சொல்லலாம். இனிமே நாள்தான் குறிக்கணும், எப்போது வேணும்னாலும் அது நடக்கலாம். நாளைக்கோ இல்லே நாளை மறுநாளோகூட நடக்கலாம்."

"என்னை முட்டாளாக்கப் பாக்கறியா, கொழந்தே."

"இல்ல கோபாலன் நாயரே, சத்தியம்."

"அப்படியொரு எண்ணமே இல்லேன்னுதானே நம்பியாரு சொன்னாரு."

"நம்பியாருக்கு இது பற்றி தெரியாதே!"

"இருந்தாலும், பக்கத்துல உள்ளவங்களுக்கு எப்படியும் இது தெரியும்தானே? ஆளுங்க வர்றதும் போறதும் பக்கத்து வீட்டுக்காரங்களுக்குத் தெரியாதா, என்ன?"

"ஆளுங்க வர்றதா? எதுக்கு?"

"என்ன வெளையாடறியா கொழந்தே? ஒரு கல்யாண ஆலோசனைன்னு வந்தா அதுக்குன்னு சில நடைமுறைங்க இருக்குதில்லே?"

"நான் அந்த நடைமொறைங்களயெல்லாம் பாக்க வேணாம்னு இருந்துட்டேன்."

"நல்ல புதுமைப் போ. அப்போ, பாரதக் கதையிலயெல்லாம் சொல்ற மாதிரி கந்தர்வ முறையிலதான் கல்யாணமா?"

“எந்தவொரு முறைப்படியும் இல்ல. ரிஜிஸ்தர் ஆபீஸுக்குப் போய் கையெழுத்துப் போடப்போறோம். அவ்வளவுதான்...”

கோபாலன் நாயர் திகைத்து நின்றார்.

இரவில் கோபாலன் நாயரை அழைத்து புடவையையும் நகைகளையும் காட்டியபோது அவருடைய திகைப்பு மேலும் அதிகரித்தது. முன்பே சொன்னதில் கொஞ்சம் உண்மை உண்டு என்ற உணர்வு அவரை வேட்டையாடுவதைப் போல் தோன்றியது.

“சரி, நான் ஒண்ணு கேட்கட்டுமா?”

“கேளுங்க.”

“அப்படின்னா, பொண்ணு யாருன்னு முடிவு பண்ணிட்டியா?”

“பண்ணியாச்சு.”

“நம்ம ஜாதிதானே?”

“ஆமாம்.”

“நல்ல குடும்பம்தானே?”

“ஏ க்ளாஸ்.”

“வயசு?”

“என்னைவிட ஐந்தாறு வயசு குறைச்சல்.”

“ஜாதகம் பார்த்தாச்சா? படிப்பு என்ன?”

“பி.ஏ. படிக்குது.”

‘அப்புறமென்ன?’ என்று கோபாலன் நாயர் நிம்மதிப் பெருமூச்சு விட்டார்.

“சொந்த ஜாதி. நல்ல குடும்பமும் படிப்பும் உண்டு. வயசும் சரிதான். அப்புறம் ஏன் இந்த கோமாளித்தனத்துக்கு நிக்கறே? அம்மாவுக்கும் அண்ணனுக்கும் எழுது. நாலுபேரைக் கூப்பிட்டு அழகா கல்யாணத்த நடத்தக் கூடாதா?”

“அதுசரியா இருக்காது கோபாலன் நாயரே,”

“புரியுது. ஜாதகம் பார்க்காமெ அம்மா சம்மதிக்க மாட்டாங்கன்னு நினைக்கறே, இல்லே? அந்த விஷயத்த நான்

பார்த்துக்கறேன். இப்போ இருக்கற ஜோதிடருங்கதானே? அவங்களுக்குக் காசு கிடைக்குதுன்னா எப்படி வேணும்னாலும் சொல்லுவாங்க. அத நான் அம்மாகிட்டே சொல்லிப் புரிய வச்சுடறேன்."

"அதுக்கில்ல..."

"ஒருவேளை பொண்ணு வீட்டுக்காரங்க பெரும் பணக்காரரா இல்லாம இருக்கலாமோ?"

"நாமளும் பணக்காரங்க இல்லியே. அது ஒரு பெரிய விஷயமே இல்ல. கல்யாண ஆர்ப்பாட்டம் எதுவும் வேண்டாம்னும், இதுல ஒரு மாற்றம் இருக்கட்டுமேன்னும்தான் நான் முடிவு செஞ்சேன்..."

கோபாலன் நாயரிடம் அவ்வளவுதான் சொல்ல முடியும். எப்படி பார்த்தாய், எங்கேயிருந்து பார்க்கத் தொடங்கினாய் என்று கோபாலன் நாயர் கேட்காமல் விட்ட கேள்விகளுக்கு பதிலளிக்கத் தெரியவில்லை. கழுகுகள் வட்டமிடும் ஒரு தீவில்தான் அந்த வெள்ளைப் புறா வசிக்கிறது என்றும், அவளை அந்தப் பயங்கரமான சுற்றுச் சூழலிலிருந்து தப்பிக்க வைக்க வேண்டும் என்றும் கூறினால் கோபாலன் நாயருக்கு எதுவும் புரியாது. உண்மையான சுற்றுச் சூழலை அறிந்தால் அவருடைய எதிர்வினை எப்படி இருக்கும்? பின்வாங்கச் செய்வதற்கான முயற்சியைத்தானே அவர் செய்வார்?

"அப்படின்னா, அம்மாவுக்கு எழுத வேணாமா?" என்று கேட்டார் நாயர்.

"அம்மா அடுத்த மாசம் வருவாங்க. அம்மா வர்றப்போ, அவங்கள வரவேற்க இங்க என்னோட மனைவி இருக்கணும்."

கோபாலன் நாயர் மௌனம் பூண்டார்.

"என்ன, பேசாம இருக்கீங்க?"

"இனிமே என்ன பேசணும்? எல்லாத்தையும்தான் நீயே நிச்சயிச்சிட்டியே? தலையெழுத்து அப்படித்தான்னா, அப்புறம் என்ன இருக்கு?" என்று கொஞ்சம் அவமதிப்பும் கோபமும் கலந்த குரலில் கோபாலன் நாயர் கேட்டார்.

ஒரு நிமிடத்திற்குப் பின் கோபாலன் நாயர் கேட்டார்.

"அந்த வீடு எங்கேருக்கு? பக்கத்துலதானே? ஏன் கேட்கறேன்னா, ஒருமுறை போய்ப் பார்த்துவிட்டு வர்றதுக்குத்தான். அதுவும் ஒரு மனச் சமாதானத்துக்காகத்தான்."

கோபாலன் நாயர் இராமகிருஷ்ணன் முகத்தையே நோக்கியவாறு நின்றார். மறுக்கும் பாவனையில் அவன் தலையை ஆட்டியதும் அவருடைய முகம் சிவக்கத் தொடங்கியது. அதைப் பார்க்காதது போல் நடித்து வாட்சை நோக்கினான். மணி பத்து முடிந்துவிட்டிருந்தது. கட்டிலில் மல்லார்ந்து படுத்தான். போர்வையை மார்பு வரையில் இழுத்துப் போர்த்திக் கொண்டு உறங்கத் தொடங்கினான். கொஞ்ச நேரம் கழிந்திருக்க வேண்டும். கோபாலன் நாயர் விளக்கை அணைத்தார். பின், மாடிப் படிகளில் இறங்கிப் போகும் சப்தம் கேட்டது.

கோபாலன் நாயரிடம் சொல்லியாகிவிட்டது. இனி, ராகவன் நம்பியாரும் அவர் மனைவியும்தான். அவர்களிடம் எப்படிச் சொல்ல முடியுமோ தெரியவில்லை. முடியாது. அப்போது பலவற்றையும் விவரிக்க வேண்டியதிருக்கும். வேண்டாம். அவர்களிடம்தான் கமிட்மெண்ட் எதுவும் இல்லையே. அவர்கள் அப்புறம் அறிந்து கொண்டால் போதும். என்ன, கொஞ்சம் அவமதிப்பும் ஆச்சரிய வெளிப்பாடும் எல்லாம் அவர்களிடம் காணவேண்டியது இருக்கும் என்பது மட்டும்தான் –

அம்மாவின் எதிர்வினை எப்படி இருக்கும்?

தூரத்தில் இருக்கும்போது எப்படியோ – அது எப்படியாக இருந்தாலும் வீட்டுக்கு வந்து ஸ்ரீதேவியைக் காணும்போது கண்டிப்பாக அவளை முழுமனதுடன் அம்மா ஏற்றுக் கொள்ளவே செய்வாள்.

ஸ்ரீதேவியைப் பார்த்துவிட்டு யாராவது விரும்பாமல் இருக்க முடியுமா?

10

எவ்வித வேலையுமில்லாமல், பழக்கமில்லாத ஒரு கிராமப்புறத்தில் ஒரு நாளாவது வாழவேண்டிய நிலைமை வருவது எவ்வளவு சிரமமிக்க செயலென்று இப்போதுதான சுரியாக்கோஸினால் உணர முடிந்தது. சிலகாலம் தான் வாழ்ந்த இடம் தான். ஆனால், கிராமத்தார் யாரிடமும் எந்தவொரு நெருக்கமும் அப்போது கொள்ள முடிய வில்லை. தன்னைச் சுற்றி உள்ளவர்கள் அதற்குகந்த ஆட்கள் இல்லை என்பதும் ஒரு காரணமாக இருக்கலாம். அதனால், காலையில் பேங்க், மாலையில் லாட்ஜ் – இது தான் அவன் செயலாக இருந்தது. இடையில் இருபது கிலோமீட்டர் தூரத்திலுள்ள நகரம் வரையில் வண்டியை ஓட்டிச் செல்வது, நகரத்தில் ஒரு கிறக்கம், அப்புறம் நல்லதொரு சாப்பாடு, ஒரு சினிமா –இதுதான் பொழுது போக்கு. ஒரு நாளைக்குமேல் விடுமுறை வருகிறதென்றால் முடிந்தமட்டில் சொந்த ஊருக்குப்போய் வருவதும் உண்டு. இராமகிருஷ்ணன் மேனேஜராக வந்த பின்புதான் சொந்த ஊர்க்காரன் ஒருவன் நண்பனாக வாய்க்கிறான். ஆபீஸர் – சபார்டினேட் என்பதுக்கும் மேலே ஒரு நட்புருவம் பெற்று வரத் தொடங்கியதாயிற்றே...

கோட்டயம் கிளையில் சேர்ந்த பின் விடுப்பு எடுத்துக் கொண்டுதான் வந்திருந்தான். முதலில் சாமான்களை பேக் செய்து அனுப்பி விடுவதுதான் அவனுடைய உத்தேசம். அதனால், சனிக்கிழமை போனால் ஞாயிற்றுக்கிழமை ஒரு நாள் தங்குவதற்கு வாய்ப்பு கிடைக்கும் என்பதும் அவன் திட்டமாகும்.

அதன்பின்தான், ரோட்வேய்ஸ் அலுவலகமெல்லாம் ஞாயிற்றுக் கிழமைகளில் மூடியிருக்கும் என்பதும், அந்த நாளில் நண்பன் மோகனும் தன் வீட்டுக்குப் போய் விடுவதால், லாட்ஜின் அறை சாவியையும் அவன் எடுத்துப் போய் விடுவான் என்பதும் நினைவுக்கு வந்தது. தான் என்று வருவோம் என்பதை முன்கூட்டியே தகவல் கொடுக்காததால் மோகன் வேறு யாரிடமும் சாவியைக் கொடுத்துவிட்டுப் போகவும் வாய்ப்பில்லை. அதனால், லாட்ஜ் அறை இல்லை என்றால் எங்கே சென்று தங்குவது? இராமகிருஷ்ணனின் அம்மாபெரும் வீட்டைப் பற்றி நினைவில்லாமல் இல்லை. ஆனால், தான் அங்கே தங்கக்கூடிய அளவிற்கு அவருடன் ஒரு நெருங்கிய பழக்கமும் இல்லையே என்று தோன்றியது. ஒருவேளை, அது தன்னுடைய இன்ஃபீரியாரிட்டி காம்ப்ளக்ஸாக இருக்குமோ?

திங்கள் கிழமை மதியமே தன் புதிய வங்கியிலிருந்து அனுமதி பெற்றுக் கொண்டு புறப்பட்டான் குரியாக்கோஸ். கொஞ்சம் நேரமாகி விட்டாலும் இரவே சுங்கத்துக்கு வந்து விட்டான். தூங்கிக் கொண்டிருந்த மோகனைத் தட்டி எழுப்பினான்.

செவ்வாய்க் கிழமையே பேக்கிங் முடிந்தது. பேக்கிங்குகளை ரோட்வேய்ஸ் அலுவலத்துக்கு அனுப்பி வைத்தான். அறையைக் காலி செய்து மெஸ் பில்லையும் கிளியர் செய்தான். இங்கு வந்தவுடனேயே இராமகிருஷ்ணன் டூர் போயிருக்கிறான் என்பதையும் அவனால் மோகன் மூலம் அறிய முடிந்தது. பெங்களூர் கான்பரன்ஸ் முடிந்து புதன் கிழமை இராமகிருஷ்ணன் திரும்பி வந்து விடுவான் என்பதையும் மோகன் கூறினான். அதனால்தான், இன்னும் ஒருநாள் அவனுக்காகக் காத்திருக்கலாம் என்று குரியாக்கோஸ் தீர்மானித்தான். ஆளைப் பார்க்காமல் இங்கிருந்து செல்வதில் மனதிற்கு ஒருவகை தொய்வு தோன்றியது.

இராமகிருஷ்ணனை ஒரு மேனேஜர் என்ற நிலையிலில்லாமல் ஒரு நண்பன் என்னும் வகையில்தான் அவன் பார்க்க நினைத்தான். இனிமேல் இந்த ஊருக்கு வருவதோ தங்குவதோ சாதாரணமாக நேரக்கூடிய வாய்ப்பில்லை. என்றாலும், இந்த வங்கி உத்தியோகம் உள்ள வரைக்கும் எக்ஸிக்யூடிவ் என்ற நிலையில் தான் இராமகிருஷ்ணனுடன் தொடர்பு கொள்ள நேரலாம்தான். ஆனால், அந்த உணர்வு இப்போது தன்னைப் பிடித்து நிறுத்தவில்லை. நட்புறவுதான் நிறுத்தியுள்ளது. இன்னும் இந்த வங்கி வேலை தனக்கு எவ்வளவு

காலத்திற்கு? கணக்குப் போட்ட படி காரியங்கள் முன்னோக்கிச் செல்லுமானால் அடுத்த ஆண்டு இதே நாளில் தான் அமெரிக்காவில் இருக்க நேரிடும். ஆமாம், நிச்சயிக்கப்பட்ட மணமகள் இன்னும் மூன்று மாதம் கழிந்தால் இந்தியா வந்து சேருகிறாள். எங்கேஜ்மென்டையும் திருமணத்தையும் ஒருநாள் விட்டு ஒருநாளில் நடத்தலாம் என்று தீர்மானிக்கப்பட்டுள்ளது. அவள் பெயர் ஷெர்லியாம். அதாவது ஷெர்லி ஜோசப். மூன்று மாதம் கழிந்தால் ஷெர்லி குரியாக்கோஸ். பெண்ணைச் சும்மா ஒரு தடவை பார்க்கலாம் என்றாலும் இன்னும் மூன்று மாதம் செல்லணுமே. பாருங்கள், பெண்ணைப் பார்க்காமலேயே திருமணம் முடிவு செய்வது என்பது எந்த நூற்றாண்டின் சம்பிரதாயம்!

ஆனால், தான் இப்படி எதுவும் எதிர்பார்த்ததில்லை. உண்மையைச் சொல்ல வேண்டுமானால் திருமணத்தைப் பற்றி ஆழமாகச் சிந்தித்ததே இல்லை. வருங்கால மனைவி வேலையில் இருப்பவளாக இருக்க வேண்டும் என்ற எண்ணமும் இல்லை. ஆனால், எதிர்பார்க்காத விஷயங்கள்தானே பல சமயங்களிலும் நேர்ந்து விடுகிறது. அமெரிக்காவுக்குச் சென்று வேலை பார்ப்போம் என்று என்றைக்காவது ஒரு கனவாவது கண்டிருப்போமா? இல்லை என்பதுதானே பதில். எல்லாம் – கூடி வந்தால் 'மிடில் ஈஸ்ட் நாடுகள்' வரையில் –

பெண்ணின் முகம் போட்டோவில் அவ்வளவு அழகாக இருப்பதுபோல் தோன்றவில்லை. ஜஸ்ட் ஆவரேஜ்தான். ஒரு ஆசிரியரின் முன்னே பயந்து நிற்கும் ஒரு குழந்தையின் முகபாவம். மூன்று போட்டோக்களைக் காட்டினார்கள். ஒன்றில் பேண்டும் சட்டையும். ஒன்றில் சுரிதார். கடைசிப் போட்டோவில் பட்டுச்சேலையும் ப்ளௌஸும் நெற்றியில் சாந்து பொட்டுமாக இருந்தாள். வேடங்கள் வித்தியாசமாக இருந்தாலும் முகத்தில் மட்டும் அந்த ஒரு நிலையான தோற்றம்தான். இனிமேல் நேரில் பார்க்கும்போது எப்படியிருப்பாளோ? அவளின் தந்தையும் தாயும் மாநிறம் உள்ளவர்கள்தான். அம்மாவுக்குக் கொஞ்சம் பரவாயில்லை. மகளுக்கும் அந்த நிறம் இருந்தால் அதிர்ஷ்டம் தான். ஒரு வீடியோ கேசட்டை அனுப்பியிருந்தாளாம். ஸ்டேட்சில் உறவுக்கார ஒருவரின் வீட்டு விழாவில் எடுத்ததாம். ஆனால், அதை இந்தியாவிலுள்ள டெக்கில் போட்டு பார்க்க முடியாது என்பது பின்புதான் தெரிந்தது. இல்லை, நிறமும் அழகும் இங்கு முக்கிய மில்லை என்பதை குரியாக்கோஸ்

நினைத்துப் பார்த்தான். அமெரிக்கப் பிரஜை என்னும் சௌபாக்கியமல்லவோ தன்னை வந்து அடைகிறது. திருமணம் முடிந்து ஆறு மாதம் முடிந்துவிட்டால் கனவுப் பூமிக்குள் நுழைந்து விடலாம் என்னும் கணக்கு. அந்தக் கணக்கின் அடிப்படையில்தான் காரியங்களும் முன்னேறுகின்றன.

ஆனால், அவையெல்லாம் எதிர்கால விஷயங்களாகும். இப்போது என்ன செய்வது? வெறுமனே இருப்பது என்பது எவ்வளவு 'போர். மோகன் லஞ்சுக்கு வந்தபோது சேர்ந்து சென்று சாப்பிட்டு முடித்தான். மோகன் மீண்டும் பேங்கிற்குப் போய் விட்டான். அதனால் மீண்டும் தனிமை, பத்திரிகை யிலுள்ள எல்லா செய்திகளையும் படித்தாயிற்று. அமைச்சரவை இப்போது ஒன்றும் கவிழாது என்று புரிந்தது. தேங்காய், ரப்பர், ஆகியவற்றின் விலை நிர்ணயத்தை நோக்கினான். படுத்துத் தூங்க முயன்றான். பகல் தூக்கம் வழக்கம் இல்லாததால் பத்து நிமிடம் கழிந்ததும் விழித்துக் கொண்டான். இராமகிருஷ்ணன் மதியத்திற்குள் வந்து விடுவான் என எதிர்பார்ப்பதாக மோகன் சொல்லியிருந்தான். அப்படி வந்து விட்டால் மூன்று பேரும் சேர்ந்து ஒரு வெளிப்பயணம் செல்ல வேண்டும் என்று தீர்மானம். இரவில் ஏதாவது ஒரு பார் அட்டாச்டு ஓட்டலில் ஒரு ஃபேர்வெல் டின்னர். இவையெல்லாம்தான் திட்டம். ஆனால், மனுஷன் இன்னும் வரவில்லையே...

சுற்றும் மின்விசிறியை நோக்கியவாறு எவ்வளவு நேரம்தான் படுத்திருப்பது? ஸ்கூட்டரை புக் செய்து அனுப்பி விட்டதால் வெளியில் எங்கும் போகவும் முடியாது. குரியாக்கோஸ் எழுந்து கொண்டான். வாஷ்பேசினில் முகம் கழுவும்போதுதான் திடீரென அந்த எண்ணம் மனதில் உதித்தது. சென்று வருவதற்கான இடம் ஒன்று அருகில்தானே உள்ளது. அது எல்லா சோர்வுகளையும் போக்கக்கூடிய இடமான சுபத்ரா தம்புராட்டி வசிக்கும் அரண்மனை அல்லவோ!

அது எப்படிப்பட்டதொரு வித்தியாசமான உலகம்! ஆசிரமப் பகுதியைப் போன்ற சூழல், எங்கும் அமைதி. அந்த அமைதியை உடைப்பதற்கு தென்னஞ்சோலைகளில் காற்று தவழும்போது ஏற்படும் சலசல ஓசை மட்டும். ஒரு ஆராதனை ஆலயத்திற்குள் செல்வதைப் போல் கால்களைக் கழுவிக்கொண்டு உள்ளே போகுதல். மினுமினுப்புள்ள குளிர்ந்த தரை. பகல் வேளைகளிலும் கூட தயங்கி தயங்கி மட்டுமே

நுழையும் வெளிச்சமுள்ள அறையில் தாழம்பூவின் மணம். வெளுத்த முண்டு இழையும்போது எழும் மெல்லிய ஓசை.

அன்று அங்கிருந்து திரும்பி வந்த பின் நிறைவேறாத ஒரு மோகம் முள் முனையாக மனதில் குத்திக்கொண்டு கிடந்துள்ளது என்னும் உணர்வு இப்போதுதான் உண்டாகிறது.

வேகமாக ஷேவ் செய்யும்போதும் குளிக்கும்போதும் டிரஸ் செய்யும் போதும் மனதில் சுபத்ரா என்னும் பெண்மையின் எல்லா கவர்ச்சிகளோடும் கூடிய உருவம் மட்டும் தான் இருந்தது. ஆண்மை நிறைந்த அந்த செயல்பாடு, மிதமாக மட்டுமே உச்சரிக்கும் அந்த வார்த்தைகள், கேள்விகளுக்குப் பதிலாக பல சமயங்களிலும் சிந்தும் அந்த புன்முறுவல், சில சமயங்களில் மட்டுமேயான நிசப்தமுள்ள அந்தச் சிரிப்பு, படிப்படியாக சிரிப்பு மறைந்து விழிகளில் ஒளிவிடும் அந்தத் துக்கத் தோற்றம்... பின் தளர்வோடு தலைமுடியை வாரிக் கட்டிக்கொண்டு, 'காப்பி குடிச்சுட்டு தான் போகணும், தெரிஞ் சுதா' என்னும் வேண்டுதல்... சுபத்ராவின் மனோகரமான அந்த வெளுத்த முகம் மனதில் நிறைந்தது. சுபத்ரா. சுபத்ராவிடம் மட்டும்தான் இனி விடை பெறவேண்டும். ஃபேர்வெல் சடங்கு? அது போனால் போகட்டும்...

அறையைப் பூட்டிக் கொண்டு வெளியேறும்போதுதான் பேங்க் வரைக்கும் சென்று மோகனின் பைக்கை வாங்கிக் கொள்ளலாமா என்று நினைத்தான். வேண்டாம். மோகனுக்கு, இது தெரிய வேண்டாம். அன்றைக்கு இராமகிருஷ்ணனை அழைத்துச் சென்றதே அனாவசியமாகி விட்டது. அவனை அழைக்க வேண்டிய சூழ்நிலையாகி விட்டதுதான் அதற்குக் காரணம்..... முதல்நாள் விஸ்கியின் விறுவிறுப்பில் எல்லாவற்றையும் மனம் திறந்து சொல்லியாச்சு. விசித்திரமான ஒரு உள்ளுணர்வும் கூட அப்படி இயக்கியிருக்கலாம்... உங்களுடைய இயற்கை அழகு நிறைந்த இந்த ஊரை, நான் அடிமைப்படுத்தியுள்ள பிரதேசங்களை வந்து பாருங்கள் என்று சொல்லியிருக்க வேண்டாம். புனிதமான ஒரு ரகசியத்தைப் போல் எப்போதும் கவனத்துடன் பாதுகாக்கக்கூடியது அது. எந்த காலத்துக்கும் மனதில் இருத்தித் தடவிக் கொடுக்க மட்டுமேயுள்ள ஒரு ரகசியம் அது. இதை நான் அவனுக்குக் காட்டி கொடுத்திருக்க வேண்டாம்.

டாக்ஸி ஸ்டாண்டை நோக்கி நடக்கும்போது பஸ்ஸுக்காகக் காத்துக் கொண்டு நிற்கும் பெண்களைக் கவனித்தான். பக்கத்திலேயே ஒரு கல்லூரி உள்ளது. 'கல்லூரிக்குச் செல்லும் வழி' என்ற போர்டைப் பார்த்ததுண்டு. அந்த கல்லூரி வகுப்பு முடிந்துதான் இந்த பெண்கள் வந்து கொண்டிருக்க வேண்டும். ஏறக்குறைய இவர்களில் யாரைப் போல் ஷெர்லி இருப்பாள்? திடீரென குரியாக்கோஸின் உள்ளம் ஒருமுறை குலுங்கியது. தான் இப்போது எங்கே புறப்பட்டுக் கொண்டிருக்கிறோம்! நிச்சயிக்கப்பட்ட ஒரு மணமகளுக்குச் செய்யும் துரோகமல்லவா இது? உடனே இதற்கு எதிர்மாறான சிந்தனையும் வந்தது. இன்னும் திருமண நிச்சயதார்த்தம் கூட நடக்கவில்லை. இதுவரையில் ஷெர்லியைக் கண்டதும் இல்லை. ஷெர்லி என்பவள் இப்போது ஒரு கற்பனை உருவம் மட்டும்தான். இப்படிப்பட்ட ஒரு கற்பனை உருவத்திடம் என்ன துரோகம் செய்யப் போகிறோம்?

என்றாலும், டாக்சியில் ஏறும்போது மனம் ஷெர்லியிடம் மன்னிப்பும் கேட்டது. எப்போதும் அழுவதைப் போன்ற முகத்தோற்றமுடைய பெண்ணே, மன்னிக்கவும்...

டிரைவர் அறிமுகமானவன்தான். ஓரிருமுறை இவனுடைய வண்டியில் ஏறியதுமுண்டு. அதனால், டாக்சி ஸ்டாண்டின் படியோரம் செல்வதற்குள் அவன் காருடன் அருகில் வந்து விடுகிறான்.

வண்டி வேகம் பிடித்தபோதுதான் இந்த எண்ணம் இதுவரையில் தோன்றாதது ஏன் என்னும் சிந்தனை உதித்தது. அப்போதுதான் மோக நிலாவில் ஒரு நிழல் விழுந்தது. இந்த முறையும் சுபத்ரா அங்கே இருக்கவில்லை என்றால்? கடைசி பஸ் வரும் வரையில் காத்திருங்கள் என்று கூறி புலம்பும் அந்த தரித்திரம் பிடித்த மனிதனுடன் பேசிக் கொண்டிருந்துவிட்டு திரும்ப வேண்டியதாகி விடுமோ? என்றாலும் சோதித்துப் பார்த்துவிட வேண்டியதுதான். இதுதான் இறுதிச் சோதனை. இனிமேல் எப்போதும் இப்படிப்பட்ட தொரு சோதனைக்குத் தான் முயலப் போவதும் இல்லையே!

வழிகாட்டுவதற்காக முன் சீட்டிலேயே அமர்ந்து கொண்டான். சந்தை ஸ்டாப்புக்கு முன்னேயுள்ள டீ கடையை கண்டதும் கொஞ்சம் தூரத்திலேயே காரை நிறுத்தச் சொன்னான். டிரைவர் பிரேக்கை மிதித்தான். இங்கே இறங்கி

எங்கே போகணும் என்று கேட்டான் அவன். வயல்வெளிக்கு அந்தப் பக்கத்திலுள்ள ஒரு நண்பனின் வீட்டுக்குப் போக வேண்டும் என்று கூறிவிட்டு, டாக்சி கட்டணத்தைக் கொடுப்பதற்கு பர்சை எடுத்ததும், 'வெயிட் பண்ணட்டுங்களா?' என்று கேட்டான் டிரைவர்.

"ஒரு மணி நேரத்துக்குள் வந்துடுவீங்கல்லே சார்? அப்புறம் சேர்ந்தே போகலாமே...!"

மெல்ல திடுக்கிட்டான் குரியாக்கோஸ். ஒரு மணி நேரத்திற்குள் வருவேன் என்று இவன் எப்படித் தீர்மானித்தான்? அதைக் கேட்டதும் அவனிடமிருந்து பதில் சட்டென்று வந்தது.

"அப்படின்னா, அங்கே தங்கப் போறீங்களா, சார்?"

"ஏன், நண்பனோட வீட்ல தங்க முடியாதா?"

டிரைவர் சிரித்தான்.

"பேங்க் அதிகாரிங்க சிலபேர் இங்கே டிரிப் வருவது இதுவொண்ணும் மொத மொதல்ல நடக்கற விஷயமில்லீங்களே. சார்.... அதோட திரும்பி போறதுக்கும் இங்க வண்டி சீக்கிரம் கிடைக்காது. அதனாலதான் சொன்னேன். நிற்க வேணாம்னா நான் போறேன் சார்."

இந்த முறை திடுக்கிடவில்லை. ஆர்வம்தான் ஏற்பட்டது. இதற்கு முன் வந்தபோதெல்லாம் பஸ்ஸில் பயணம். அப்படி யிருக்க, டாக்சி பிடித்து வந்தது யாராக இருக்கும்? வாட்சுமேன் நாணுவிடம் கேட்டால் அறிந்து கொள்ளலாம். பேங்கிலுள்ள ஒவ்வொருவரின் சொந்த வாழ்க்கையைப் பற்றியும் நாணுவுக்குத் தெரியும்.

"பேங்குகாரங்களோடு வந்தியா? யாரோட வந்தே?" என்று அலட்சியமாகத்தான் அவனிடம் கேள்வி எழுப்பத் தோன்றியது.

"உங்க புது மேனேஜரோடத்தான் வந்தேன். அதுவும் ரெண்டு நாளைக்கு முன்புதான். இல்ல, இல்ல. போன வாரம்தான். அன்னிக்குக் கூட 'வொர்க்கிங் டே'தான். அன்னிக்குப் பார்ட்டி காலேஜுல இருந்தது. அதனால, வண்டிய நேரா காலேஜுக்கே விடச் சொன்னார். அங்கேயிருந்து பார்ட்டிய பிக்கப் செய்துக்கிட்டு நகரத்த நோக்கி போகச் சொன்னார். ஒரு

ஓட்டலுக்குப் போய் ஒண்ணு ரெண்டு மணி நேரம் கழிச்சுதான் திரும்பி வந்தாங்க. திரும்பவும் இந்த ஸ்டாப்பிங்குக்கே கொண்டு வந்தார். என்கிட்டே இங்கியே நிற்கும்படிச் சொன்னார். பார்ட்டிய வீட்ல கொண்டுபோய் விடப் போனார். அப்புறமும் கொஞ்ச நேரம் கழிச்சுதான் மனுஷன் திரும்பி வந்தார். நான் இந்த ஊருல வண்டியோட்டத் தொடங்கி எட்டு வருஷம் ஆயிட்டுது. இப்படியொரு இடம் உள்ளதுங்கற விஷயத்த நான் இப்போதான் தெரிஞ்சிக்கிட்டேன்..."

பாதி விஷயங்கள் மட்டும்தான் புரிந்தது. மீதிப் பாதி புரியவில்லை. சுபத்ரா ஏன் கல்லூரிக்குப் போனா? எந்த கல்லூரி அது? ஒரு விஷயம் மட்டும் தெளிவாகி விட்டது. தான் காண்பித்த வழியிலேயே தன்னுடைய உதவி இல்லாமல் இராமகிருஷ்ணன் பயணத்தைத் தொடங்கியிருக்கிறான். அழகான ரகசியம் என நினைத்து இதுவரை மெய்சிலிர்த்துக் கொண்டிருந்தான். இது எப்படிப்பட்டதொரு முட்டாள்தனம். யாரிடம் என்றில்லாமல் கோபமும் தோன்றத் தொடங்கியது. தானே கட்டுப்படுத்திக் கொண்டான். இந்த டிரைவருக்கு முன்னால் தன்னுடைய எல்லை மீறிய உள்ளக் கிடக்கையை வெளிப்படுத்த வேண்டாம். தன்னுடைய இந்த வருகையின் உத்தேசத்தைப் புரிந்துகொண்டு விட்ட இந்த டிரைவரின் முன்பாக தான் குறுகிப் போகிறோமோ என்றொரு தோன்றலும் தொடங்கி விட்டிருந்தது. என்றாலும், வெட்கத்தை மறைத்துக் கொண்டு இவையெல்லாம் சாதாரணமான விஷயம்தான் என்பதுபோல் விட்டேற்றியாகப் பேசத் தொடங்கினான்:

"அட, மேனேஜருக்கு நான்தாம்பா இடத்தக் காண்பித்தேன். ஆனால், பார்ட்டி ஏன் கல்லூரிக்குப் போகப் போறா? ஒருவேளை, தன் தங்கையோட பீஸை கட்டுவதற்காக இருக்கலாம்."

டிரைவர் ஆச்சரியத்துடன் நோக்கினான்.

"என்ன சார், உங்களுக்கு ஒண்ணும் தெரியாத மாதிரி பேசறீங்க? பார்ட்டி அந்த கல்லூரியில் – அதனோட பேரு என்ன? அந்த டிட்டோரியல் கல்லூரியில படிக்கறப் பொண்ணு மாதிரியில்ல தோணுது! படிக்கற புத்தகத்தோடதானே வண்டியில வந்து ஏறினாங்க. அதுவும் மத்தியான நேரத்துலஞ்" என்ற டிரைவர் வாட்சை நோக்கிவிட்டு, "ஆமாம், பார்ட்டிகூட இப்போ வீட்டுக்கு வந்திருப்பாங்க" என்று கூறினான்.

மனதிற்குள் புதியதொரு வெளிச்சம் சட்டென வெடித்துப் பரவியது. இந்த விஷயத்தில் சுபத்ரா கதாநாயகி இல்லை. அவள் தங்கைதான். ஒரு மின்னல் கீற்றின் ஒளியில் தெளிந்து தெரியும் தங்கச் சிலையைப் போல் ஒரு உருவம் மனதில் மின்னி மறைந்தது. அன்று நிறைவேறாத ஆர்வத்துடன் திரும்பும்போது குத்து விளக்குடன் வெளிப்பட்ட அந்த பெண் –

இதில் ஒன்றும் பெரும் ஆர்வம் தனக்கு இல்லாதது போல் காட்டிக் கொண்டு டிரைவரிடமிருந்து மேலும் விஷயங்களைக் கறக்க முயற்சித்தான். ஆனால், டிரைவருக்கோ இதற்குமேல் எதுவும் தெரிந்திருக்கவில்லை.

"கல்லூரி நல்லதொரு திரை மறைவுதானுங்களே! படிப்பும் பிஸினஸும். பரவாயில்லையே! பெருத்த ரேட்டாக இருக்கும்களோ?"

தன்னையே திட்டிக் கொள்ளத் தோன்றியது சூரியாக்கோஸுக்கு. தான் எப்படிப்பட்டதொரு முட்டாள்! ஒரே பார்வையில் விஷயங்களைக் கிரகித்து சரியான முறையில் காய்களை நகர்த்தி வெற்றி பெற்ற இராமகிருஷ்ணன் எவ்வளவு பெரிய திறமைசாலி! பெர்சனல் மேனேஜ்மெண்டிலும், சோஷியல் சர்வீசிலுமுள்ள பட்டயப் படிப்புக்களும், கேரளத்திற்கு வெளியே வாழ்ந்து பழக்கப்பட்டதெல்லாம் சேர்ந்து புதிய மரியாதைகளைத் தேடிக்கொள்ள உதவியிருக்கலாமோ? இப்படிப்பட்ட விஷயங்களைப் பற்றி பேசும்போது ஆள் ஒரு முனிவரைப் போன்ற முகத்தோற்றத்தையல்லவோ வைத்திருந்தான். கண்களை மூடிக் கொண்டு பால் குடிக்கிறான் – பரவாயில்லை.

இதில், தான் நிராசைப்படவேண்டிய விஷயம் எதுவும் இல்லை. பொறாமைப் படுவதிலும் அர்த்தமில்லை. ஏன் பொறாமைப்படவேண்டும். ஒரு பொருள் ஒருவருக்குக் கிடைப்பதும், தனக்குக் கிடைக்காமல் இருப்பதும், இல்லையெனில், தேர்வில் ஒருவன் வெற்றிபெறுவதும், தான் தோல்வியடைவதும் போன்ற கட்டங்களில்தானே இந்த பொறாமைப்படுதல் என்பதற்கு உரிமையுண்டு? இங்கே அப்படிப்பட்டதொரு நிலையோ விசேஷமோ ஏற்பட வில்லையே. அவள் தனக்கு மட்டும் கிடைக்காத பொருள் ஒன்றுமில்லையே! தான் இரண்டாமுறைக்காரன் என்ற இடத்திற்குத் தாழ்ந்து விட்டோம்

என்பது உண்மைதான். அது பரவாயில்லை. தன் கூட்டாளியும் கூட முதல் இடத்துக்காரன் என்று எப்படிச் சொல்லமுடியும்? – என்றெல்லாம் குரியாக்கோஸ் நினைத்துப் பார்த்தான்.

டாக்சி டிரைவரிடம் காத்திருக்குமாறு கூறிவிட்டு வயலில் இறங்கினான். வீடு நெருங்கத் தொடங்கியதும் மனதில் புதியதாகப் பிரதிஷ்டை செய்த விக்கிரகத்தின் தரிசனம் கிடைக்கவேண்டுமே என்னும் – பிரார்த்தனையாகவே இருந்தது. சுபத்ராவை மறந்துவிட்டிருந்தான். இல்லையில்லை. மறக்கவில்லை. புறப்படும்போது ஏற்பட்டிருந்த ஆசை அழிந்துபோய், சுபத்ரா அங்கே இல்லாமலிருக்க வேண்டுமே என்று இதயம் பிரார்த்திக்கத் தொடங்கியிருந்தது. மோகங்களின் தொடர்பு எவ்வளவு சீக்கிரம் அறுபடுகிறது என்று அந்தக் கட்டத்திலும் அவன் பொழுதுபோக்காக நினைக்க முயன்றான்...

வழக்கம்போல் வராந்தா திண்ணைமேல் இராமு அமர்ந்திருந்தான். திரும்பி அமர்ந்திருந்ததால் படியேறி வரும் தன்னை பார்க்கவில்லை. இரண்டாவது படிக்கட்டுக்களில் ஏறி முற்றத்தையடைந்த போதுதான், உள்ளம் நிறைந்த மகிழ்ச்சியின் ஊஞ்சலாட்டத்துடன் அவள் முன் பக்கத்துக்கு வந்தாள். ஒரு கிளாசில் குடிப்பதற்காக எதையோ எடுத்து வந்து இராமுவிடம் நீட்டினாள். அவள் வீட்டுவேலைகளில் மூழ்கியிருக்கிறாள் போலிருக்கிறது. சேலையின் தலைப்பைச் சுருட்டி இடுப்பில் செருகியிருந்தாள். தலைமுடியைக் கொஞ்சம் தூக்கிக்கட்டி யிருந்தாள். அவள் முகத்திலுள்ள துடிப்பைக் கண்டதும் மிகவும் மகிழ்ச்சியாக இருக்கிறாள் என்பது மட்டும் புரிந்தது. அவளுக்கு எப்படிப்பட்டதொரு நிறம்! சுபத்ரா சந்தன நிறமென்றால், இவள் அந்த சந்தன நிறத்தில் ஓரிரு சிவப்புத்துளிகள் கலந்த நிறமாக இருக்கிறாள். அதனால், அவள் ஒரு மலர்ந்த ரோஜா மலர் நிறமாக இருக்கிறாள். அன்றைக்கு இவை எதுவும் தன் கவனத்தில் படாமல் போனது ஏன்? அப்படிப்பட்டதொரு மன நிலையோடு தான் அன்று பார்க்கவில்லையோ? அப்போது மன திலிருந்த விக்கிரகமும் வேறாகவல்லவோ இருந்தது. இப்போது இதோ, – பெண்ணழகின் பண்புருவம் போன்று கைநீட்டினால் தொடக் கூடிய தூரத்தில் ஒரு அப்சரஸ் நிற்கிறது.

தற்செயலாக படிக்கட்டின் மேல் விழிகள் நீண்டதும் நடந்து வரும் தன்னை அவள் கண்டுவிட்டு இராமுவிடம் என்னவோ கூறினாள். அத்துடன் வேகமாக உள்ளே போகவும் செய்தாள்.

தமிழில்: குறிஞ்சிவேலன்

இராமு திரும்பி நோக்கினான். தன்னைக் கண்டதும் எழுந்து கொண்டான்,

"வாங்கோ... வாங்கோ, நான் யாரோ வர்றாங்கன்னு நினைச்சேன். உக்காருங்கோ."

திடீர் வரவேற்பை ஏற்றுக்கொண்டு தலையை ஆட்டிக் கொண்டே வராந்தவிற்குள் போனான் குரியாக்கோஸ். செருப்பைக் கழட்டிவிட்டு நாற்காலியில் சென்று அமர்ந்தான். இராமு எழுந்து சென்று கதவிற்கு அருகில் நின்று, "தேவீ, இன்னும் ஒரு டீ கொண்டு வா" என்று உட்புறமாக உரக்கக் கூவிச் சொன்னான்.

அப்படியென்றால், அவள் பெயர் தேவியோ?

பரவாயில்லை. பொருத்தமான பெயர்தான். ஒரு தேவதைப் போன்று அவளுடைய அழகே தனிதான். இந்த சௌந்தரிய தேவதை எப்போது தன் கைகளில்... அவசரப்படக் கூடாது அநுகூலமான ஒரு சூழ்நிலையை முதலில் உருவாக்க வேண்டும்.

இராமுவிடம் நட்பைப் பெறுவதற்கு உரையாடத் தொடங்கினான் குரியாக்கோஸ்:

"என்ன விசேஷங்கள் ராமு?"

"விசேஷம் ஒண்ணுமில்லீங்க" என்று தலையைச் சொரிந்து கொண்டு கூறினான் இராமு. "ஊருக்கு மாத்திக்கிட்டு போ யிட்டீங்க போலிருக்கே?"

"எப்படித் தெரியும்?"

"பின்னே எனக்கா தெரியாது? இந்தத் திண்ணையில் நான் உக்கார்ந்தா போதாதா? இந்த ஊருல நடக்கிற எல்லா காரியங்களையும் தெரிஞ்சுக்கலாமே."

"புது மேனேஜர் சொல்லியிருப்பாரு"என்று இராமுவின் முகத்தை உற்றுக் கவனித்துக் கொண்டு கூறினான். அவன் முகம் கொஞ்சம் வெளிறியதோ? அல்லது வெறுமனே தோன்றியதோ?

"எனக்கு ஒருத்தர் மூலம் தெரிஞ்சுது. நான் தெரிஞ்சு கிட்டது சரியில்லையா?" என்று இராமு சற்று தயக்கத்துடன் கேட்டான்.

"இங்க மறுபடியும் மேனேஜர் வந்த விஷயம் எனக்கும் தெரிஞ்சுது."

“நீங்க நினைக்கற மாதிரி இல்ல. தேவியோட காலேஜுக்கு அவர் போயிருந்தார். அப்புறம் இங்க வந்து காப்பி மட்டும் குடிச்சுட்டு போயிட்டார்” என்றவன் தான் சொன்னவையெல்லாம் அதிகப் பிரசங்கித்தனமோ என சந்தேகப்பட்டதைப்போல், “நாங்கள் ஒருவிதத்துல சொந்தக்காரங்களாச்சே”என்றும் விளக்கினான்.

“ஆமாமாம். சொந்தக்காரங்கதான். எனக்கும் தெரியும்”தன் குரலிலுள்ள வெறுப்புணர்வை இவன் புரிந்து கொண்டான் என்று தோன்றியது. அவன் முகத்தில் இப்போது சிரிப்பு மறைந்து விட்டது.

“சாமான்களை எடுத்துக்கிட்டுப் போக வந்தீங்களா?”

“ஆமாம், எல்லாத்தையும் அனுப்பியாச்சு. நாளைக்குக் காலைல நானும் போகப் போறேன். அதனால, கடைசியா ஒருமுறை இங்க வந்துட்டுப் போகலாம்னு நினைச்சேன்.”

“நல்லது. ஆனால்...”

“என்ன ஆனால்?”

இராமுவின் பார்வை கதவை நோக்கியது.

“இங்கே கொண்டா”என்றான் அவன்.

நாற்காலியிலிருந்து எழுந்திருக்காமல் முன்பக்கமாகச் சாய்ந்து அமர்ந்து கொண்டு கதவை நோக்கினான். அவளேதான். டீ கப்புடன் கதவோரம் வந்து நின்றவள், ‘இதை அங்கே கொடுங்கள்’என்றோ வேறு என்னவோ அவள் இராமுவிடம் சைகை செய்து சொன்னாள் என்று தோன்றுகிறது.

“இங்கியே கொடேன். இங்க பழக்கப்படாதவங்க யாரும் இல்லையே...” என்று தன் குரலில் ஒரு தெளிவை வரவழைக்க முயன்று கொண்டு கூறினான் குரியாக்கோஸ்.

“அங்கியே கொடேன்”என்று இராமுவும் தூண்டினான்.

அவள் மேலும் ஒரு நிமிடம் சந்தேகப்பட்டு நின்றாள். பின், முன்பக்கத்து இளமைப் பொங்கும் முகட்டின்மேல் சேலை இன்னும் கொஞ்சம் சரிந்துவிழ கொஞ்சம் கூச்சத்துடன் நடந்து வந்தாள். டீ கப்பை கையில் தருவாள் என்னும் எதிர்பார்ப்பில் கையை நீட்டினான். ஆனால், அது நடக்கவில்லை. இராமுவுக்கருகில் திண்ணைமேல் கப்பை வைத்துவிட்டு

அவள் வேகமாக உள்ளே போய்விட்டாள். அவள் அருகில் வந்ததும் சொல்லவேண்டிய வார்த்தைகளுக்காக உளறியது வீணாகிவிட்டது. இருந்தாலும் தனக்காக ஒரு கப் டீயை அவள் தயாரித்திருக்கிறாள். தனக்காக ஒருமுறை நேரில் வெளிப்பட்டிருக்கிறாள்...

இராமு டீ கப்பை எடுத்து நீட்டியதும், "நீர் ஏன் ஆனால்னு சொன்னீர்?" என்று கேட்டான் குரியாக்கோஸ்.

"அதுக்கில்ல. அவங்க இங்கே இப்போ இல்லியே!" – என்றான் ராமு.

"நான் அவங்களப் பார்க்க வரவில்லையே."

"அப்படியில்லியா? அப்போ சும்மா வந்தீங்களாக்கும்."

"சும்மா இவ்வளவு தூரம் நான் வருவேனா, ராமு?" என்று கேட்டுவிட்டு திடீரென நிறுத்தியவன், இராமுவை உற்று நோக்கினான். பார்வை சந்திக்கும்போது அவன் தலையைத் திருப்பிக் கொண்டான். ஆட்களை நேருக்கு நேராகச் சந்திக்கும் போதுள்ள ஒரு தயக்கம். அது சரியான ஒரு 'பிம்பின் குணம்தான். பர்ஸைத் திறந்து இரண்டு பத்து ரூபாய் நோட்டை எடுத்து அவனிடம் நீட்டினான் குரியாக்கோஸ்.

"இது ஏன் இப்போ? ஆங்?"

"இருக்கட்டும். இனிமேல் நாம பார்த்துக்க மாட்டோமில்லே."

"அதுவும் சரிதான்"என்றவன் நோட்டை வாங்கி உள்ளம் கையில் அமுக்கிக் கொண்டான். டீ குடித்து முடிந்ததும் கப்பை வாங்கிக் கொண்டு அவன் உள்ளே சென்றான். அதே வேகத்தில் திரும்பி வந்து திண்ணை மேல் அமர்ந்து கொண்டான்.

"நான் எர்ணாகுளம் வரைக்கும் வந்திருக்கேன். அங்கேர்ந்து உங்க ஊருக்கு எவ்வளவு தூரம் இருக்கும்?" என்று கேட்டான் இராமு.

ஆயிரம் மைல்கள்! கோபம் தான் வந்தது. நாட்டு நடப்பை பேசிக்கொண்டிருக்கக் கூடிய நேரமா இது? தன்னுடைய எண்ணத்தை இவன் புரிந்து கொள்ளவில்லை என்று தோன்றுகிறதே! ஒருவேளை நடிக்கிறானோ?

எழுந்து சென்று இராமுவின் தோளில் கையை வைத்து, "எனக்கு இப்போ நாட்டு நடப்பைப் பற்றிப் பேசிக்

கொண்டிருக்க நேரமில்லை. தேவியை கூப்பிடும்"என்று கூறினான் சூரியாக்கோஸ்.

"ஆங்? என்ன, என்ன வேணும்?"

"எனக்கு என்ன வேணுமின்னு உனக்குத் தெரியாதா?"

"என்ன? என்ன வேணும்?" என்று கேட்டு, அவன் ஒரு சாத்தானைக் கண்டுவிட்டதுபோல் முழித்தான்.

"நீர் ஒன்னும் பதறவேணாம். அவளைக் கூப்பிடும்."

"ஏன்? என்ன விஷயம்?"

"விஷயமா?.... உனக்குத் தெரியாத மாதிரி கேக்கறியே. ராமு, என்கிட்டே நீர் ஒன்றும் முட்டாள் வேஷம் போட வேணாம்." குரலில் கடுமையேற்றிப் பேசினான் சூரியாக் கோஸ்: "நீ அவளைக் கூப்பிடறியா, இல்லே நான் உள்ளே போகட்டுமா?"

இராமுவின் முகம் வெளிறியது. எங்கிருந்தோ ஒரு தைரியம் வந்து விட்டதுபோல் அவன் எழுந்து கொண்டான்.

"ஐயோ, வேணாம். அப்படியொண்ணும் அவகிட்டே நடக்காது."

"ஏன் நடக்காது? என் விஷயத்துல மட்டும் நடக்காதுங்கிறீரா? காரணம்?"

"சரியாப்போச்சுப் போ!" என்று இராமு வீறாப்போடு கூறியவன், "நீங்க இப்போ போகப் போறீங்களா, இல்லையா!" என்றான்.

அவ்வாறு சொன்னதிலிருந்து ஒரு விஷயம் தெளிவாயிற்று. அவன் ஒரு அற்பமானவன்தான் என்றாலும் அவன் சம்மதம் இருந்தால் மட்டுமே எந்த விஷயங்களும் இங்கு நடக்கும் போலிருக்கிறது. அதன்பின், தான் அறிந்த விஷயங்களை விவரித்தால் தான் இதற்குத் தீர்வு கிடைக்கும் என்றும் தோன்றியது. சுருக்கமாக இருந்தாலும் தான் அறிந்த எல்லாவற்றையும் அவனுக்கு உணரவைக்க வேண்டும்.

உள்ளுக்குள் எங்கேயோ பாத்திரங்கள் உருளும் சப்தமும் மற்ற ஒலிகளும் கேட்டன. அவள் உள்ளே வேலை செய்து கொண்டிருக்கிறாள். அன்று ஒருநாள் அந்தக் கிழவன் குடும்பப்

பெருமையைப் பற்றிப் பேசியது நினைவுக்கு வந்தது. தங்களின் சொந்தக்காரன் என்னும் இராமுவின் விவரிப்பு. அக்காலத்திய ஏதோவொரு உறவைப் பற்றி கிழவனும் சொன்னானே! அது உண்மையாகவும் இருக்கலாம், இல்லாமலும் இருக்கலாம். திடீரென, தான் இங்கே ஒரு அந்நியன் என்ற உணர்வு வேட்டையாடத் தொடங்கியது. அவர்கள் ஒரே ஊர்க்காரர்கள்; சொந்தக்காரர்கள். தான் இந்த ஊர்க்காரன் இல்லை. சொந்தக்காரனும் இல்லை . வெறும் ஒரு அறிமுகமில்லாதவன் மட்டுமே–

இவ்வளவையும் நினைத்தாலும் இந்த முயற்சியைக் கைவிடக்கூடாது என்று தீர்மானித்தான். டாக்ஸி டிரைவர் சொன்ன விஷயத்தை மேலும் கற்பனைக் கலந்து இராமுவிடம் சொன்னான். இராமுவின் தோரணையும் கண்ணாமூச்சி விளையாட்டு விளையாடுவதுபோல் இருந்தது.

ஆனால், இராமுவின் பேச்சிலிருந்து ஒரு விஷயம் புரிந்தது. நடந்த விஷயங்கள் முழுவதையும் அந்தப் பாவப்பட்டவன் தெரிந்திருக்கவில்லை. தனக்குக் கிடைத்த ஆயுதமும் அதுவேதான். அவன் தங்கையைப் பற்றி – அப்படி ஒரு உறவு அவனுக்கு இருக்கிறதென்றால் – அவன் மனதில் – அழுக்கின் விதை ஒன்றை விதைக்க முடிந்தது. அவனுடைய வேலை ஒரு காவல் நாயைப் போன்றது மட்டும்தான். என்றாலும் தன் கண்களையே அவள் கூசச் செய்கிறாள் என்னும் உண்மை அவனைக் கோபம் கொள்ளச் செய்வதற்குப் போதுமானதாக இருந்தது. அதன் பிரதிபலன் அவன் முகத்தில் வெளிப்படவும் செய்தது.

“உமக்கு எல்லாம் தெரியும்னுல்லே நான் நினைச்சேன்? அப்போ உமக்கு டிப்ஸும் கிடைக்கலியா?” என்று நயமாகக் கேட்டான் குரியாக்கோஸ்.

அவன் சிறிதுநேரம் பேசாமல் இருந்தான். அதன்பின், சில நாட்களாக அவள் தன்னிடமிருந்து எதையோ மறைக்கிறாள் என்ற விஷயத்தை அவன் ஒத்துக் கொண்டான்.

அப்போதுதான் குரியாக்கோஸ் பர்சைத் திறந்து மேலும் ஒரு நூறு ரூபாய் நோட்டை எடுத்து இராமுவிடம் நீட்டினான். அவ்வளவு பெரிய நோட்டை முதன்முதலாக காண்பதைப்போல் அவன் அதையே உற்று நோக்கினான்.

“வாங்கிக்கிங்க ராமு. அன்னிக்கு உமக்கு டிப்ஸ் எதுவும் கிடைக்கலைதானே? அதனால, இதை எங்கள் இரண்டு பேர்களுடைய டிப்ஸாக கணக்கில் வச்சுக்கிட்டா போதும்.”

பசியோடிருக்கும் ஏழைச்சிறுவனுக்கு இனிப்பு பலகாரம் கிடைத்ததைப் போல் அவன் அந்த நோட்டை பட்டென்று வாங்கி மடியில் மறைத்துக் கொண்டான்..

“வெரிகுட், நான் ... சீக்கிரம் போகணும்.”

இராமு ஒரு நிமிடம் சிந்தனைக் குழப்பத்தில் மூழ்கியதுபோல் நின்றான்–அவனுக்கான தூதாகச் செல்லலாமோ என்னும் சிந்தனை மனதைக் குழப்புவதுபோல்.

“இல்ல. அவங்களுக்குள்ளே அப்படியொண்ணும் உண்டாகவில்லைன்னுதான் நான் சொல்றேன் அவங்களுக்குள்ளே வேற என்னவோ உத்தேசம் இருந்ததுன்னுதான் நான் நினைக்கிறேன்–”

“நீர் சொல்வதையும் சிந்திப்பதையும் நான் ஒன்னும் தெரிஞ்சுக்க வேணாம், எனக்கு இப்போ அதிக நேரமுமில்ல. புரியறதா?”

குரியாக்கோஸின் முகத்தில் தெரிந்த உறுதியைக் கண்டுவிட்டு தான், மேலும் எதுவும் பேசிக்கொண்டிராமல் – பேசுவதற்கும் முயலாமல்– இராமு எழுந்து உள்ளேபோனான்.

அந்தி இருளத் தொடங்குகிறது. படிக்கட்டையும் வயல் வெளியையும் நோக்கி இருவிழிகளைச் செலுத்தினான். யாரும் வரவில்லைதான். குடும்பப் பெருமையைப் பற்றி புலம்பும் இந்த கிழவன்? யாருக்கும் தெரியாத அந்த இடத்திலிருந்து பஸ்ஸில் வந்து இறங்கி நடந்துவரும் சுபத்ரா? இல்லை. இவர்களில் யாரும் தன் கண்களுக்கு எட்டும் வரையில் வரவில்லை.

இராமு உள்ளேயிருந்து வந்தான். அவன் முகத்தில் உற்சாகம் இல்லாமலிருந்தது. பொறுமையற்றவனாக முகத்தை வைத்துக் கொண்டு இராமுவின் முகத்தை நோக்கினான் குரியாக்கோஸ்.

“புடிபடும்னு தோணலை”என்று இராமு கூறினான்.

“ஏன்?”

“நான் சொல்லத் தொடங்குவதற்கு முன்பே அவள் சொன்னாள்...”

“என்ன சொன்னாள்?”

“சந்தியா தீபம் ஏத்தணும், அவருகிட்டே போகச் சொல்லுங்கன்னு சொன்னாள். குளியலறைக்குள்ளே கதவையும் சாத்திக் கொண்டாள்.”

எதிர்பார்ப்புகளுக்கு ஏற்ற ஆரம்ப அடிகளாக இருந்தது அது. இனிமேலும் தோற்று பின்வாங்கும் பிரச்சினையே இல்லை. பழிவாங்கலின் விதை ஒன்று உள்ளுக்குள் விழுந்து விட்டது. குரியாக்கோஸின் முகபாவனையை இராமுவும் படிக்க முடிந்திருக்க வேண்டும்.

“இதுல கஷ்டப்பட ஒண்ணுமில்லியே, இங்க நான் இருக்கேனில்லே? கொஞ்சம் முயற்சி செய்யணும், அவ்வளவுதான்...”

மனதில் விழுந்த பழிவாங்கலின் விதை முளைத்தெழத் தொடங்கியது. பழிவாங்கலின் விதை இல்லையென்றால், பிடிவாதத்தின், தீட்சண்யமான வெப்பத்தின் விதையென்றும் சொல்லலாம். இது கடைசி சந்தர்ப்பமாகும். இந்த பெண்குதிரையை அடக்கி ஒடுக்கியே தீரணும். இராமுவுக்கும் தனக்கு உதவவேண்டும் என்ற எண்ணமுள்ளது என்று தோன்றியது. அதற்குக் காரணம் முன்பே கொடுத்துவிட்ட இந்த டிப்ஸின் நினைவாகவும் இருக்கலாம். அவனை இன்னும் கொஞ்சம் ஊக்கப்படுத்தினால்தான் தன் எண்ணம் ஈடேறும் என்று உறுதி பூண்டான் குரியாக்கோஸ். பர்ஸை எடுத்து திறந்து அதில் அடுக்கி வைத்திருந்த நோட்டுக்களை ராமுவிடம் காட்டி விட்டு, அவனிடமே அதை வீசினான்.

“இது பூராவும் உனக்குத்தான். ஆனால் என் எண்ணம், நிறைவேறணும். புரிஞ்சுதோ?”

பர்ஸைக் குனிந்து எடுத்து அவநம்பிக்கையுடன் அதை உற்றுப் பார்த்த ராமு, “புரிஞ்சுது, புரிஞ்சுது” என்று முணுமுணுத்தான்.

அவன் உறுதியுடன் உள்ளுக்குள் போனான். சிறிது நேரம் கழித்து பதுங்கி வந்தவன் குரியாக்கோஸின் காதில் கூறினான்.

“குளிக்கறா. அந்தியில கோயிலுக்குப் போறதுண்டு. துணி மாத்தறதுக்காக தெற்குப் பக்க அறைக்கு வருவா. அப்போ...”

"அன்னிக்கு இருந்தேனே, அதே அறையா!"

"ஆமாமாம்."

இராமு சுற்று முற்றும் பார்வையை ஓடவிட்டு ஒரு திருடனைப் போல் கதவோரம் நின்றான். நிமிடங்கள் மிகவும் சாவதானமாக ஊர்ந்து நகருகிறதென்று தோன்றியது. உள்ளே, மறுமுனையிலிருந்து தண்ணீர் இறைக்கும் இரும்பு ராட்டினத்தின் சப்தம் கேட்கும் போதும், ஒரு பக்கெட்டின் சப்தம் கேட்கும் போதும் எல்லாம் இராமு கையினால் சைகைக் காண்பிப்பான்.

இதோ வர்றா. வர்றா.....

காத்திருத்தலின் இடைவேளையில் உள்ளுக்குள் ஒரு கதவு சாத்தப்படும் சப்தத்தைக் கேட்டதும் குழப்பத்துடன், "வருகிறாள், வருகிறாள்" என்று முணுமுணுத்தான்.

தன்னிடம் மௌனமாக இருப்பதற்கு சைகைக் காண்பித்தவன் கதவோரம் நகர்ந்து நின்றான். குளித்துவிட்டு வந்தவள் இராமுவிடம் என்னவோ கேட்டிருக்க வேண்டும்.

"அவன் அப்பவே போயிட்டான்"என்று கூறினான் இராமு. திரும்பி தன்னை நோக்கிக் கண் சிமிட்டவும் செய்தான். மேலும் ஒரு நிமிடம் சென்றிருக்க வேண்டும். அவனே கதவோரம் அழைத்தான். அருகில் சென்றவுடன் அவன் மெதுவாக உள்ளுக்குள் இழுத்து நிறுத்தினான். தண்ணீரில் விழுந்த பூனையைப் போல் அவனுடைய உடல் நடுங்குகிறதென்று தோன்றியது. பழைய அறையின் முன்பாக சென்று சேர்ந்திருந்தான் குரியாக்கோஸ். உயரமான வா யிற்படி. பெரும் மரக்கம்பிகளையுடைய ஜன்னலின் வழியாக மென்மையாகப் படரும் சந்தியா வெளிச்சம். மங்கலாகத் தெரியும் கட்டிலும் படுக்கையும். அறையின் மூலையிலுள்ள அலமாரியிலிருந்து ஆடைகளை எடுக்கும் அவளின் தெளிவற்ற உருவம்.

இராமு பின்னாலேயே இருந்தான். திரும்பிப் பார்த்தவுடன் சம்மதம் அளிப்பது போல் அவன் தலையாட்டினான். அத்துடன் அறைக்குள் பிடித்து தள்ளவும் செய்தான்.

அப்புறம் எல்லாமே வெகுவேகமாகவே நேர்ந்தது. திரும்பி நின்றிருந்த அவளின் தோளில் தன் கை பட்டதும், திடுக்கிட்டு திரும்பி நோக்கியவள் ஒரு உரத்தக் கூச்சலுடன் கதவை

தமிழில்: குறிஞ்சிவேலன் | 189

நோக்கி ஓடியபோது இராமு வெளியிலிருந்து பட்டென்று கதவை இழுத்துச் சாத்தியதும், அந்தக் கொடும் வஞ்சனையின் முன்னால் குழம்பிப் போனவள் கதவில் மோதி அழுததும், அர்த்தமற்ற வாக்குறுதிகளுடன் அவள் அருகில் அணைந்த தன்னை, சர்வ சக்தியையும் உபயோகித்து உதறித் தள்ளியதும், சில நிமிடங்களுக்குள் அவள் தன் கையணைப்பில் வளைக்கப் பட்டதும், துடிக்கும் அந்த மென்மையான மேனி தன்னை உன்மத்தனாக்கியதும், ஒரு காட்டுமிராண்டியின் பலம் தன் கைகளுக்குள் வந்து சேர்ந்ததும் எல்லாம்...

அவையெல்லாம் முடிந்து பலமணி நேரங்கள் கடந்து விட்டிருந்தன. இப்போது வெற்றி பெற்றவனாகத் திரும்பி வந்திருக்கிறோம். ஒரு சாம்ராஜ்ஜியத்தையே பிடித்து அடக்கிய சக்கரவர்த்தியாகியிருக்கிறோம். காரணம், இதுபோன்ற புத்தம் புது மலர்கள் எப்போதும் சக்ரவர்த்திகளுக்கு மட்டுமே உள்ளதாகும். இதுவரையில் தான் ஒரு இரண்டாமுறைக்காரனாக, ஒரு மந்திரியாகத்தான் இருக்க முடியும் என்ற எண்ணம் மட்டும்தான் முன்பு இருந்தது. இல்லை, அது தவறான அபிப்ராயம் என்று அறியும்போது ஏற்படும் ஆனந்தம் மட்டுமே இப்போது மேலோங்கியுள்ளது. உள்ளுணர்வின் வண்ணமயில் ஆகாயத்தை நோக்கிச் சிறகடித்து பறந்து உயருகின்றது. வென்றுவிட்டோம். மதம் கொண்ட ஒரு பெண்குதிரையைக் கீழடக்கி விட்டோம்.

அரை மயக்க நிலையில் பாதிமூடிய விழிகள், சிதறிக் கிடக்கும் கார்கூந்தலின் நடுவே வாடிய ஒரு தாமரைப் பூப்போன்றிருந்தது அவள் முகம். எல்லாம் முடிந்து விடை பெறுவதுபோல், மென்மையான அவள் கழுத்தில் உதடுகளைப் பதிக்கும்போது, கசங்கிய தாழம்பூவின் நறுமணம் அழகிகளின் வியர்வைக்குத்தான் உள்ளது என்று அறியப்படும் அந்த அசாதாரண வேளையில் –

அப்போது தான் அது கண்ணில் பட்டது, வெள்ளை நிறப் படுக்கை விரிப்பின்மேல்...

குரியாக்கோஸ் மெல்ல ஒருமுறை திடுக்கிட்டான். இப்படிப்பட்டதொரு அனுபவம் இதுதான் முதல் முறை. உடல்பலத்தை உபயோகித்து ,கீழடக்குவது. எப்படிப் பட்டதொரு திமிறலான தோரணை! அது அவளுடைய முதல் அனுபவமாக இருக்குமோ? ஆண் ஸ்பரிஸத்தையே அறிந்திராத ஒரு கன்னியாக இருந்தாளோ அவள்? மங்கிய வெளிச்சத்திலும் படுக்கை

விரிப்பில் தெரிந்த அந்த இரத்தப் பூக்கள் வேறு எதைத்தான் உணர்த்தின? அப்போ டிரைவர் சொன்னதெல்லாம்...? இராமகிருஷ்ணன் அங்கே மீண்டும் சென்றிருந்தது என்னவோ உண்மைதான். அதை இராமுவும் சொன்னான் அல்லவா! ஒருவேளை, இராமகிருஷ்ணன் பெரும் முஸ்தீபுக்கு தயாராகி யிருப்பானோ? அல்லது பலவீனமான நிமிடத்திய எண்ணத்தில் அடிமையாகி. வேறேதாகிலும் தீர்மானத்திற்கு வந்திருப்பானோ? ஏற்கனவே உறவினர்கள் என்றும் குடும்பங்களுக்குள் தொடர்பு உண்டு என்றும் கேள்விப்பட்டுள்ளானே? பிறந்த ஊரில் தான் ஒரு அநாதை என்ற எண்ணம் இராம கிருஷ்ணனுக்கு இருந்தது. அந்த அநாதைத் தன்மையைப் போக்க தற்செயலாகச் சந்தித்த இந்த பெண்ணே போதுமென்று முடிவு செய்திருப்பானோ? இராமுவும் அந்த அர்த்தத்தில் தானே சொன்னான்? அவர்களுக்குள் வேறு என்னவெல்லாமோ எண்ணம் உண்டென்று சொன்னானே... வேசி வீட்டில் வேறு என்ன எண்ணம் இருக்கிறது? குரியாக்கோஸுக்குச் சிரிக்கத்தான் தோன்றியது. இப்போது தான்தான் அரசன். தன்னுடைய வழிகாட்டி அரண்மனை விதூஷகன் வேடம் பூண்டு முட்டாள் சிரிப்புடன் நிற்கின்றான்.

மோகன் வெளியில் போயிருக்கிறான். அறையில் விளக்குப் போட்டிருக்கவில்லை. குரியாக்கோஸ் எழுந்திருப்பதற்குத் தயங்கி கட்டிலிலேயே சாய்ந்து படுத்திருந்தான். அப்போது ஒரு தீனமான குரல் காதில் வந்து விழுவதுபோல் தோன்றியது. கூடாது... கூடாது... குரியாக்கோஸ் திடுக்கிட்டான். அது அந்தப் பெண்ணின் சப்தமாயிற்றே? கற்பைச் சூறையாடி கிழித்தெறியப்பட்ட அந்த பெண்ணின் குரலாயிற்றே! தன் பலம் முழுவதையும் உபயோகித்துதான் அவள் கீழடக்கப்பட்டாள். அதுவும் வெகுநேரம் வரையில் திமிறி எதிர்ப்புக் காட்டியதற்குப் பின்... முற்றிலும் சோர்ந்து விட்ட அவள், கையெடுத்து கும்பிட்டுக் கொண்டே, 'என்னை நாசமாக்காதீர்கள்' என்று வேண்டிக் கொண்டதும், பின் நேரில் தோன்றாத தெய்வங்களையெல்லாம் அழைத்து உரக்க அழுதுக் கொண்டும் இருந்தாலும், தன் இதயம் கருங்கல்லாக மாறி தான் நினைத்ததை முடித்ததை எல்லாம் இப்போது ஒரு நடுக்கத்துடன்தான் நினைக்க முடிகிறது.. தன் உள்ளுக்குள் ஒரு கிரிமினல் குற்றவாளி மறைந்திருக்கிறானோ? குரியாக்கோஸுக்கு வியர்த்தது. அறையின் இருண்ட மூலைகளிலிருந்து குற்றப்படுத்தும் விரல்கள்

பல தன்னை நோக்கிச் சுட்டுவதாக அவனுக்குத் தோன்றியது. நீ குற்றவாளிதான்.... நீ குற்றவாளிதான்....

குரியாக்கோஸ் திடுக்கிட்டு துள்ளியெழுந்து விளக்கைப் போட்டான். மின் விசிறியும் ஓடாமல் இருந்தது. அதையும் போட்டான். குளிர் காற்று உடம்பில் பட்டதும் கொஞ்சம் ஆசுவாசம் உண்டாயிற்று. திடீரென்றுதான் இன்னுமொரு எண்ணமும் ஏற்பட்டது. நடந்த விஷயங்களைப் பற்றியெல்லாம் இராமகிருஷ்ணனுக்கு அறிவிக்க வேண்டும். பேசாமல் இருந்தால், அது நண்பனை வஞ்சிப்பதற்கு ஒப்பானவையாகும். இராமு சொன்ன அந்த 'வெறென்னமோ உத்தேசம்' என்பது திருமணமாக இருக்கலாம். அது நடக்கக் கூடாது! தவறான எண்ணங்களின் பேரில் தீர்மானங்கள் எடுத்திருக்க வேண்டும். நடந்ததெல்லாம் வேண்டுமென்றே எண்ணிச் செய்தது இல்லை. எப்படியோ நடந்து விட்டது; அவ்வளவுதான். ஆனால், அவையெல்லாம் நடந்து முடிந்து விட்டன. அது உண்மை. அதனால் இந்த நண்பனின் வேண்டுகோளை ஏற்றுக் கொள் –

காலையில் புறப்படும் ஃபர்ஸ்ட் பாசஞ்சருக்குப் புறப்படலாம் என்று குரியாக்கோஸ் தீர்மானித்தான். இனிமேல், இராமகிருஷ்ணனைச் சந்திக்க முடியாது. இந்த ஊரிடமிருந்து என்றென்றுமாக விடை பெற வேண்டும். அதுவும் மகிழ்ச்சியுடன் அல்ல. ஒரு கிரிமினல் புள்ளியின் கனத்த இதயச் சுமையோடுதான் விடைபெறல் நடக்கப் போகிறது. குரியாக்கோஸ் மோகனின் லெட்டர்பேடிலிருந்து ஒரு தாளைக் கிழித்து எடுத்தான். அதிலிருந்து மோகனின் பெயரை வெட்டிவிட்டு தன் பெயரை எழுதினான்.

அதன் பின் கடிதம் எழுதத் தொடங்கினான்:

மன்னிப்புக் கோரலுடன் குரியாக்கோஸ் எழுதுவது...

11

கண்களைத் திறந்து கொண்டே அமர்ந்திருந்தாலும் எதையும் காண முடியாத நிலை. உள்ளுக்குள் சப்தபிரமையே நடந்து கொண்டிருந்தாலும் காதில் எந்தவொரு சப்தமும் வந்து விழாத நிலை. எவ்வளவு நேரம் இப்படியே நிச்சலனமாக நின்று விட்டோம்....?

படிப்படியாகச் சமநிலைக்கு வந்தபோதுதான் எல்லாமே புரியத் தொடங்கியது.....

பகல் நேரம், வாட்சை நோக்கினான். மணி பத்து கழிந்து விட்டிருந்தது. வங்கிக்குப் புறப்படவேண்டும். ஆடை மாற்றிக்கொண்டான். டிபன் சாப்பிடவில்லை. ப்ரீப்கேஸை எடுத்துக்கொண்டு கீழே இறங்குவதற்குப் புறப்பட்டபோதுதான் முதல்நாள் நம்பியார் ஒப்படைத்த அந்த நீண்ட கவர் தெரிந்தது. அது குரியாக்கோஸின் கடிதம்தான். வங்கிக்குச் சென்றபின் நேரம் கிடைக்கும்போது படிக்கலாம் என்றுதான் முதலில் எண்ணினான், என்றாலும், ஒரு ஆர்வம் மேலிட, அப்போதே கவரை உடைத்து நோக்கினான். அவ்வளவு தான்.

கோபாலன் நாயர் அறைக் கதவோரம் எப்போதிலிருந்து நிற்கத் தொடங்கினார்? ஒரு நிழல்போல்தான் அவரைக் காணமுடிவதாக இருந்தது. ஆனால், அந்த உருவம் மனதில் பதியவில்லை. கோபாலன் நாயர் என்னவோ சொன்னார். புரியவில்லை...

கோபாலன் நாயரின் முகத்தில் ஆச்சரியம். டிபனையும் டீயையும் மேஜைமேல் கொண்டுவந்து வைத்து கொஞ்ச நேரமாகிவிட்டது என்று அவர் கூறுகிறார்: “இன்னிக்கு பேங்குக்குப் போகலியோன்னு நினைச்சேன். ஆனால், படியேறி வந்து பார்த்தப்போ வேஷம் மாறிவிட்டிருந்தது”...

“ஏன் என்னாச்சு? கடிதத்துல என்ன எழுதியிருந்தது?”

“ஆங்... ஒண்ணுமில்லே”

சில நிமிடங்கள் கழித்து மீண்டும் கோபாலன் நாயர், ‘டீ குடிக்கலியா?” என்று கேட்கிறார்.

“வெளியே போய்வரணும்”

“வெளியேன்னா, பேங்குக்குத்தானே?”

“இல்ல.”

குரலிலிருந்த வித்தியாசத்தை கோபாலன் நாயர் புரிந்து கொண்டாரோ என்னவோ, அவர் அருகில் வந்தார்.

“ஏன் உடம்புக்குச் சுகமில்லியா? பின்னே ஏன் பச்சைத் தண்ணியில குளிச்சே?”

மனதைக் கட்டுப்படுத்த வேண்டியதாயிற்று. கோபாலன் நாயரின் எதிரில் பதறக்கூடாது. இப்போது, தான் ஒரு இளமை மாறாத பலவீனமான இளைஞன் அல்ல. எதிர்கொள்ள வேண்டிய எல்லாக் கட்டங்களையும் தைரியமாக நின்று ஏற்கக்கூடிய வயது இது.

எதிர்பார்ப்பின் ஒரு மெல்லிய தீப்பொறி மட்டும் இன்னும் மனதில் மீதமிருந்தது. இந்தக் கடிதம் குரியாக்கோஸின் ஒரு தவறான எண்ணமாக மட்டும் இருந்துவிட்டால்....! மீண்டும் ஒருமுறை அந்த வரிகளில் கண்களைச் செலுத்த வேண்டும் என்று தோன்றியது. ஆனால், தனக்குள் விஷம் வைத்திருக்கும் ஒரு பயங்கர ஜந்துவைப்போல்தான் இந்த கடிதமும் அப்போது தென்பட்டது. தொடுவதற்கே வெறுப்பாக இருந்தது. டாக்சி டிரைவர் சொன்னான் என்று கூறியுள்ளானே! அப்படியென்றால், அது அவனுடைய எண்ணம். அவனுடைய எண்ணம் மட்டுமாக இருப்பதற்கில்லை. அவ்வளவையும் நினைத்தால் இதயத் துடிப்பும் மிகவேகமாக இருந்தது. அப்படியென்றால்... எல்லாம் நடந்து விட்டிருக்குமோ?

முதலில் உண்மையை அறிந்து கொள்ள வேண்டும். அவைகளை அங்கீகரிக்க வேண்டும். அதன்பின் தீர்மானம் எடுக்கவேண்டும். அப்போதுதான் மீண்டும் திடுக்கிட்டான். தீர்மானம் எடுப்பதா? என்ன தீர்மானம் எடுப்பது? தீர்மானம் தான் எடுத்து முடித்தாயிற்றே? வெளிப் படையான சடங்குகள் மட்டும்தானே முடியவில்லை? தான் தொடவில்லை என்றாலும் அவள் மனதளவில் தன் மனைவியாகி விட்டவள்தானே?

"என்ன ஏதோவொரு மாதிரியாக இருக்கிறே?" என்று கோபாலன் நாயர் குழப்பத்துடன் கேட்கிறார்.

"ஒண்ணுமில்லே கோபாலன் நாயரே, டீ எங்கே?"

இயந்திரமாகத்தான் மாடிப்படிகளில் இறங்கினான்.

சாப்பாட்டு மேஜைக்கு முன்னால் அமர்ந்தான். டீயை மட்டும் குடித்துவிட்டு எழுந்து கொண்டான். கோபாலன் நாயர் குழம்பியவராக நின்று கொண்டிருந்தார்.

"இன்னிக்கு மத்தியானம் சாப்பாட்டுக்கு வர கொஞ்சம் நேரமாகும்!"

"ஏன்?"

"இப்போ நான் பேங்குக்குப் போகலை. வரும்போது என்னோட இன்னும் ஒருத்தரும் இருக்கலாம்."

"அதுக்கென்ன இப்போ? சிநேகதருங்க யாராக இருந்தாலும் இருக்கட்டும். இங்க சாப்பாடெல்லாம் எப்போதும் ரெடியாக இருக்கும்."

"சினேகிதன் இல்ல சிநேகிதி. ஒரு புதிய சிநேகிதி!"

"ஆங்?"

"நான் நேத்திக்கே சொன்னேன்லே? நான் அந்தப் பெண்ணை இன்னிக்கே இங்க அழைச்சுக்கிட்டு வரப் போறேன்."

ஆச்சரியம் வழியும் கோபாலன் நாயரின் கண்களை புறக்கணித்து கொண்டே மாடிக்குச் சென்றான். ப்ரீப்கேஸ் தேவையில்லை என்று அங்கேயே வைத்துவிட்டான். பேங்குக்குத்தான் போகலையே! பர்ஸை எடுத்து பேண்ட் பாக்கெட்டில் செருகிக் கொண்டான். கடிதத்தை எடுத்துச் சுக்கல் சுக்கலாகக் கிழித்தெறிந்தான். மாடிப் படிகளில்

இறங்கினான், ஷூவுக்கு பதில் செருப்பைப் போட்டுக் கொண்டான். வெளியேறும் போது கோபாலன் நாயருக்கு மீண்டும் நினைவூட்டினான். தேவையானதையெல்லாம் தயார் செஞ்சு வையுங்க. இப்போதைக்கு எங்களை வரவேற்க நீங்க மட்டும் – இருந்தா போதும், கோபாலன் நாயரே...”

டாக்ஸி ஸ்டாண்டில் அந்தப் பழைய டாக்ஸி இருக்கிறதா என்று நோக்கினான். தென்படவில்லை. இன்னொரு டாக்ஸியைக் கைதட்டி அழைத்தான்.

வயல்வெளி ஆரம்பிப்பதற்கு முன்பே வண்டியை நிறுத்தச் சொன்னான். இராமகிருஷ்ணன் கதவைத் திறந்து கொண்டு இறங்கினான். சூடேறத் தொடங்கிய வெயிலில் மூழ்கியிருந்த வயலில் கண்களுக்கெட்டாத தூரம் வரையில் நடமாட்டங்கள் ஒன்றுமில்லை. தூரத்தில் அந்த வீட்டு மதிலின் ஒரு பக்கம் மட்டும் தெரிந்தது. மரத் தோப்புகளுக்கிடையே நிழலில் ஒரு பகுதியில் எட்டுக்கட்டு வீட்டின் சுவரும் ஓடு வேய்ந்த மேற்கூரையும் தெரிந்தது. தூரத்திலிருந்து பார்க்கும்போது அது ஒரு அமைதியின் உறைவிடம் போன்று தோன்றுகிறது. முதல் நாள் நடந்த ஒரு கொடுமைக்குச் சாட்சியாக இருந்த இடமா அது–?

ஒருமுறை ஸ்ரீதேவி சொன்னது நினைவுக்கு வந்தது. ‘காரில் வந்தால் எங்கள் வீட்டின் மேற்கத்திய முற்றம் வரைக்கும் போகலாம். ஆனால், அதற்கு ஆறு மைல் தூரம் சுற்றிக் கொண்டுதான் வரமுடியும்.’

மழைக்காலத்தில் வயல் முழுவதும் தண்ணீர் நிரம்பி விடும்போது எப்படி வீட்டுக்குள் போக முடியும் என்று கேட்டபோதுதான் அவள் அப்படிச் சொன்னாள். இனி மேல்தான் அந்த ஆற்றுக்குக் குறுக்கே பாலம் கட்டப் போகிறார்களாம். அதுவரைக்கும் மழைக் காலங்களில் வருவதாக இருந்தால் ரப்பர் செருப்பும் வேட்டியும்தான் கட்டிக் கொண்டு வரவேண்டும் என்று சொன்னது நினைவுக்கு வந்தது.

டிரைவர் புதிய பையன், ‘வழி தெரியுமா’ என்று கேட்டதும், ‘ஓரளவுக்குத் தெரியும்’ என்றான். அந்தப் பகுதிக்கு ஒருதடவை டிரிப் போனதுண்டு என்றும் சொன்னான். இராமகிருஷ்ணன் ஏறி அமர்ந்தான். வழி தெரிந்த வரைக்கும் போகுமாறு கூறினான். அதன்பின் யாரிடமாவது கேட்டுக் கொள்ளலாமே.....

கப்பிச் சரளைக்கல் நிறைந்த அந்த ஊராட்சி சாலையில் வழி கேட்பதற்காக ஒன்றிரண்டு முறை மட்டுமே நிறுத்தும் படியாயிற்று, அதன்பின் அதிகச் சிரமமில்லாமல் பயணித்து முந்திரி மரக் கிளைகள் தரையைத் தொட்டு நிற்கும் அந்த வீட்டின் காம்பவுண்டிற்குள் கார் நுழைந்து நின்றது.

கதவு திறந்து மூடும் சப்தத்தைக் கேட்டுவிட்டுதான், இராமு வீட்டு முற்றத்தில் வெளிப்பட்டிருக்க வேண்டும். ஒரு காகத்தைப் போல் அவன் சாய்ந்து நோக்கினான். ஆள் அடையாளம் தெரிந்துவிட்டதுபோல் ஒரு தயக்கத்துடன் நடந்து அருகில் வந்தான். திருட்டு விழி முழிக்கும் அவன் முகத்தைக் கண்டதும் உள்ளுக்குள் கோபம் பொங்கியெழுந்தது.

"வாங்கோ, வாங்கோ. காரோட சப்தம் கேட்டதும் யாராக இருக்கும்னு நினைச்சேன்" என்று அவன் வரவேற்றான்.

"நானா இருப்பேன்னு நினைச்சிருக்க மாட்டே இல்லே?"

"இல்ல, நான் உங்களைப் பாக்கறதுக்காகத்தான் உட்கார்ந்திருந்தேன்."

"எதற்கு?"

"தேவி..."

"தேவி?"

"கொஞ்சம் பேங்க் வரைக்கும் போயி விசாரிக்கச் சொல்லிச்சு."

"குரியாக்கோஸ் இங்க வந்திருந்தானா?"

இந்தக் கேள்வியை இதயத் துடிப்போடுதான் கேட்டான்.

"ஆமாம்."

"வந்து?"

அவன் பேசவில்லை.

"ஸ்ரீதேவி எங்கே?"

"கல்லூரிக்குப் போகலையா?"

"ரெண்டு நாளா போகல"

"என்ன காரணம்?"

“உடம்பு சுகமில்லையாம். மேல்மாடி அறையில கதவை அடைச்சிக்கிட்டு படுத்துக்கிட்டே இருக்கு. பெரியக்காவோ கோழிக்கோட்டுலேயே இருக்காங்க. நான் என்ன செய்ய முடியும்?”

கோபத்தை அடக்கிக் கொண்டு நின்றான்.

“அதுக்குதான் நான் பேங்குக்கு வர நினைச்சிருந்தேன்...”

“பின்னே, நீ ஏன் வரலை?”

“நான் வந்திருந்தேனுங்களே. விசாரிச்சப்போ நீங்க பெங்களூர் போயிருக்கீங் கன்னு சொன்னாங்க.”

பொங்கியெழுந்த கோபம் அப்படியே தாழ்ந்தது. இந்த அல்பப் பிராணியை என்ன செய்வது?

“உனக்குக் குரியாக்கோஸ் என்ன கொடுத்தான்?”

இராமு அதற்குப் பதில் கூறாமல் ஒரு இளிப்புடன் நின்றான்.

“சொல்லுடா.”

சப்தத்திலுள்ள வித்தியாசத்தை புரிந்து கொண்டதால்தான் அவன் ஒரு இயலாமையுடன் முகம் நிமிர்ந்திருக்க வேண்டும்.

“பணம் கிடைச்சால் போதும். நீ என்ன வேணும்னாலும் செய்வே, இல்லையாடா?”

அவனுடைய குறுகிய கண்கள் கொஞ்சம் மின்னியது. அன்னியன் ஒருவன் வீட்டுக்குள் வந்து அதிகாரம் செய்கிறானோ?

“என்ன நீங்க? தேவையில்லாம என்னென்னமோ பேசறீங்க.”

“யாருக்குத் தேவையில்லாதது. உனக்கா, உன்னுடைய....”

அவன் விரலை உயர்த்தி, “கண்டவங்கள்லாம் இங்க வந்து கலாட்டா செய்யறதுக்கு நான் ஒத்துக்கமாட்டேன், ஆமா” என்று கூறினான்.

அப்போது இராமகிருஷ்ணன் அனைத்துக் கட்டுப்பாடுகளையும் இழந்து கொண்டிருந்தான். அவன் சொல்லி முடிக்கவும், அவனுடைய இடது கன்னத்தில் அடி

விழுவதும் ஒரே நேரத்தில் நடந்தது. அவன் அதை நினைத்துப் பார்க்காததால் அதே அடியில் தட்டுத் தடுமாறி தரையில் சரிந்தான். அங்கேயே கிடந்து கத்தத் தொடங்கியவனின் பனியனைக் கூட்டிப் பிடித்து எழுப்பி நிறுத்தினான். மீண்டும் அடிப்பதற்குக் கையை ஓங்கியபோது நடுங்கிக் கொண்டே அவன் கும்பிட்டான். அதே நிமிடத்திலேயே வீட்டினுள்ளிலிருந்து 'என்னாங்க' என்று அழைக்கப்படும் ஸ்ரீதேவியின் குரல் கேட்டது. இராமுவிடமிருந்த பிடியைத் தளர்த்திவிட்டு திரும்பி நோக்கினான். இடைவழியிலுள்ள ஜன்னலுக்குப் பின்னால்தான் ஸ்ரீதேவி நின்றிருந்தாள். ஜன்னல் கம்பிகளில் முகத்தை புதைத்துக் கொண்டு அவள் அர்த்தத்துடன் நோக்கி நின்றாள்.

பிடி தளர்ந்ததும் தப்பித்துவிட்ட மகிழ்ச்சியுடன் திரும்பித் திரும்பிப் பார்த்துக் கொண்டே இராமு படியிறங்கி ஓடினான்.

இராமகிருஷ்ணன் உடனே, "ஸ்ரீதேவி, வெளியே வா" என்றழைத்தான்.

அவள் அதைக் கேட்டதாகவே தோன்றவில்லை. ஜன்னலிலிருந்து விலகாமலும் அசையாமலும் அவள் அப்படியே நின்றாள். கலைந்து சிதறிய தலைமுடியையும், அழுக்கேறி கலைந்த சேலையையும் அந்த மங்கிய ஒளியிலும் காணமுடிந்தது.

"ஸ்ரீதேவி வெளியே வா. உன்னை அழைச்சிக்கிட்டுப் போகத்தான் நான் வந்திருக்கேன் ஸ்ரீதேவி."

உறுதியான குரலில் அவன் கூறினாலும் அவள் அசையவே இல்லை. ஆனால், பார்த்துக் கொண்டிருக்கும்போதே அவளின் விழிகள் நிறைந்து நீர் வழியத் தொடங்கியது.

"உன்னை நான் அழவைப்பதற்காக வரலை ஸ்ரீதேவி. உன்னை அழைச்சிக்கிட்டுப் போகத்தான் வந்திருக்கேன்."

"கொஞ்சம் காலங்கழிச்சி வந்துட்டீங்க... இனிமே..."என்று அவள் தேம்பினாள்.

"பரவாயில்லை, ஸ்ரீதேவி--"

"உங்கக் கூட வர்றதுக்கு எனக்கு இனிமே அருகதை யில்லீங்க."

"அருகதையைப் பற்றி யோசிக்கற விஷயத்த என்கிட்டே விட்டுவிடு."

தமிழில்: குறிஞ்சிவேலன்

“இல்லீங்க. நான் என் வழியை நிச்சயித்துக்கிட்டேன். ஒரு தடவை மட்டும் நான் உங்களப் பார்க்கணும்னு இருந்தேன். காலங்கடந்து வந்தாலும் வந்துட்டீங்கல்லே. வர்றதுக்கு முன்னாலேயே எல்லாத்தையும் தெரிஞ்சுக் கிட்டீங்களே. அதுவே போதும், இனிமேலும், நான் எதையும் விவரிக்க வேண்டாமில்லே.”

“நான் திடீர்ன்னு பெங்களூருக்குப் போக வேண்டியதாயிட்டுது. அதனால உனக்குத் தெரிவிக்க முடியாமே போயிட்டுது ஸ்ரீதேவி... அப்புறம் நான் பெங்களூரிலிருந்து சில பொருளுங்களையும் வாங்கியாந்திருக்கேன். எல்லாமே உனக்காகத்தான் ஸ்ரீதேவி...”

கண்ணீருக்கிடையே சோகம் கப்பிய புன்னகை ஒன்று அவளின் உதட்டருகில் மலர்ந்தது. சேலைத் தலைப்பால் கண்களையும் முகத்தையும் அழுத்தித் துடைத்துவிட்டு, “வராந்தாவில் உக்காருங்க. நான் இதோ வறேன்”என்று கூறினாள் அவள்.

ஸ்ரீதேவி ஜன்னலுக்கருகிலிருந்து காணாமல் போனதும் இராமகிருஷ்ணன் வராந்தாவிற்குப் போனான். சாய்வு நாற்காலியில் அமர்ந்தான். குரியாக்கோஸ் மீண்டும் வந்தபோது இதில் அமர்ந்து பார்த்திருப்பானோ? நினைக்கும்போதே மனம் கலங்கியது. அன்றைக்கு கான்ஃபரன்சுக்குப் போ யிருக்காவிட்டால் விஷயங்கள் வேறுவிதமாக அல்லவோ இருந்திருக்கும்? வேண்டாம். நடந்துவிட்ட விஷயங்களை மறந்துவிட வேண்டும்.

ஸ்ரீதேவி வெளியே வருவதற்கு அரைமணி நேரமாவது சென்றிருக்கும். அவள் சேலை மாற்றியிருந்தாள். ஆசுவாசம் தோன்றியது. தலைமுடியை வாரி முடிந்து கொண்டு ஒரு சிகப்புப் பொட்டையும் இட்டிருந்தாள். இரு கைகளாலும் ஒரு டீ கப்பைச் சேர்த்துப் பிடித்துக் கொண்டிருந்தாள், ஸ்ரீதேவி டீ கப்பை அவனிடம் நீட்டினாள்.

“கொஞ்சம் டீ குடியுங்க.”

“மொதமொதல்ல தர்றே இல்லே?”

“மொதலும் கடைசியுமாகத்தான்.”

அவள் அப்படி சொன்னாலும் தன் எண்ணத்துக்கு ஒத்துப்பாள் என்று இராமகிருஷ்ணனுக்குத் தோன்றியது. நடந்ததையெல்லாம் ஒரு கெட்டக் கனவைப் போல் கணக்கில் எடுத்துக்கொண்டு அவள் தன்னுடன் வராமல் இருக்க மாட்டாள். அவளை இப்போதே தன்னுடன் அழைத்துச் சென்றுவிட வேண்டும். தன் நேசத்தால் அவளை அக்னி பிரவேசம் செய்து சுத்தப்படுத்த வேண்டும்.

“டீ எனக்கு மட்டும்தானா? இன்னும் ஒரு கப் எடுத்து வா. ஷேர் பண்ணிக்கலாம்.”

“வேணாம். இது உங்களுக்கு மட்டும் தாங்க.”

மறுக்க முடியவில்லை. உலைந்து போயிருக்கும் அந்த மனதில் மேலும் விரிசல்களை உண்டாக்கக் கூடாது. உடைந்த மனதை உறுதியாக்க வேண்டும். டீ குடிப்பதை அவள் அர்த்தத்துடன் நோக்கிக் கொண்டிருந்தாள்.

“கடவுளே! மிகவும் கொறைஞ்ச நாள் பழக்கம்தான். ஆனால், எத்தனையோ வருஷங்களாக ஏற்பட்ட உறவைப் போலத்தான் தோணுது. அந்த தோன்றலுக்கு இனிமே என்ன அர்த்தமிருக்கு?”

“கடவுள்கிட்டே தானே கேட்கறே. கடவுளே பதில் சொல்லட்டும்”

“என் கடவுள் செத்துப் போயிட்டார், இராமகிருஷ்ணன்.”

“உன்கிட்டே சில விஷயங்களைப் பத்திப் பேசத்தான் நான் வந்திருக்கேன், ஸ்ரீதேவி.”

“இனிமே என்ன பேசுறதுக்கு இருக்குது? அதுக்கான நேரமெல்லாம் போயிட்டுது. நமக்குள்ளே நாம் சந்திக்க வேண்டிய சந்தர்ப்பமே இல்லை. அப்படியிருந்தும் நம்மைப் பரஸ்பரம் அறிமுகப்படுத்திய அந்தக் கடவுள் இப்போ செத்துப் போயிட்டாரு”

“நடந்ததையெல்லாம் மறந்துடு. எனக்கு இன்னொரு விஷயமும் தெரியணும். நீ இன்னிக்கே என் கூட வந்துடணும் ஸ்ரீதேவி–”

ஸ்ரீதேவி பதில் கூறவில்லை. அரைத் திண்ணைக்கு மேலிருந்த தூணில் சாய்ந்து கொண்டுதான் அவள் நின்றிருந்தாள். அவள்

தரையில் ஏதோவொரு புலப்படாத புள்ளியின் மேல் நோக்கிக் கொண்டிருந்தாள். கவனித்து நோக்கியபோதுதான் அவளுடைய கண்கள் தானாக மூடிக் கொள்வதைப் பார்த்தான்.

“ஸ்ரீதேவி.”

அவள் திடுக்கிட்டு தலை நிமிர்ந்தாள்.

“ரெண்டு நாளாவே தூங்கலை. அதான் தூக்கம் வருது. இப்ப நிம்மதியாயிட்டுது. காத்துக்கிட்டிருந்த, ஆளைப் பார்த்துட்டேனே...... இனிமே நான் இங்கே கொஞ்சம் உக்கார்ந்துக்கட்டுமா...”

அவள் தூணில் சாய்ந்து கொண்டு கைப்பிடிச் சுவரின் மேல் அமர்ந்தாள்.

“நடந்தவையெல்லாத்தையும் ஒரு கெட்டக்கனவா நீ கருதினா போதும், ஸ்ரீதேவி...”

“ஆமாமாம். கெட்ட கனவுதான். எனக்கு ஒரேயொரு சங்கடம் மட்டும்தான் இன்னும் இருக்கு. என்கிட்டே வெளிப்படுத்தின உங்க நேசத்தை என்னால உங்களுக்குத் திருப்பிக் கொடுக்க முடியலீங்களே.”

“நேரமிருக்கு ஸ்ரீதேவி, முதலும் வட்டியுமாவே அதைச் சரிப்படுத்திடலாம்...”

“இனிமே என்கிட்டே முதலுமில்லே, வட்டியுமில்லே...”

“மனமிருக்கில்லே. யாராலும் தொடமுடியாத அந்த மனமிருக்கில்லே, அதுபோதும் எனக்கு. அப்புறம் இந்த சமூகத்தைத் திருப்திப் படுத்தறதுக்கும் இன்னிக்கே நான் தயாரா இருக்கேன். இன்னிக்கே நாம ரிஜிஸ்டர் ஆபீஸுக்குப் போகலாம்.”

“திருமணம்கறது சொர்க்கத்தில் வச்சுதானே நடக்கும் இராமகிருஷ்ணன்? இல்லே, ஏதாச்சும் ஆபீஸுல வச்சு நடக்குமா? என் நேசத்தையெல்லாம் நான் சொர்க்கத்துல வச்சு திருப்பிக் கொடுத்துடறேன். இல்லேன்னா இனியொரு பிறவி இருக்கிறதுன்னா அப்போ...” என்று எவ்வித குறிக்கோளுமில்லாதக் குரலில் கூறினாள் ஸ்ரீதேவி.

“உன்னோட நேசம் பூராவும் இந்த பிறவியிலேயே எனக்கு வேணும் தேவி. அதுவும் இந்த பூமியிலேயே...”

அவள் மறுக்கும் பாவனையில் தலையாட்டினாள் அவளின் கண்கள் அடைந்திருந்தன. பார்த்துக் கொண்டிருக்கும்போதே அவள் தூணில் சரிந்து பின்பக்கமாக விழுந்தாள். இராமகிருஷ்ணன் கொஞ்சம் குழப்பத்துடன் கூச்சலிட்டுவிட்டு, உடனே துள்ளியெழுந்து ஸ்ரீதேவியைப் பிடித்தான். விழிகளைத் திறப்பதற்கு பிரயாசைப்பட்டுக் கொண்டு அவள் வெறும் தரையில் துவண்டு அமர்ந்தாள்.

"ஓ, என்னைத் தொட்டீங்களா? என்னை ஏன் தொட்டீங்க?" அதே துவண்டு குளறும் குரலிலேயே ஸ்ரீதேவி புலம்பிக் கொண்டிருந்தாள்.

"ஸ்ரீதேவி, என்னது இது?"

"ஒண்ணுமில்லே, இராமகிருஷ்ணன். வேற என்ன வெல்லாமோ ஆசைப்பட்டேன். அந்த அளவுக்கு எதையும் ஆசைப்படக் கூடாது இல்லையா? கடவுளும் அதை விரும்பலை!... அவன் எப்படிப்பட்டதொரு மிருகம்! நான் எவ்வளவோ கெஞ்சி கூத்தாடி வேணாம் வேணாம்னேன். இருந்தும்.... இந்த உடல் இப்போது வெறும் எச்சிலிலைதான். நான் இப்படியே கண்களை மூடி படுத்துக்கறேன். நீங்க பக்கத்துல மட்டும் இருந்தாப் போதும் இராமகிருஷ்ணன். என்னோட கடைசி ஆசை...."

உள்ளுக்குள் ஒரு பொறி தட்டியது. கடைசி ஆசை! என் வழியை நான் தீர்மானித்து விட்டேன் என்று ஜன்னலுக்குப் பின்னால் நின்று கொண்டு அவள் கூறியது நினைவுக்கு வந்தது. சந்தேகத்தின் தீச்சுடர்கள் ஆவேசமாகப் படரத் தொடங்கின. அவள் என்ன செய்து விட்டாள்?

"ஸ்ரீதேவி, உண்மையைச் சொல். என்னதான் சாப்பிட்டே?"

"சொல்றேன். அதுக்கு முன்னால ஒரு வேண்டுகோள். என்னை எங்கியும் கொண்டு போகாதீங்க. இங்கேயே உங்க பக்கத்திலேயே கொஞ்சம் கண்களை மூடிக்கிட்டு கிடந்தாலே போதும்... ப்ளீஸ்."

"என்ன சாப்பிட்டே. உண்மையைச் சொல்லு."

"உண்மையைச் சொல்றேன். இதை எப்போதே நான் சாப்பிட்டிருக்கணும். நீங்க வருவீங்கன்னு எனக்கு உறுதியிருந்தது இராமகிருஷ்ணன். உங்களை இன்னும் ஒரு முறையாவது

பார்க்கனணும்னு ஆவலா இருந்தது. அதுக்காகத்தான் காத்திருந்தேன். இப்போதான் பார்த்துட்டேனே.”

“ஸ்ரீதேவி.”

“அக்கா சாப்பிடற தூக்க மாத்திரைங்க மீதியிருந்தன. அக்காவுக்கு தூங்கணும்னா தெனத்துக்கும் மாத்திரைக் கண்டிப்பா வேணும். அதுல மீதியிருந்தவையெல்லா வற்றையும்தான் எடுத்துச் சாப்பிட்டுட்டேன் – ஒரு நீண்ட தூக்கம் போடறதுக்கு. ஒரு லெட்டரையும் எழுதி வைச்சிருக்கேன். இதுக்கு யாரும் காரணமில்ல. நான்தான் குற்றவாளின்னு...” – அவளின் குரல் தாழ்ந்தது.

“ஸ்ரீதேவி.”

“பரவாயில்லை இராமகிருஷ்ணன். இந்த பிறவியில வேற எந்தப் பிரயோஜனமுமில்ல. அதனால, இது இப்படியே போவட்டும். என்னோட இந்த பிறவியே இயற்கைக்கு மாறாகிவிட்டது. அக்காவுக்கும்...”– ஸ்ரீதேவியின் குரல் தெளிவில்லா மலிருந்தது. கண்கள் மூடின. அவள் தலையை இங்குமங்கும் உருட்டிக் கொண்டிருந்தாள்.

டாக்சியை முற்றம் வரையில் கொண்டு வந்தது எவ்வளவு நல்லதாகி விட்டது என்பதை இராமகிருஷ்ணன் நினைத்தான். தெய்வம் எப்போதும் ஒரு நன்மையைத் தனக்காக அளித்துக் கொண்டுதான் இருக்கிறது.

சிறிது நேரத்தைக்கூட வீணடிக்காமல் வாடிய தாமரைக் கொடியைப்போல் துவண்ட ஸ்ரீதேவியை இரு கைகளிலும் தாங்கிக் கொண்டு காருக்கருகில் அழைத்துச் சென்றான் இராமகிருஷ்ணன். டிரைவர் வேகமாக கார் கதவைத் திறந்தான். ஸ்ரீதேவியைப் பின் சீட்டில் படுக்க வைத்தப்பின் இராமகிருஷ்ணனும் ஏறினான். அவள் தலையை மெதுவாக தன் மடியில் எடுத்து வைத்துக் கொண்டான்

“ஏதாச்சும் நல்ல ஆஸ்பத்திரிக்கு சீக்கிரம் போ.”

“இங்கே பக்கத்துலேயே ஒரு பிரைவேட் நர்சிங்ஹோம் இருக்குங்க சார். நாலுகிலோ மீட்டர் தான் இருக்கும்க.”

“சரி, சரி, அங்கேயே போ. ஐந்து நிமிஷத்துல போய்டணும்.”

“சரிங்க சார்...”

✸

12

சேலைக்கு மேல் வெள்ளை நிறக் கோட்டு அணிந்த லேடி டாக்டர் இரண்டாம் முறையும் உள்ளேயிருந்து வெளியில் வந்து, "ஷீ ஈஸ் க்ரிட்டிக்கல். ஒண்ணும் சொல்ல முடியாது. சொல்ல வேண்டியவங்களுக்கெல்லாம் நீங்க அறிவிச்சுடுங்க"என்று கூறினாள்.

யாருக்குத் தெரிவிக்கணும்? எதற்காகத் தெரிவிக்கணும்? விசித்திரமான ஒரு அனுபவத்தின் வழியாக நேரம் கடந்து கொண்டிருந்தது. இன்டன்சிவ் கேர் யூனிட்டிற்குள் அனுமதியில்லை. டாக்டர் உள்ளுக்கும் வெளிக்குமாக வந்து போய்க் கொண்டிருக்கிறாள்.

மேலும் சிறிது நேரம் சென்றதும் ஒரு நர்ஸ் ட்யூட்டி அறையிலிருந்து கூப்பிட்டாள். ஒரு ஃபாரத்தைக் கொடுத்து கையொப்பமிட்டுக் கொடுக்கும்படி கேட்டாள். இது எதற்கென்று கேட்டதும் சில 'லீகல் ஆப்ளிகேஷன்ஸ் ஃபுல்பில்' செய்ய வேண்டியது இருப்பதாகக் கூறினாள். நர்ஸ் அதுபற்றி விவரித்தாள். நோயாளியின் உயிர் ஊசாடும் நிலைக்கு வந்துவிட்டால் நெருங்கிய உறவினர்களிடமிருந்து இப்படியொரு கையொப்பம் வாங்குவது அவசியமாம். அதுவும், தற்கொலைக் கேஸை அட்டெம்ப்ட் செய்யும்போது முக்கியமாக இப்படி....

நீண்டநேர காத்திருப்பு. இப்போது டாக்டர்களினுடையதும் நர்ஸ்களினுடையது மான ஓட்டம் நின்றுவிட்டது. இடையில் சென்று ஒரு நர்ஸை கேட்டதும் 'டிரிப்' கொடுத்துக்

கொண்டிருக்கிறார்கள் என்னும் பதில் கிடைத்தது. கடைசியில் லேடி டாக்டர் வெளிப்பட்டபோது இராமகிருஷ்ணன் அவள் அருகில் சென்றான்.

"ஃபார் கார்ட்ஸ் ஸேக், க்ரிட்டிக்கல் ஸ்டேஜ் தாண்டியாச்சு. இருந்தாலும் சீரியஸ்தான். இன்னும் ரெண்டு மணி நேரம் போனால்தான் ஏதாச்சும் சொல்ல முடியும்" என்று கூறினாள் டாக்டர்.

மணி நான்கு. டாக்டர் வந்து நோயாளியை வார்டுக்கு மாற்றுவதாகத் தெரிவித்தாள். ஸ்பெஷல் ரூம் தேவையென்றால் ஆர்.எம்.ஓ.விடம் போய்க் கேட்டுக் கொள்ளுமாறும் கூறினாள்.

இராமகிருஷ்ணன் ஆபீஸுக்கு ஓடினான்.

ஸ்ரீதேவியை ஸ்ட்ரெச்சரில் வைத்து ஸ்பெஷல் ரூமுக்கு மாற்றிய பின்புதான் லேடி டாக்டர் போனாள். போகும்போது இராமகிருஷ்ணனிடமும் சமாதானம் சொல்வதுபோல், "ஷீ ஈஸ் இம்ப்ரூவிங்க்" என்று கூறினாள்.

வார்டிலுள்ள பெரிய டாக்டர் நீண்ட நரைத்த தாடியுள்ள ஒரு ஆஜானுபாகுவாக இருந்தார். ஒரு கீழை நாட்டு டிப்ளமேட்டின் லுக். மலையாளத்தில் பேசும்போது உச்சரிப்பில் தடுமாற்றமிருந்தது. பின்புதான், சிலோன் வம்சாவழி யினர் என்று தெரிந்தது. பெயர், டாக்டர் தாயுமானவன். நோயாளிகளுக்காகவே தம் வாழ்வை அர்ப்பணித்துக் கொண்டிருக்கும் ஒரு மனிதர்.

ஸ்பெஷல் வார்டிலுள்ள ஏ.சி. அறையில் உணர்வற்று உறங்கும் ஸ்ரீதேவியின் முகத்தை நோக்கியவாறு இராமகிருஷ்ணன் அமர்ந்திருந்தான். டிரிப் இப்போதும் போய்க் கொண்டிருக்கிறது. கண்ணாடி டியூப் வழியாக இறங்கும் டிராப்சில் வித்தியாசம் தோன்றினால் அடுத்த அறையிலுள்ள நாசிடம் சென்று தெரிவிக்க வேண்டும்.

மாலை ஆறு மணியானபோது நர்சோடு சேர்ந்து உள்ளே வந்தார் டாக்டர். கோட் பாக்கெட்டிலிருந்து ஒரு உபகரணத்தை எடுத்து ஸ்ரீதேவியின் கண்களுக்கு மேலே வைத்து அவர் அதன் வழியாக குனிந்து நோக்கினார். பின் நிமிர்ந்து கைகளைப் பின்னுக்குக் கட்டிக் கொண்டு வெளியே சென்றார். நர்சிடம் விசாரிக்கலாம் என்று நினைப்பதற்குள் அவளும் வெளியேறி விட்டாள். சில நிமிடங்களுக்குப் பின் நர்ஸ் திரும்பி வந்தாள்.

நோயாளியின் நாடித் துடிப்பையும், உடல் உஷ்ணத்தையும் அளந்து குறித்தாள்.

தர்மா மீட்டரைப் பஞ்சினால் துடைத்து ஐஸ் பாட்டிலில் போடும்போது, "உங்க மேரேஜ் எப்போ நடந்தது?" என்று கேட்டாள் நர்ஸ்.

கேள்விக்கு முன்னே முதலில் கொஞ்சம் குழப்பமாக இருந்தது. அட்மிட் செய்யும்போது 'மனைவி'என்றுதான் படிவத்தில் பூர்த்தி செய்தோம் என்று திடீரென நினைவுக்கு வந்தது.

"சமீபத்திய திருமணம்னுதான் தோணுது. ஹனிமூன் பீரியடிலேயே தற்கொலை அட்டம்ப்ட்! என்ன காரணம்?"

பேசாமல் நிற்கவே, நர்ஸே, "இவ்வளவு சீக்கிரத்திலேயே சண்டை வந்துட்டுதா?" என்று கேட்டாள்.

"எங்களுக்குள்ளே எந்தவொரு சண்டையுமில்லீங்க சிஸ்டர்," என்று கூறினான் இராமகிருஷ்ணன்.

இராமகிருஷ்ணனின் டென்ஷன் நிறைந்த முகத் தோற்றத்தை கண்டுவிட்டுதான், "சாரி. நான் பர்ஸனல் விஷயங்களைக் கேட்டு உங்களைக் கஷ்டப்படுத்திட்டேன். இல்லீங்களா?" என்று நர்ஸ் கேட்டிருக்க வேண்டும்.

"அப்படி இல்லீங்க," என்று சமாதானம் கூறினான் இராமகிருஷ்ணன்.

"இப்போ தப்பிச்சுட்டாங்கன்னு நினைச்சிக்குங்க. ஆனால், இப்படியொரு செயலைச் செய்வதற்கான காரணம் இனிமேலும் இருந்துட்டா என்ன செய்யறது? அதனால்தான் கேட்டுட்டேன்."

"சிஸ்டர், நான் இப்போ எந்தவொரு பதிலையும் சொல்ற மூடுலயில்ல. ஐயாம் டோட்டலி அப்செட்."

"அமைதியா இருங்க" என்று நர்ஸ் கனிவோடு கூறினாள்: "இங்க நீங்க கொண்டு வந்தபோது இருந்த நிலைமை இப்போ இல்லீங்க. ரொம்பவும் இம்ப்ரூவ்மென்ட் உண்டு, மாத்திரையைத்தானே சாப்பிட்டுட்டாங்க. அதனால்தான் ஹோப்..."

டிரேயை எடுத்துச் செல்லத் தொடங்கிய நர்ஸ், கதவிடமிருந்து திரும்பி வந்து, "நீங்க காலையிலேர்ந்தே ஒண்ணும் சாப்பிடல

போலிருக்குங்களே. வெளியே போயி வாங்க. நான் இவங்கள கவனிச்சுக்கறேன்"என்று கூறினாள்.

"வேணாம் சிஸ்டர். அவள் ஒரு தரம் விழிக்கட்டும். – எழுந்திருப்பதற்கு ஏதாச்சும் ஒரு சிம்ப்டமாவது..."

"இங்க பாருங்க. இப்படிப்பட்ட கேஸ்களில் டைம் விஷயமெல்லாம் எதையும் முன் கூட்டியே சொல்ல முடியாதுங்க. சிலசமயம் மணித்துளிகள், சில சமயங்களில் பல நாட்கள் கூட தேவைப்படற கேஸ்கள நான் பார்த்திருக்கேங்க"என்றாள் நர்ஸ்.

டிரிப் ஏறும் ஊசிமுனைப் பதிந்திருக்கும் இடத்தை இன்னும் ஒருமுறை பரிசோதித்து விட்டு அவள் வெளியேறினாள்.

மிகவும் அமைதியாகவே இப்போது ஸ்ரீதேவி தூங்குகிறாள். எத்தனையெத்தனை துன்ப அனுபவங்களுடன் அவள் கடந்து வந்திருக்கிறாள்! பெண்மைக்கு எதிராகவுள்ள மிகப்பெரிய தாக்குதலினால் அவள் அனுபவித்த வேதனைகள், ஆதரவற்ற தன்மைகள், காத்திருப்புக்கள் கடைசியில் காரில் கொண்டு வரும்போதுதான் நினைவுடனும் நினைவில்லாமலும் இருந்த சமயத்தில் நடு நடுவே தெளிவில்லாமல் புலம்பியவாறு அவள் தலையை உருட்டினாள்... இப்போது இதோ ஜீவிதத்துக்கும் மரணத்திற்குமிடையே –ஒரு நூல் பாலத்தின் வழியே செல்லும் பயணத்திற்கு இடையே– என்பதுபோல், எதுவும் அறியாமல் கடவுளின் கைகளில் படுத்திருப்பதுபோல் அவள் அமைதியாக தூங்குகிறாள்.

கதவில் ஒருமுறை தட்டிவிட்டு, அதைத் தள்ளித் திறந்து கொண்டு நர்ஸ் உள்ளே வந்தாள். அவள் பிளாஸ்க் கப்பிலுள்ள காப்பியை நீட்டினாள்.

"காப்பியா? எங்கேர்ந்து கொண்டு வந்தீங்க?"

"காப்பி எங்கும் கிடைக்காத பொருள் ஒன்றுமில்லையே. வீட்டிலிருந்துதான் கொண்டுவரப்பட்டது" என்றாள் சிரித்துக் கொண்டே.

"தாங்க்ஸ் சிஸ்டர். நான் வெளியே போய்க் கொள்கிறேன்..."

"நான் கவனிச்சுக்கறேன். எதுவும் சாப்பிடாமல் எவ்வளவு நேரம்தான் இருப்பீங்க, பிளாஸ்கில் இன்னும் காப்பியிருக்கு. நானும் ஒருவரின் மனைவிதான். அத்துடன் ஒரு தாயும்

சகோதரியுமாகவும் இருக்கிறேன். எனக்கும் இதயம்னு ஒண்ணு இருக்கிறது."

அதற்கு மேலும் மறுப்புக் கூறாமல் இராமகிருஷ்ணன் காப்பிக் கப்பை வாங்கினான்.

"ராத்ரிக்குதான் அந்த பொண்ணு கண்ணு தொறப்பாள்னு எனக்குத் தோணுது. கடவுள் உங்களை அப்படியொண்ணும் கடுமையாகத் தண்டிக்கமாட்டார்"என்று நர்ஸ் கூறினாள்.

"டாக்டர் காண்டாக்ட் செய்யக்கூடிய நேரம்"என்று கூறிவிட்டு அவள் வெளியேறினாள்.

காப்பிக் குடித்ததும் உற்சாகம் வந்ததுபோல் இருந்தது. ஸ்ரீதேவி இப்போது கவலைக்கிடமான சந்தர்ப்பத்திலிருந்து தாண்டி விட்டாள் என்றுதான் உள்ளுணர்வு முணுமுணுக்கிறது. இனிமேல் அவள் இந்த உறக்கத்திலிருந்து விழிக்கத்தான் வேண்டும். அவள் கட்டிலில் எழுந்து அமர்வதற்கு – இன்னும் எவ்வளவு நேரம் போக வேண்டும்? அவள் கொஞ்சம் காப்பிக் குடிப்பதற்கு இன்னும் எவ்ளளவு நேரம் ஆக வேண்டும்?

டாக்டர் மீண்டும் எட்டு மணிக்கு வந்து பரிசோதனைச் செய்தார். இனிமேல் டிரிப் தேவையில்லை என்று கட்டளை யிட்டார். அவர் அறையை விட்டு போவதற்குப் புறப்பட்டதும் இராமகிருஷ்ணன் அருகில் சென்றான்.

"டாக்டர்...?"

"டோண்ட் வொரி, யங் மேன். லெட் ஹர் ஸ்லீப் நௌ" என்று புன்னகையுடன் கூறினார் டாக்டர்.

டாக்டரின் முகத்தில் தன்னம்பிக்கை மிளிர்ந்தது. ஒரு உயிரை மரணப்பிடி யிலிருந்து ஜீவிதத்துக்கு திருப்பிக் கொண்டு வந்ததின் பின்னேயுள்ள தன்னம்பிக்கை ஒளி அது.

கதவைத் திறந்துகொண்டு வெளியே வந்தான். வெளிக்காற்றின் சூட்டை அப்போதுதான் உணர முடிந்தது. வராந்தாவில் போட்டிருந்த பிளாஸ்டிக் நாற்காலிகளில் ஒன்றில் அமர்ந்தான். மூடப்பட்டிருக்கும் அறைகள். எப்போதாவது கதவைத் திறந்துகொண்டு வெளியே வரும் ஒருவர். இல்லையென்றால், நெம்பரை நோக்கியவாறு நடந்து வந்தும், தான் தேடும் நெம்பர் கிடைக்காமல் தயக்கத்துடன் நிற்பதும், பின் நர்ஸிடம் வந்து

கேட்கவும் செய்யக்கூடிய மற்றொருவன். ஆஸ்பத்திரியில் பார்வையாளர்கள் நேரம் முடிந்துவிட்டிருந்தது.

கீழே கேட்டிற்கு அப்பால் சாலையின் வழியே செல்லும் வாகனங்கள். சாலையில் இன்னும் கூட்டம் குறையவில்லை. வராந்தாவில் வெள்ளையடித்து கம்பி வலையினால் மூடி யிருந்தார்கள். மிஷனுக்கு அப்பால் படர்ந்து நிற்கும் ஒரு பெரும் மரம் அதனுடைய உச்சி ஆஸ்பத்திரியின் மூன்றாம் மாடிவரையில் தொட்டுக் கொண்டிருந்தது. மரத்தின் இருளிலிருந்து ஒரு தனிப்பட்ட பறவைக்குஞ்சின் கத்தல் சப்தம் கேட்டுக் கொண்டிருந்தது.

சிஸ்டர் வெள்ளை யூனிஃபாரத்தை மாற்றி சேலை அணிந்து உள்ளுக்குள் வந்தாள். அவளுடன் நைட் டியூட்டிக்கு வந்த புது நர்சும் இருந்தாள். நோயாளியின் சார்ஜை புது நர்சிடம் ஒப்படைத்தாள்.

"பால் ஏதாச்சும் வாங்கி வச்சிருக்கீங்களா?" என்று கேட்டாள் சிஸ்டர்.

"இல்லையே."

அவள் தன்னுடைய சொந்த பிளாஸ்கை நீட்டினாள். கீழே போய் கொஞ்சம் பால் வாங்கி வந்து வைத்துக் கொள்ளும்படி கூறினாள். பாலைச் சேகரித்து வைக்க வேண்டுமென்றும், ஸ்ரீதேவி எழுந்திருக்கும்போது பாலில் குளுக்கோஸ் கலந்து கொஞ்சம் கொஞ்சமாகக் கொடுக்க வேண்டும் என்றும் கூறினாள்.

இராமகிருஷ்ணன் பிளாஸ்குடன் கீழே சென்றான்.

கீழ்தளத்திலுள்ள வார்டுகளும் அமைதியாகத்தான் இருந்தன. ஒரு டெலிபோன் பெல் அடிக்கும் சப்தம். தூரத்தில் ஏதோ ஒரு அறையிலிருந்து ஒரு குழந்தையின் அழுகுரல். ஒரு டாக்டர் வேகமாக நடந்து செல்லும்போது எழும்பும் ஷூஸ் சப்தம்.

இராமகிருஷ்ணன் மாடிப்படியில் இறங்கினான். கிரவுண்ட் ப்ளோரில்தான் பொது வார்டுகள். ஒரு வார்டின் ஓரத்திலிருந்து அமுத்தலான முனகல் ஒலியைக் கேட்க முடிந்தது. நர்சின் அறை யிலிருந்து விழும் வெளிச்சத்தின் கீற்றில் வயிற்றை அழுத்திப் பிடித்துக் கொண்டு கட்டிலில் குனிந்து அமர்ந்திருக்கும் கிழவன்; அவன்தான் அழுகிறான்.

"ஐயோ... கொஞ்சம்கூட தாங்க முடியலியே... கடவுளே..."

கட்டிலோடு கட்டிலாக ஒட்டிக் கொண்டிருக்கும் ஸ்டூலில் இன்னொருவன். அவன் அடுத்தக் கட்டிலின் நோயாளியாக இருக்க வேண்டும். கிழவனுக்காக ஜெபித்து ஊதுகிறான். நர்ஸ் போனில் பேசிக்கொண்டிருக்கிறாள். கிழவனின் வயிற்று வலியைப் பற்றிதான் டாக்டருடன் அறிவுரைகளைப் பெறுவதற்காக பேசிக் கொண்டிருக்க வேண்டும்.

ஆஸ்பத்திரிக்கு முன்னாலுள்ள கடைகளில் கூட்டம் காலியாகி இருந்தாலும் இன்னும் பூட்டப்படவில்லை. பரவாயில்லை என்று தோன்றிய ஒரு சிறிய ஓட்டலுக்குள் நுழைந்தான். பிளாஸ்க் நிறைய பால் வாங்கினான். ஒரு கப் பாலை குடித்தான். பணத்தைக் கொடுத்துவிட்டு வெளியே வந்தான். பக்கத்திலிருந்த கடையிலிருந்து குளுக்கோஸ் பாக்கெட் ஒன்றையும் வாங்கினான்.

திரும்பி வரும்போது தற்செயலாகத்தான் ஆஸ்பத்திரியின் ஓ.பி. பகுதிக்கு அருகில் தொங்க விட்டிருந்த அந்த கரும்பலகையில் கவனம் பதிந்தது. மேற்புறத்தில் பெரிய வெள்ளை எழுத்துக்களில் பெயிண்டால், 'லிஸ்ட் ஆஃப் பேஷன்ட்ஸ் இன் கிரிட்டிக்கல்' என்று எழுதப்பட்டிருந்தது. மரணத்தை நெருங்கும் நிலையிலுள்ள நோயாளிகளின் விவரங்கள். ஒன்று, இரண்டு, மூன்று; ஸ்ரீதேவி. வயது.... நோயின் காலத்தில் ஒன்றிரண்டு ஆங்கில எழுத்துக்கள் திடுக்கிட்டான். பின், தனக்குத்தானே சமாதானப் படுத்திக் கொண்டான்: இது ஏற்கனவே எழுதியதாக இருக்க வேண்டும். இப்போது அவளுடைய நிலை மிகவும் மாறி விட்டது என்று சொன்னார்களே! இதை வெளியிடுவதற்காகத்தான் படிவத்தில் கையெழுத்து வாங்கினார்களோ?

நர்சிடம் இதைச் சொன்னபோது அவள் அதைச் சாதாரணமாகத்தான் எடுத்துக் கொண்டாள். சில சட்ட திட்டங்கள் அவை. அது மட்டுமல்ல, அந்த ஸ்டேஜெல்லாம்கூட எப்போதோ தாண்டியாயிற்று... சிஸ்டர் விடை பெற்றுக்கொண்டாள். அவளுக்கு இனிமேல் நாளை மதியம்தான் பணி.

"சிஸ்டர், நீங்க எங்கே தங்கியிருக்கீங்க?"

"நகரத்தில்தான். என் கணவரும் இன்னொரு ஆஸ்பத்திரிலதான் இருக்கிறார். டியூட்டி முடிஞ்சதும் வருவாரு... வரட்டுமா?"

இராமகிருஷ்ணன் என்னவோ சொல்வதுபோல் நிற்பதைக் கண்டவள், "என்ன?" என்று கேட்டாள்.

"சிஸ்டர்–"

"யெஸ், சொல்லுங்க."

"சிஸ்டர், உங்ககிட்டே ஒரு உண்மையை மறைக்கறதனால எனக்கு ஒரு குற்றவுணர்ச்சி தோணுது..."

"என்ன விஷயம்?"

"அவ... அந்தப் பொண்ணு என் மனைவி இல்ல."

"தென்?"

"எங்க திருமணம் இன்னும் முடியல. இனிமேதான் திருமணம் செய்து கொள்ளப் போகிறோம்."

நர்ஸ் கேள்வி கேட்கும் தோரணையில் அவனை நோக்கினாள். இதற்குள் ஒரு மூத்த சகோதரியிடம் பழகுவது போன்ற ஒரு நெருக்கம் அவளிடம் தோன்றியிருந்தது. நடந்த சம்பவங்களை அவளிடம் சுருக்கமாகக் கூறினான். அந்தப் பெண் திகைத்துப்போய் அப்படியே நிசப்தமாக நின்று விட்டாள். அவள் கட்டிலுக்கருகில் ஸ்ரீதேவியின் காலடியில் வந்து நின்றாள். கண்களை மூடி நின்று பிரார்த்தனை செய்தாள். மார்பில் சிலுவை வரைந்து கொண்டாள்.

"பாவம்"என்று அவள் முணுமுணுத்தாள்: "இல்ல, மிஸ்டர் இராமகிருஷ்ணன். தெய்வம் உங்களை கை விடாது. இது உறுதி! அவள் எழுந்ததும் எனக்குத் தெரிவியுங்கள் – போன் நெம்பர் தறேன்..."

அவள் அறைக்குள் சென்று போன் நெம்பர் எழுதிய சீட்டுடன் திரும்பி வந்தாள்: "இந்த நெம்பருக்கு டயல் செய்து டாக்டர் ஜான்ஸன் வீடு என்று சொன்னால் போதும். எக்ஸ்டென்ஷன்தான். நான்கு குவார்ட்டர்ஸுக்கும் சேர்த்தே உள்ளது. என் பேரு மோளிஜான்ஸன்."

"தாங்க் யூ சிஸ்டர்."

"மத்தியானம் நான் வர்றதுக்கு முன்னாடியே அந்தக் குழந்தைக்கு நார்மலாகி விடும். பாருங்களேன். அப்புறம் இன்னொரு விஷயம். நீங்க ஒண்ணா சேர்ந்து வாழத்

தொடங்கும்போது ஒரு தடவை எங்களையும் உங்க வீட்டுக்கு அழைக்கணும், அழைப்பீங்களா?" என்றெல்லாம் கூறி நர்ஸ் சமாதானப்படுத்தினாள்.

"கண்டிப்பா, சிஸ்டர்."

"குட்நைட்."

"குட்நைட், சிஸ்டர்."

நிம்மதி தோன்றியது. பெரியதொரு பொய்யைச் சுமந்து கொண்டு இனிமேலும் அங்கே அமர்ந்திருக்க வேண்டாமல்லவா! அந்த நல்ல பெண்ணிடமாவது தான் ஒரு உண்மையானவன் என்பதை கூறிவிட்டோம்தானே?

இரவின் மௌன சாமங்கள் ஒவ்வொன்றாக உதிர்ந்து விழுந்து கொண்டிருந்தன. நோயாளியின் உதவியாளர்கள் ஓய்வு கொள்வதற்காகவே அறையில் ஒரு சோபா கம் பெட் உண்டென்றாலும், இராமகிருஷ்ணன் ஸ்டூலிலேயே அமர்ந்து கொண்டு, மங்கிய ஒளியில் ஸ்ரீதேவியின் முகத்தையும் கவனித்துக் கொண்டு அமர்ந்திருந்தான். ஆஸ்பத்திரியின் ஏதோவொரு அறையிலிருந்து கடிகாரம் மணியடிக்கும் சப்தம் இடைவிட்டு இடைவிட்டு கேட்டுக் கொண்டிருந்தது. பத்து, பதினொன்று, பன்னிரண்டு, ஒன்று –

ஏதோவொரு நிமிடத்தில் ஸ்டூலில் அமர்ந்து கொண்டே கட்டிலில் தலையைச் சாய்த்திருக்க வேண்டும். கடிகாரத்தின் சப்தத்தைக் கேட்டுவிட்டுதான் மீண்டும் விழித்தான். எத்தனை தரம் மணி அடித்தது. வாட்சை நோக்கினான். மணி மூன்று. அப்போதுதான் ஒரு அற்புதம் நேர்ந்திருப்பது தெரிந்தது. ஸ்ரீதேவி தன் முகத்தை மறுபக்கமாக திருப்பி வைத்துக் கொண்டிருந்தாள். அவள் மெல்ல அசைந்தாள். ஆனால், எப்போது....

எழுந்து டியூப் லைட்டைப் போட்டான். ஸ்ரீதேவி தூங்கிக் கொண்டுதான் இருந்தாள். சில நிமிடங்கள் வரையில் அந்த முகத்தையே நோக்கிக் கொண்டு நின்றான். பின், இரு கைகளாலும் அவள் முகத்தை மெல்ல நேராகக் கொண்டு வந்து கூப்பிட்டுப் பார்த்தான்–

அப்போது, இதயத்தில் ஆனந்த வெள்ளத்தை நிரப்புவதுபோல், அவளுடைய கண் இமைகள் மட்டும் ஒருமுறை அசைந்ததுபோல் தோன்றியது–

தமிழில்: குறிஞ்சிவேலன்

இராமகிருஷ்ணன் நம்பிக்கையோடு கூப்பிட்டான்.

"ஸ்ரீதேவி.... ஸ்ரீதேவி..."

இந்த முறை அவளுடைய புருவங்கள் ஏறியிறங்குவது தெளிவாகத் தெரிந்தது. கர்ச்சீப்பை அவசர அவசரமாக எடுத்து வாஷ்பேசினிலுள்ள பைப்பில் நனைத்து, அவளின் கண் இமைகளை மெல்லத் துடைத்தான். மீண்டும் அழைத்ததும் மிகவும் முயற்சிப்பது போல் அவள் கண் இமைகளைத் திறந்தாள். பாதி திறந்த விழிகளுடன் எதுவும் புரியாமல், அவள் மேல் தட்டை நோக்கியவாறு படுத்திருந்தாள். அதன்பின் கருவிழிகள் மெல்ல அசைந்தது. பின் சுவரின் வழியாக இறங்கி வந்து கடைசியில் அவன் முகத்தில் பதிந்து நின்றன.

"ஸ்ரீதேவி" என்று முணுமுணுத்த இராமகிருஷ்ணன், "நான்தான், உன் அத்தான்" என்றான்.

நிமிடங்கள் மேலும் கழிந்திருக்க வேண்டும் ஸ்ரீதேவியின் இமைகள் துடிக்கத் தொடங்கின. கழிந்துவிட்ட சம்பவங்களை ஒவ்வொன்றாக வேறுபடுத்திப் பார்க்க முயற்சிப்பதுபோல் அவள் கண்களைச் சிமிட்டி திறந்து கொண்டிருந்தாள்.

படுக்கையில் தளர்ந்து கிடக்கும் அவளின் குளிர்ந்த உள்ளங்கையில் ஸ்பரித்தவாறு, "இனிமே பயப்பட வேணாம். நானிருக்கேன்" என்று இராமகிருஷ்ணன் கூறினான்.

அடையாளம் புரிந்து கொண்டதின் பிரகாசம் அவள் விழிகளில் பரவிற்று. உத்வேகத்தினால் அவளுடைய மூச்சுக் காற்று வேகமாக உள்ளே சென்று வெளியே வந்தது. பின், அவளின் வறண்ட உதடுகள் மந்திரம் போல், "அத்தான், அத்தான்" என்று உரு போட்டது.

"ஆமாம் ஸ்ரீதேவி. உன் அத்தான்தான்!"

மறந்துவிட்ட ஒரு விஷயத்தை நினைத்துக் கொண்டு கப்பில் பாலை ஊற்றி ஸ்பூனினால் எடுத்து ஸ்ரீதேவியின் ஈரம் வற்றிய அதரங்களை நனைக்கத் தொடங்கினான்.

இரவின் கடைசி சாமங்கள் எத்தனை கழிந்துள்ளன?

கம்பி வலை போட்ட வராந்தாவுக்கு அப்பாலுள்ள மர உச்சியிலிருந்து, உறக்கம் கலைந்த பறவைகளின் சப்தம், கோயில் மணிகளின் மெல்லிய மணியோசையைப் போல் கேட்கத் தொடங்கியிருந்தது.

ஸ்ரீதேவி இராமகிருஷ்ணனின் கைகளை அழுத்திப் பிடித்து தன் கன்னங்களோடு சேர்த்துக் கொண்டு அழுதாள் –

கண்ணீரின் ஈரம் கைகளில் பட்டு உணர்ந்தவுடன், கடலலைகளின் சுவர்களுக்குள்ளே அகப்பட்டுக் கொண்டதுபோல் எல்லா பார்வைகளையும் மாய்த்து உதறிக்கொண்டு தன் கண்கள் நிறைவதை இராமகிருஷ்ணன் அறிந்தான்.

–நிறைவு–